ഗ്രീൻ ബുക്സ്

രമണൻ എങ്ങനെ വായിക്കരുത്?

ബാലചന്ദ്രൻ വടക്കേടത്ത്

1955ൽ തൃശ്ശൂർ ജില്ലയിലെ നാട്ടികയിൽ ജനനം.
സാഹിത്യനിരൂപകൻ, പ്രഭാഷകൻ,
രാഷ്ട്രീയ സാമൂഹ്യപ്രവർത്തകൻ,
കേരള കലാമണ്ഡലം മുൻ സെക്രട്ടറി,
സാഹിത്യ അക്കാദമി മുൻ വൈസ് പ്രസിഡണ്ട്,
കേന്ദ്രസാഹിത്യ അക്കാദമി അംഗം.
വിദ്യാഭ്യാസം: ഫിഷറീസ് ഹൈസ്കൂൾ,
ശ്രീനാരായണ കോളേജ്,
തൃശ്ശൂർ സെന്റ് തോമസ് കോളേജ്.
നിരവധി നിരൂപണഗ്രന്ഥങ്ങൾ രചിച്ചിട്ടുണ്ട്.
പുരസ്കാരങ്ങൾ: എ.ആർ. രാജരാജവർമ്മ
പുരസ്കാരം, കുറ്റിപ്പുഴ അവാർഡ്, ഫാ. അബ്രഹാം
വടക്കേൽ അവാർഡ്, കാവ്യമണ്ഡലം അവാർഡ്,
ഗുരുദർശന അവാർഡ്, ശ്രീശൈലം സാഹിത്യ
പുരസ്കാരം, സി.പി.മേനോൻ അവാർഡ്,
കലാമണ്ഡലം മുകുന്ദരാജാ പുരസ്കാരം, 2023ലെ
അങ്കണം ഷംസുദ്ദീൻ സമഗ്ര സംഭാവന അവാർഡ്,
ഗാന്ധി നെഹ്റു കൾച്ചറൽ ആന്റ് റിസർച്ച്
ലൈബ്രറിയുടെ ഇന്ദിരാഗാന്ധി സാഹിത്യ പുരസ്കാരം.

ഗ്രീൻ ബുക്സ് പ്രസിദ്ധീകരിച്ച
ഗ്രന്ഥകർത്താവിന്റെ ഇതര കൃതികൾ

വിമർശകന്റെ കാഴ്ചകൾ
നോവൽ സന്ദർശനങ്ങൾ
(വിമർശനം)

ജന്മശ്രാദ്ധം
പ്രത്യവമർശം
(പഠനം)

സുകുമാർ അഴീക്കോടിന്റെ
തെരഞ്ഞെടുത്ത പ്രബന്ധങ്ങൾ
സാഹിത്യവും രാഷ്ട്രീയവും
(സമാഹരണങ്ങൾ)

കൂട്ടിവായന
ഒഴിഞ്ഞ കസേരയിൽ കയറിയിരിക്കരുത്
(ലേഖനം)

വിമർശനം

രമണൻ എങ്ങനെ വായിക്കരുത്?

ബാലചന്ദ്രൻ വടക്കേടത്ത്

ഗ്രീൻബുക്സ്

green books private limited
gb building, civil line road, ayyanthole,
thrissur- 680 003, kerala, ph: +91 487-2381066, 2381039
website: www.greenbooksindia.com
e-mail: info@greenbooksindia.com

branches:
thrissur 0487-2422515
thiruvananthapuram 0471-2335301
calicut 0495 4854662

malayalam
ramanan engane vayikkaruthu?
criticism
by
balachandran vadakkedath

published august 2023

cover design : s. mahendra

printed in india
manipal technologies ltd

isbn : 978-81-19486-07-6

GBPL/1309/2023

മുഖക്കുറി

ഗ്രീൻ ബുക്സ് പ്രസിദ്ധീകരിക്കുന്ന ബാലചന്ദ്രൻ വടക്കേടത്തിന്റെ എട്ടാമത്തെ ഗ്രന്ഥമാണിത്. മലയാള കവിതാലോകത്ത് നാഴികക്കല്ലായ രമണനു ശേഷം അത്രയേറെ ജനപ്രിയത ലഭിച്ച കാവ്യം ഉണ്ടായിട്ടില്ല. ഇനി ഉണ്ടാവുമോ എന്ന് സംശയമാണ്. എന്നാൽ ആ ജനപ്രിയതയ്ക്ക് കാരണങ്ങളന്വേഷിക്കാൻ മലയാളത്തിലെ നിരൂപകർ വേണ്ടത്ര ശ്രദ്ധിച്ചില്ല എന്നു വേണം പറയാൻ. മനുഷ്യരെ മയക്കുന്ന ഏതോ ഒരു ലഹരിവസ്തു രമണനിൽ ചങ്ങമ്പുഴ ഒളിപ്പിച്ചിരുന്നോ എന്ന അന്വേഷണവും ചങ്ങമ്പുഴ മുതൽ അയ്യപ്പൻ വരെയുള്ള കവികളിൽ അതെങ്ങനെ സ്വാധീനിച്ചു എന്നും അപഗ്രഥിക്കുകയാണ് ഈ നിരൂപണ കൃതിയിൽ. രമണന്റെ ഉത്തരപൂർവ്വ സംവാദവും കൂടിയാണീ കൃതി. രമണനെ മുൻനിർത്തി ബാലചന്ദ്രൻ തുടങ്ങി വെച്ചിരിക്കുന്ന ഈ നവീന സാഹിത്യസംവാദവും നിരീക്ഷണ പന്ഥാവും മലയാളത്തിലെ മറ്റു പ്രശസ്ത കവിതകളെക്കുറിച്ചും ഉണ്ടാകുവാനുള്ള ഒരു പ്രചോദനമാകും ഈ കൃതി എന്നു വിശ്വസിക്കുന്നു.

എഡിറ്റർ

ആമുഖം

'ഒരേ വിഷയം എപ്പോഴും പ്രതിപാദിക്കുന്ന പ്രവണത കാല്പനികതയെ എത്തിച്ചത് രോഗശയ്യയിലാണ്. ചങ്ങമ്പുഴ ക്കവിത പറഞ്ഞു തരുന്നത് ആ യാഥാർത്ഥ്യമാണല്ലോ. പ്രണയത്തെക്കുറിച്ചാണ് നമ്മുടെ കാല്പനികരായ ആധു നിക വിമർശകർ ഇപ്പോഴും സംസാരിച്ചുകൊണ്ടിരിക്കു ന്നത്. എന്നാൽ കാല്പനികതയിലെ വികാരാംശം കളഞ്ഞ് ജ്ഞാനം, തത്ത്വചിന്ത എന്നിവയെ മുൻനിർത്തി ഒരു സംവാദത്തിനു മുതിരാൻ ആരും തയ്യാറായതുമില്ല. അതു ണ്ടാക്കിയ ശൂന്യത സമ്മാനിച്ച വിചിത്രാനുഭവങ്ങൾ കാല്പ നികത സ്വീകരിച്ചാദരിച്ച ജീർണ്ണതയേയും തെറ്റിദ്ധരിപ്പിക്കാൻ കാരണമായി. കാല്പനികതയെ വിശ്വാസമില്ലായ്മയിൽ എത്തിച്ചത് ആ മനോഭാവമാണ്.'

രണ്ടായിരത്തിമൂന്നിൽ വിമർശനകലയെക്കുറിച്ചുള്ള ഒരു സംവാദത്തിൽ പങ്കെടുത്തുകൊണ്ട് ഇപ്രകാരം എഴു തിയപ്പോൾ, വിമർശനപരമായ ഒരു പ്രകാശം അറിയാതെ മനസ്സിലുദിച്ചത് ഓർത്തുപോകുന്നു. കാല്പനികത ഇത്ര മാത്രം തള്ളിക്കളയേണ്ട ഒന്നാണോ? ചങ്ങമ്പുഴയിൽ അത് ജീർണ്ണമായി എന്ന് കാവ്യവിചാരലോകത്തെ ആളുകൾ ആവർത്തിച്ചുപോരുന്നതിലൂടെ കാല്പനികത ഒരു തെറ്റി ദ്ധരിക്കപ്പെട്ട വാങ്മയവുമായി മാറിയിരുന്നു. കാല്പനിക തയുടെ ആ വിശ്വാസമില്ലായ്മയിൽ ഒരു പരതൽ ആവശ്യ മാണെന്ന് അപ്പോഴാണ് എനിക്കു തോന്നിയത്. രമണ കാവ്യം വീണ്ടും വായിക്കാൻ തയ്യാറായത് ആ പ്രേരണ മൂലമാണ്. അത്ഭുതമെന്നുതന്നെ പറയാം, പൂർവ്വാർജ്ജി തമായ വിശ്വാസങ്ങളെ ആ വായന അധികമൊന്നും മാറ്റിമറിക്കുകയുണ്ടായില്ല. എങ്കിലും അപൂർവ്വമായ ചില

കണ്ടെത്തലുകളിലേക്ക് അസാധാരണമായ ചില തിരിച്ചറിവുകളിലേക്ക് അതെന്നെ ആത്മവിശ്വാസത്തോടെ കൊണ്ടുപോയി എന്നതാണ് പരമാർത്ഥം. മലയാള കവിതയിലെ കാല്പനികതയ്ക്കുശേഷമുള്ള ഭാവുകത്വപരിണാമങ്ങളെ താരതമ്യം ചെയ്യാൻ മുൻകാല വിമർശനഭാവനയ്ക്ക് കഴിഞ്ഞില്ല എന്നും ഞാനോർക്കുന്നു. ഈ അറിവ് കുറച്ചു നേരമെങ്കിലും എന്നെ നിശ്ശബ്ദനാക്കി. ആ നിശ്ശബ്ദതയെ നിർവ്വചിക്കാൻ ശ്രമിച്ചപ്പോൾ അനുവദിച്ചുകിട്ടിയ സ്വാതന്ത്ര്യമാണ് ഈ കൃതി.

ബാലചന്ദ്രൻ വടക്കേടത്ത്

ഉള്ളടക്കം

ഭാഗം ഒന്ന്

രമണൻ

രമണനെ ചുറ്റിപ്പറ്റിയുള്ള അത്ഭുതകഥകൾ എന്ത്?

'ചൂടപ്പം പോലെ വിറ്റു' എന്നതാണ് രമണകൃതിയെ ചുറ്റിപ്പറ്റിയുള്ള വലിയ ഒരത്ഭുത കഥ. 1112-ൽ ഒന്നാം പതിപ്പ്. 15ൽ രണ്ടാം പതിപ്പ്. 17ൽ മൂന്നാം പതിപ്പ്. 18ൽ നാലാം പതിപ്പ്. 19ൽ അഞ്ചും ആറും ഏഴും എട്ടും ഒൻപതും പതിപ്പുകൾ. അങ്ങനെ പോകുന്നു അനുഭവങ്ങൾ. അതിൽ അതിശയം കൊണ്ട മുണ്ടശ്ശേരി, കൃതി വെറുതെ വിറ്റഴിക്കപ്പെടില്ലെന്നും അതിന് പിറകിൽ 'തക്കതായ' കാരണം കാണുമെന്നും സംശയിക്കുന്നു. അത് 'കലാസൗഭഗം' കൊണ്ടായിരിക്കണമെന്നില്ല. 'പുറപ്പെടുന്ന കാലത്തിന്റെ ആശകളും ആവശ്യങ്ങളും അവയ്ക്ക് പിറകിൽ കാണുമത്രെ!' എന്നാൽ മധുരനാരങ്ങപോലെ വരുന്നത് വരുന്നത് വിറ്റഴിയുന്നുവെന്ന അത്ഭുതകഥനത്തോട് എസ്. ഗുപ്തൻനായർ തീരെ യോജിക്കുന്നില്ല. അദ്ദേഹം പ്രതികരിക്കുന്നതിങ്ങനെ: ''ഇല്ല, അങ്ങനെയൊന്നും സംഭവിച്ചില്ല. സാമാന്യം പോലെ വിറ്റുപോയി എന്ന് മാത്രം.''

കവിയായ ചങ്ങമ്പുഴ രമണകൃതിയുടെ പ്രതികളുമായി തിരുവനന്തപുരത്ത് വരില്ലായിരുന്നുവെന്ന് ഗുപ്തമതം. വിറ്റഴിക്കൽ ക്രിയയിലെ പുതുമ വെച്ചിട്ടാണല്ലോ രമണന്റെ രണ്ടാം അത്ഭുതമായി അതിന്റെ ജനപ്രിയതയെ വിലയിരുത്തിയത്. രമണൻ പുറത്തുവന്ന കാലത്തെ ആശകൾ തിരിച്ചറിയേണ്ടത് ഈ പക്ഷപാതവുമായി ബന്ധപ്പെട്ടുകൊണ്ടാണ്. 'ജനക്കൂട്ടങ്ങളാൽ സ്തുതിക്കപ്പെട്ട' കൃതിയായി രമണൻ മാറിയതിന് പിറകിൽ 'ജനസമൂഹങ്ങളുടെ ഇഷ്ടാനിഷ്ടങ്ങൾ യുക്തിശൂന്യതയോട് ചേർന്നതിന്റെ' വിചിത്രത അഴീക്കോട് പങ്കുവെയ്ക്കുന്നുണ്ട്. രമണന്റെ ജനപ്രിയതയ്ക്ക് കാരണം കവിതയിലെ വികാരമാണെന്ന് അദ്ദേഹം സൂചിപ്പിക്കുന്നു. രമണൻ വിചാര പ്രധാനമായ കൃതിയല്ലെന്ന ധ്വനിയതിലുണ്ട്. വികാരപ്രധാനമായ രമണൻ ജനപ്രിയമാവുകയും വായനക്കാരെല്ലാം ആ പ്രിയത്വത്തിന് കീഴടങ്ങുകയും ചെയ്തുവെന്നാണ് സൂചന. രമണകൃതി

ചിത്രപ്പെടുത്തിയ അത്ഭുതങ്ങൾക്ക് ജനങ്ങൾ എത്രമേൽ കീഴ്പ്പെട്ടു പോയിരിക്കുന്നു. നിരൂപകരും ആ അത്ഭുതകഥകളുടെ സ്വാധീന ത്തിൽപെട്ടുപോയി.

'പ്രണയ' പ്രമേയത്തിലും ഭാഷയിലെ ഗാനാഡംബരതയിലും ആകൃഷ്ടരായ നിരൂപകർ/വായനക്കാർ രമണൻ അണമുറിച്ചുവിട്ട വികാരങ്ങളോടൊപ്പം സഞ്ചരിച്ചുകൊണ്ടിരുന്നു. അവർ കവിത കണ്ടില്ല. ചങ്ങമ്പുഴക്കാവ്യം പ്രദാനം ചെയ്യുന്ന കാവ്യാർത്ഥങ്ങളോ ജീവി താർത്ഥങ്ങളോ അന്വേഷിച്ചതുമില്ല. ചൂടപ്പം പോലെ കോപ്പികൾ വിറ്റുതീർന്നെങ്കിലും രമണകൃതിക്ക് സാർത്ഥകമായ പാഠങ്ങൾ ഉണ്ടാ യില്ല എന്ന് കാണാം. വായനകൾ സംഭവിച്ചത് അകന്നും പകച്ചു മാണ്. ഈ സൗഹൃദത്തെ സൂചിപ്പിക്കാൻ എസ്. ഗുപ്തൻ നായർ ഉപയോഗപ്പെടുത്തിയ 'അകന്നും പകച്ചും' എന്ന പ്രയോഗത്തിലെ ഭാവാത്മകത മാത്രമല്ല ശ്രദ്ധിക്കേണ്ടത്. അകന്നും പകച്ചും തുടങ്ങിയ സൗഹൃദം ഒടുവിൽ ഹൃദയൈക്യമായി പരിണമിച്ചതു പോലെയാണ് രമണനോടുള്ള കേരളീയ ജനതയുടെ സൗഹൃദവും ആകൃതിപ്പെട്ടത്. രമണൻ അവരുടെ ഒരു വികാരമായി മാറിയതുമൂലം അർത്ഥഗൗരവം വരുന്നതിന് മുമ്പെ അവർ കവിതയിൽ മുങ്ങിപ്പോയി എന്ന് ഗുപ്തൻ നായർ ചൂണ്ടിക്കാണിച്ചിട്ടുണ്ട്. മനുഷ്യനെ മയക്കുന്ന ഒരു ലഹരി വസ്തു ചങ്ങമ്പുഴ രമണനിൽ ഒളിപ്പിച്ചുവെച്ചിരുന്നു. എന്താണത്? അത് കവിതയുടെ ആന്തരികാർത്ഥമല്ല. വായനക്കാരിൽ ഉണരുന്ന അർത്ഥമല്ല, രമണകൃതിയുടെ പ്രശസ്തിക്കും പ്രചാരണത്തിനും പ്രചോദനമായതെങ്കിൽ ഇതുവരെ നടന്ന വായനകൾ നിരർത്ഥക മായിരുന്നു. രമണകൃതിക്കുണ്ടായ പതിപ്പുകളല്ല, വായന തന്നെ ഒര ത്ഭുതമാവുകയാണ്.

ഒമ്പതു വർഷത്തിനുള്ളിൽ 14 പതിപ്പുകൾ വിറ്റഴിഞ്ഞ്, മലയാള കവിതയുടെ പ്രസിദ്ധീകരണ ചരിത്രത്തിൽ രമണൻ ഒരു റിക്കാർഡ് സ്ഥാപിച്ചെങ്കിൽ, കഴിഞ്ഞ അറുപതിലധികം വർഷങ്ങൾക്കിടയിൽ ഒരേപോലെയുള്ള പാരായണങ്ങൾ സൃഷ്ടിച്ച് മറ്റൊരു റിക്കാർഡ് കൂടി രമണൻ സ്ഥാപിച്ചു. ആ കൃതിയെ അധികരിച്ച് അനേകം പറച്ചിലുകൾ ഉണ്ടായി. എന്തൊക്കെയോ പറഞ്ഞുവെന്ന് വരുത്തുന്ന രീതിയിലുള്ള സംഭാഷണങ്ങളല്ലാതെ കാതലായ ഒരു പാഠവും അവ യ്ക്കിടയിൽ കണ്ടെത്താനാവുന്നില്ല. പറയാൻ വേണ്ടി പറഞ്ഞതു പോലെയാണ് പലതും അനുഭവപ്പെട്ടത്. അത്തരം വായനാ വാങ്മയ ങ്ങൾ കൃതിയുടെ ആന്തരികതയിൽ സ്പർശിച്ചതേയില്ല. രമണന് ആഴവും വൈവിധ്യവുമുള്ള പാരായണങ്ങൾ ഉണ്ടായില്ല എന്ന് സാരം. രമണകാവ്യത്തിന്റെ ആന്തരികസ്വരമോ അർത്ഥ സംഘർഷങ്ങളോ അല്ല, ആ കാവ്യത്തിന്റെ വശീകരണശക്തിയാണ് ജോസഫ് മുണ്ടശ്ശേരി

ആരാഞ്ഞത്. ഒടുവിൽ അദ്ദേഹം ഒരു കുനുട്ടു ചിന്ത അവതരിപ്പിക്കുകയും ചെയ്തു.

'വികാരാംശത്തെപ്പോലെ വിചാരാംശത്തെയും ഉദ്ദീപിപ്പിക്കുന്ന സാംസ്കാരികമായ ഒരു സിദ്ധൗഷധമല്ല രമണനെന്ന്' മുണ്ടശ്ശേരി മനസ്സിലാക്കിയിരുന്നു. എന്നിട്ടും കരുണത്തിൽ പോയി തലതല്ലുന്ന ശൃംഗാരത്തെ തട്ടിത്തടഞ്ഞനൗചിത്യങ്ങൾ വീണ് കുട്ടിച്ചോറാക്കാതെ, നാവിൽ വെള്ളം തെളിയിക്കുന്ന ഭോഗാലസയായി തരംതാഴാതെ കവിതയെ നിർമ്മിച്ചെടുക്കാൻ ചങ്ങമ്പുഴ ശ്രദ്ധിച്ചിട്ടുണ്ട് എന്ന് പറഞ്ഞുവെയ്ക്കുന്നതിലൂടെ മുണ്ടശ്ശേരി രമണൻ സൃഷ്ടിച്ച ജനവിരോധത്തിൽ മറയുകയാണ് ചെയ്തത്. രമണൻ അത്ഭുതകരമായി സ്വീകരിച്ച നിലയ്ക്ക് അതിലെ വിചാരവിരോധത്തെ തെളിച്ചു വിളിച്ചു പറയാൻ ആവില്ലല്ലോ. സാംസ്കാരികമായ ഒരു അധഃപതനത്തിന്റെ അംശം രമണനിൽ കുടികൊള്ളുന്നുണ്ട് എന്ന് വിശ്വസിക്കുന്നവർ അക്കാലത്തുണ്ടായിരുന്നു.

അതെന്തുതന്നെയായാലും രമണപാഠങ്ങൾ ചലിച്ചത് ഏകദിശയിലായിരുന്നുവെന്ന് സ്പഷ്ടം. ഒരു കാല്പനിക വായനയാണ് കൃതിയിൽ നടന്നത്. കഥാപ്രസംഗവേദികൾക്ക് രമണൻ ഒഴിച്ചുകൂടാനാവാത്ത രൂപമായത് അതുമൂലമാണ്. ഇക്കിളിപ്പെടുത്തുന്ന ഭാവങ്ങൾക്ക് ഉത്സവാനുകൂല്യം ലഭിക്കുക സംസ്കൃത ചിത്തരിൽ നിന്നല്ലല്ലോ.

ചങ്ങമ്പുഴയുടെ തത്ത്വശാസ്ത്രത്തെക്കുറിച്ച് കേസരിയുടെ വാദം

ചങ്ങമ്പുഴയുടെ കാവ്യധർമ്മത്തിന്റെ പൊതുഭാവം രമണകാവ്യം ഉൾക്കൊള്ളുന്നുണ്ട് എന്നത് ഇപ്പോൾ ഒരു തിയറിയായിക്കഴിഞ്ഞു. അത് ഏറെക്കുറെ സത്യസന്ധവുമാണ്. എഡ്മെൻ സ്പെൻഡറുടെ 'ഇടയന്റെ കലണ്ടർ' എന്ന കൃതിയെ അനുകരിച്ചെഴുതിയതാണ് രമണനെങ്കിലും അതിലെ അനുകരണച്ചുവയെക്കുറിച്ച് ഇതുവരെ ആരും ഗൗരവമായി പ്രതിപാദിച്ചതായി കണ്ടില്ല. അല്ലെങ്കിൽ രമണൻ വായിച്ചവർക്കും അനുകരണത്തേക്കാൾ ചങ്ങമ്പുഴയുടെ സ്വതന്ത്രതയായിരിക്കണം ബോധ്യപ്പെട്ടിരിക്കുക. അതുകൊണ്ടുതന്നെ ഇടയന്റെ കലണ്ടറും രമണനും തമ്മിലുള്ള ഒരു താരതമ്യവിചാരം നിരൂപണസന്ദർഭങ്ങളിൽ നിന്നൊഴിഞ്ഞുപോയി. രമണന്റെ പ്രതിഫലനം ചങ്ങമ്പുഴയുടെ മറ്റു കൃതികളിൽ കാണാനാണ് വേറെ ചിലർ പരിശ്രമിച്ചത്. ആ അർത്ഥത്തിൽ ചങ്ങമ്പുഴക്കവിതയുടെ പൊതുധർമ്മം രമണനിൽ അന്വേഷിക്കുന്നതിലും പ്രസക്തിയുണ്ട്.

രമണനെ ഒഴിവാക്കിക്കൊണ്ടാണ് കേസരി ബാലകൃഷ്ണപിള്ള ചങ്ങമ്പുഴയുടെ തത്ത്വദർശനങ്ങൾ ആവിഷ്കരിക്കുന്നത്. 'സ്വർഗ്ഗവും

നരകവും' കലർന്ന മനഃസ്ഥിതി കവിതയിലുണ്ടെങ്കിൽ അവിടെ സമകാലിക ശാസ്ത്രവുമായുള്ള വേഴ്ച പ്രകടമാവുകതന്നെ ചെയ്യും. പ്രസാദ-വിഷാദ ഭാവനകളായിട്ടാണ് കവിതയിലെ സ്വർഗ്ഗ, നരകങ്ങളെ കേസരി വിശകലനം ചെയ്യുന്നത്. ചങ്ങമ്പുഴക്കവിതയിലെ നരക സ്വർഗ്ഗ സൃഷ്ടികൾക്ക് പ്രധാന കാരണം സമുദായമാണെന്ന് ഉപദർശിക്കുന്ന കേസരി ചങ്ങമ്പുഴയുടെ വ്യക്തിജീവിതത്തിൽ ഉണ്ടാവുന്ന സാമ്പത്തിക തടസ്സങ്ങളെക്കുറിച്ചും മറ്റും പ്രതിപാദിക്കുന്നുണ്ട്. ഒരു കവിയുടെ തളർച്ചയിലും വളർച്ചയിലും സമുദായമെങ്ങനെ കുറ്റക്കാരിയാവുന്നു എന്ന യാഥാർത്ഥ്യം അദ്ദേഹം കാണാൻ ശ്രമിക്കുന്നു. ആത്യന്തികമായി ചങ്ങമ്പുഴക്കവിതയിൽ നൂലോടി നിൽക്കുന്ന ദർശനഭാവം, മനുഷ്യനെ കഴിവിനനുസരിച്ച് വികസിക്കാൻ സമുദായം അനുവദിക്കുകയില്ല എന്ന വീക്ഷണത്തിന്റേതാണ്. രമണനിലും സമുദായം ഒരു കഥാപാത്രമായി വരുന്നുണ്ട്. ആ മട്ടിൽ രമണൻ വായിച്ച സുകുമാർ അഴീക്കോട് ആശാനിൽ നിന്നുള്ള തുടർച്ചയായിട്ടാണ് ഈ സമുദായ ചിത്രീകരണത്തെ വീക്ഷിക്കുന്നത്.

സമുദായം എന്ന ആശയത്തെ ഒരു പരോക്ഷ കഥാപാത്രമായി ആദ്യം സംവീക്ഷിക്കുന്നത് ആശാനാണ്. അതിപ്പോൾ ചങ്ങമ്പുഴയുടെ രമണനിലും അനുഭവ ഘടനയായി പ്രത്യക്ഷപ്പെടുന്നത് വിവേചിച്ചറിയുന്ന അഴീക്കോട് രമണന്റെ കർമ്മശൂന്യതയും കാണാതിരിക്കുന്നില്ല. ഒരു വ്യക്തിയിലുണ്ടാവുന്ന കർമശൂന്യതകൾ കൊണ്ടുണ്ടാവുന്ന വിപരീതാനുഭവങ്ങളെല്ലാം സമുദായത്തിന്മേൽ ചാരുന്നതിൽ നേരിയ വിയോജിപ്പ് അഴീക്കോട് പ്രകടിപ്പിക്കുകയും ചെയ്യുന്നു. കേസരിയുടെ തത്ത്വനിരീക്ഷണത്തിന് ഒരു രാഷ്ട്രീയ നിറം കൈവന്നതിന്റെ പശ്ചാത്തലവും ഈ സമുദായമാണ്.

പാശ്ചാത്യദർശനത്തിന്റെ പിൻബലത്തിലാണ് ചങ്ങമ്പുഴക്കവിതയിലെ തത്ത്വതലങ്ങളെ കേസരി വിശദീകരിക്കുന്നത്. ആ കവിതയിൽ ചില തേങ്ങിക്കരച്ചിലുകൾ ഉണ്ടെന്നും അത് യാഥാർത്ഥ്യമാണെന്നും സ്ഥാപിക്കാനായി കേസരി ഒരുമ്പെടുന്നു. കാൽപനികത മൂടിവെച്ച യാഥാർത്ഥ്യത്തെ പിടിച്ചെടുക്കുകയാണ് കേസരിയുടെ ലക്ഷ്യമെന്ന് നമുക്ക് വാദിക്കാം. എന്നാൽ, ആ വാദം കവിതയെ നഷ്ടപ്പെടുത്തിയില്ലേ എന്നാണ് എന്റെ സംശയം. ജനപ്രിയത എന്ന ലക്ഷ്യം അവിടെയും യുക്തിപൂർവ്വം പ്രവർത്തിച്ചുവെന്ന് സൂചന.

ഭൂരിപക്ഷം വായനക്കാരും ഓമനിച്ചുകൊണ്ടു നടക്കുന്ന ജീവിതാനുഭവങ്ങൾ കാണും. അനുഭവങ്ങളുമായി രാജിയാവാൻ സാധ്യതയുള്ള ഭാവാംശങ്ങൾ രമണനിലുണ്ട്. എന്നാൽ, കേസരിയുടെ തത്ത്വശാസ്ത്ര നിർധാരണം നടന്നത്. രമണകൃതിയെ മുൻനിർത്തിയല്ല. അതിന് സമകാലികമായി സംഭവിച്ച ചങ്ങമ്പുഴ നിരീക്ഷണങ്ങളും രമണകൃതിയെ കേന്ദ്രീകരിച്ചായിരുന്നില്ല. അവിടെ രാഷ്ട്രീയമാണ്

പ്രവർത്തിച്ചത്. ജനകീയവത്കരണ പ്രസ്ഥാനത്തിന് പ്രാധാന്യം കൈവന്നു തുടങ്ങിയ കാലഘട്ടത്തിലാണ് രമണൻ എഴുതപ്പെടുന്നത്. അത് ഇ.എം.എസിന്റെ നിലപാടു നിർമ്മാണത്തിന് സ്വാഗതമരുളുകയും ചെയ്തു. സമൂഹം എന്ന ആശയം നിരൂപണത്തിന്റെ കേന്ദ്രഭാവമായിത്തുടങ്ങിയിരുന്നു. പാരായണ രീതിയിൽ ചില വ്യത്യസ്തതകൾ സൃഷ്ടിക്കാനും അത് ഇടയാക്കി.

രമണൻ - അപ്രാപ്യമാകുന്ന ഇടതുപക്ഷ വായന

കൃതിയിലെ ഉള്ളടക്കത്തെ വിശദീകരിച്ച് സാമൂഹിക സാമ്പത്തിക ഘടനകൾ വിശകലനം ചെയ്യുന്ന സമീപനം നിരൂപണത്തിലെത്തിയതോടെ ഇടതുപക്ഷ വായന എന്നു വിളിക്കാവുന്ന ഒരു പാരായണ സമീപനവും പ്രത്യക്ഷപ്പെടാൻ തുടങ്ങി. തൊഴിലാളി വർഗ്ഗത്തിന് വേണ്ടിയുള്ള എഴുത്തു പരിശോധനയും തുടർന്നുണ്ടായി. തന്റെ സ്വന്തം രസത്തിന് വേണ്ടി കൃതികൾ രചിക്കുന്ന ഗ്രന്ഥകർത്താവിന്റെ ആത്മനിഷ്ഠമായ 'രസ'ത്തിന് പിന്നിൽ വർഗ്ഗസമരത്തിന്റെ യാഥാർത്ഥ്യം മറച്ചുവെച്ചിരിക്കുന്ന പ്രക്രിയയെ അനാവരണം ചെയ്യേണ്ടത് സാഹിത്യ വിമർശകരുടെ കടമയാണെന്ന് ഇ.എം.എസ് പ്രസ്താവിച്ചപ്പോൾ വായനയുടെ ലക്ഷ്യമാണ് വെളിപ്പെട്ടത്.

ചങ്ങമ്പുഴക്കവിതയിൽ അദ്ദേഹമന്വേഷിച്ചത് വർഗ്ഗസമരത്തിന്റെ ഇടമാണ്. ജന്മി-നാടുവാഴി-ജാതി സംസ്കാരങ്ങൾക്കെതിരെയുള്ള പ്രതിരോധമുണ്ടോ എന്നും അന്വേഷിച്ചുറപ്പിച്ചിരുന്നു. അതായത് ഏത് പ്രസ്ഥാനത്തിൽപ്പെട്ട എഴുത്തുകാരനായാലും കൃതിയിൽ വർഗ്ഗസമരം, സാമ്പത്തിക ഘടകം, സാമ്പത്തിക രാഷ്ട്രീയാദി മേഖലകളിലെ പരിവർത്തനം എന്നിവയുടെ സാന്നിദ്ധ്യം ഉണ്ടോ എന്ന ആരായൽ പരമ്പരാഗത വായനയെ അട്ടിമറിക്കണമല്ലോ. രാഷ്ട്രീയം, നിയമ സംഹിതാപരം, ദാർശനികം, മതപരം, സാഹിത്യപരം എന്നിങ്ങനെയുള്ള വളർച്ചയുടെ അടിസ്ഥാനം സാമ്പത്തികമാണെന്ന എംഗൽസിന്റെ വാദവും ഇടതുപക്ഷ വായനയുടെ മുഖ്യ വിനോദോപാധികളിൽ ഒന്നായിരുന്നു. വായനയുടെ ഈ ഇടതുപക്ഷ വിനോദക്കരുക്കൾ ഉപയോഗിച്ചുകൊണ്ടാണ് ഇടതുപക്ഷ നിരൂപകർ ചങ്ങമ്പുഴക്കവിതയും രമണനും വായിക്കാൻ തുനിഞ്ഞത്. അതിൽ ഒരത്ഭുതമില്ലേ? അതികാല്പനികതയുടെ പരിവേഷത്താൽ അലംകൃതമായ ചങ്ങമ്പുഴക്കവിത വർഗ്ഗസമരത്തിന്റെ അടയാളങ്ങൾ പ്രയോജനപ്പെടുത്തി വായിക്കാമെന്ന് ധരിച്ചുപോയതിന്റെ പരിണതിയാണ് ഇനി അന്വേഷിക്കേണ്ടത്.

'എഴുത്തച്ഛൻ, ആശാൻ, ചങ്ങമ്പുഴ' എന്ന് പേരുള്ള ലേഖനത്തിൽ ഇ.എം.എസ് ഇങ്ങനെ എഴുതി.

'...ജാതി-ജന്മിനാടുവാഴിത്തത്തിന്റേതായ സദാചാരബോധം, ധാർമ്മിക മൂല്യങ്ങൾ, സൗന്ദര്യബോധവും രചനാശിൽപവും സംബന്ധിച്ച

സങ്കേതങ്ങൾ എന്നിവയെല്ലാം വെല്ലുവിളിക്കുന്ന ഒരു പ്രവണത ബൂർഷ്വാ വൃത്തങ്ങളിൽ തന്നെ രൂപം കൊണ്ടു. പദ്യ-കാവ്യ ശാഖയിൽ ഇതിനാദ്യം ഏറ്റവും ശക്തമായ രീതിയിലും രൂപം നല്കിയത് ചങ്ങമ്പുഴയാണ്.'

ഒരു പ്രസ്ഥാനത്തിന്റെ ഭാഗമായി ചങ്ങമ്പുഴയെ സ്വീകരിച്ചിരുത്താനുള്ള ശ്രമം ഫലപ്രദമായോ എന്നത് പിന്നീട് ആലോചിക്കേണ്ട കാര്യം മാത്രമാണ്. ചങ്ങമ്പുഴയ്ക്ക് ലഭിച്ച ജനപ്രിയത ഒരു വ്യവസ്ഥയോടുള്ള പ്രതിരോധത്തിന്റെ ഭാഗമായിരുന്നില്ല. എന്നാൽ, ചങ്ങമ്പുഴ ഒരു വ്യക്തിയുടെ പേരല്ലെന്നും അദ്ദേഹം പ്രതിനിധാനം ചെയ്യുന്ന പ്രസ്ഥാനം ഒരു വ്യക്തിയിൽ ഒതുങ്ങുന്നില്ല എന്നും തുടർന്നെഴുതുന്ന ഇ.എം.എസ് ചങ്ങമ്പുഴക്കവിതയ്ക്ക് ലഭിച്ച റൊമാന്റിക് പരിവേഷം ബോധപൂർവ്വം ഉപയോഗിക്കുകയാണെന്ന് ഞാൻ വാദിക്കുന്നില്ല. ആ ജനപ്രിയതയിൽ ആകൃഷ്ടമായ മലയാളത്തിന്റെ ഇടതുപക്ഷരാഷ്ട്രീയ മനസ്സ്, ചങ്ങമ്പുഴക്കവിതയെ ഇടതുപക്ഷത്തോടു ചേർത്തുനിർത്താൻ നടത്തിയ ആദ്യത്തെ ദൗത്യമായിട്ടുവേണം ഇ. എം.എസ്സിന്റെ ഈ സമീപനത്തെ കാണേണ്ടത്. അതിനെ ചങ്ങമ്പുഴക്കവിതയുടെ ആദ്യത്തെ ഇടതുപക്ഷവായന എന്നു പറയാമോ?

ഇടതുപക്ഷവായന ഒരർത്ഥത്തിൽ കാല്പനിക വായന തന്നെയാണ്. കൃതിയുടെ ഉള്ളടക്കം വർഗ്ഗസമരമാവുന്നതിലും മറ്റും അനുവാചകർക്ക് താല്പര്യം കാണണമെന്നില്ല. അതിലെ ലയ-തരള ഭാവങ്ങളായിരിക്കും അവർക്ക് താല്പര്യം. അതുകൊണ്ടായിരിക്കാം വിപ്ലവബോധം പലപ്പോഴും കാല്പനികതയെ കൂട്ടുപിടിച്ചു കാണുന്നത്. കാല്പനികതയിലൂടെ ചെറിയ ആശയങ്ങളും ആശകളും ജനമനസ്സുകളിലെത്തിക്കാൻ കഴിയുമെന്ന് ഇടതുപക്ഷ വിപ്ലവ നിരൂപകർ കണ്ടെത്തിയിട്ടുണ്ട്. അതൊരു സിദ്ധാന്തം പോലെയാണ് ചിലർ സ്വീകരിച്ചു കണ്ടിട്ടുള്ളത്. പെറ്റി ബൂർഷ്വാ സംജ്ഞയ്ക്ക് കീഴെ ആശാനെയും വള്ളത്തോളിനെയും ഒതുക്കിയ പുരോഗമന വാദികൾ, ആ കവികളോടുള്ളതിനേക്കാൾ പ്രിയത്വം ചങ്ങമ്പുഴയ്ക്കാണ് കല്പിച്ചുകൊടുത്തത്. അത് എന്തുകൊണ്ടാണെന്ന് അന്വേഷിക്കാവുന്നതാണ്. ചങ്ങമ്പുഴയ്ക്ക് ലഭിച്ച ജനപ്രിയത ഭംഗിയായി ഉപയോഗപ്പെടുത്താമെന്ന കണ്ടെത്തലാണത്. 'ചങ്ങമ്പുഴക്കവിതയുടെ അനിതര സാധാരണമായ ജനപ്രീതിക്കും മഹത്വത്തിനും കാരണമായി അദ്ദേഹത്തിന്റെ മധുരമായ ശില്പചാതുരിയോടൊപ്പം സമൂഹത്തിന്റെ അവസ്ഥ ആവാഹിച്ചെടുക്കാനുള്ള ശേഷിയും' ഇ.എം.എസ് ചേർത്തുവെയ്ക്കുന്നത് രസകരമായ അനുഭവമാണ്. 1929ലെ ആഗോളവ്യാപകമായ മുതലാളിത്ത കുഴപ്പം അധഃസ്ഥിതരിലും തൊഴിലാളികളിലും ഇടത്തരക്കാരിലും ഉണ്ടാക്കിയ കുഴപ്പങ്ങൾ ചങ്ങമ്പുഴക്കവിതയിലും നിഴലിക്കുന്നുണ്ടെന്നതാണ്

മറ്റൊരു കാഴ്ചപ്പാട്. കവിതയുടെ രചനാവിഷയം തെറ്റായി സ്വീകരിക്കുന്നത് വായനക്കാരുടെ ഒരു സ്വഭാവമാണ്. ഇ.എം.എസ്. കവിയെ മൂല്യനിർദ്ധാരണം ചെയ്യുന്നത് കവിതയുടെ ഒരു തെറ്റിവായനയിലൂടെയാണ്. ചന്ദ്രികയെ ആഗ്രഹിക്കുന്ന രമണനിലൂടെ ചങ്ങമ്പുഴ വർഗ്ഗസമരമോ ആഗോള മുതലാളിത്ത കുഴപ്പമോ നിർദ്ദേശിച്ചിട്ടുണ്ടെന്ന് കണ്ടെത്താനുള്ള ഒരു സാഹചര്യവുമില്ല. പുറത്തും അകത്തും സംഭവിച്ചുകൊണ്ടിരിക്കുന്ന മാറ്റങ്ങൾ കവിയുടെ സമൂഹമനസ്സ് അറിഞ്ഞുകാണും. എന്നാൽ, കവിതയിൽ പ്രതിഫലന വിധേയമായത് വ്യക്തിമനസ്സ് മാത്രമാണ്. രമണനിലെ പ്രമേയം ശ്രദ്ധിച്ചാൽ അത് കൂടുതൽ വ്യക്തമാവും.

മുപ്പതുകളിൽ പുറത്തുവന്ന കവിതയിൽ അക്കാലത്തെ രാഷ്ട്രീയ പരിസരം നിശ്ചയമായും ഒരു പ്രതിനിധാനമായിത്തീരേണ്ടതല്ലേ? ദേശീയ സ്വാതന്ത്ര്യസമരം അതിന്റെ ഉച്ചയിൽ പ്രവേശിച്ചു കഴിഞ്ഞിരുന്നു. മാർക്സിസ്റ്റ് - ഇടതുപക്ഷ മനോഭാവങ്ങൾ ഇടം അന്വേഷിച്ചു തുടങ്ങിയിരുന്നു. അതെല്ലാം സമൂഹത്തിന്റെയും സംസ്കാരത്തിന്റെയും ഘടനയിൽ ചില്ലറ പരിവർത്തനങ്ങൾ സൃഷ്ടിക്കുകയും ചെയ്തിരുന്നു. അതായത് രമണന്റെ ഘടന സമഗ്രമായി ആവശ്യപ്പെടുന്ന ഒരു സമൂഹത്തെ പ്രതിഫലിപ്പിച്ചില്ല. ദേശീയ മനോഭാവമോ ഇടതുപക്ഷ പുരോഗമന വ്യതിയാനങ്ങളോ അല്ല രമണകാവ്യത്തിന് പ്രചോദകമായ വസ്തുതകൾ. അതിന് പിന്നിൽ പ്രവർത്തിച്ചത് തികച്ചും വ്യക്തിനിഷ്ഠമായ താത്പര്യമാണ്. തന്റെ ഉറ്റചങ്ങാതിയായിരുന്ന ഇടപ്പള്ളിയുടെ ആത്മഹത്യ ചങ്ങമ്പുഴയെ അടിമുടി തകർത്തു കളഞ്ഞിരുന്നു. ആ വേദനയും വിങ്ങലും ആവിഷ്ക്കരിക്കാൻ 'തകർന്ന മുരളി' എന്ന കവിതയിലൂടെ ശ്രമിച്ചു. എന്നിട്ടും മനസ്സമാധാനം കിട്ടാതെ പോയ ചങ്ങമ്പുഴ തുടർന്ന് രമണൻ എഴുതിയെന്നാണ് അദ്ദേഹത്തിന്റെ ജീവചരിത്രമെഴുതിയ ചങ്ങമ്പുഴ പ്രഭാകരൻ ചൂണ്ടിക്കാണിക്കുന്നത്.

രമണകാവ്യത്തിന്റെ ചോദന ഇടപ്പള്ളിയുടെ ആത്മഹത്യയാണെന്ന് തെളിഞ്ഞിരിക്കെ, ചില ഭൗതിക ധാരണകളാണ് രമണനിലൂടെ പകർന്നരുളിയത് എന്ന് വിശ്വസിക്കാൻ പ്രയാസമുണ്ട്. ഒരു ഇടതുപക്ഷ പ്രത്യയശാസ്ത്ര വായനയ്ക്ക് രമണൻ ഉതകുന്നില്ല എന്നുകൂടി അത് അർത്ഥമാക്കുന്നു. അല്ലെങ്കിൽ അങ്ങനെയുള്ള വായനയല്ല രമണകൃതി ആവശ്യപ്പെടുന്നത് എന്ന ധ്വനിയുമാകാം. അത് തിരിച്ചറിഞ്ഞതിന്റെ സൂചന പി. ഗോവിന്ദപ്പിള്ള ഈയിടെ നടത്തിയ രമണ വായനയിലുണ്ട്. വർഗ്ഗസമരത്തിന്റെ കടുത്ത ഭാഷ ഉപയോഗിച്ച് രമണാസ്വാദനം സാർത്ഥകമാവില്ലെന്ന് തിരിച്ചറിയുന്ന ഗോവിന്ദപ്പിള്ള കവിതയുടെ അതിജീവന സ്വരമായി കലാമേന്മയെ കണ്ടെത്തുകയും ചെയ്യുന്നു.

കൃതി-നിർദ്ദേശ പാഠവും സാമാന്യവായനയും

ഒരു കൃതി ഒരേ സമയം രണ്ട് ധർമ്മങ്ങൾ അനുഷ്ഠിക്കുന്നുണ്ട്. കൃതിയിലൂടെ അതിന്റെ കർത്താവ് നിർദ്ദേശിക്കുന്ന വായനയാണ് അതിൽ പ്രധാനം. അതിനനുസരിച്ച് ഏതു കാലത്തും രൂപപ്പെടുന്ന പാഠങ്ങൾ ഒരേ സ്വരമായിരിക്കുമല്ലോ പ്രകടിപ്പിക്കുക. വ്യത്യസ്ത വായനകൾ പ്രകടമായി എന്നു വരില്ല. എന്നാൽ ചില കൃതികൾ ആവശ്യപ്പെടുന്ന സാമാന്യവായനയോടൊപ്പം ഏതു വ്യത്യസ്ത വായനയെയും തള്ളിക്കളയാനുള്ള ആഭ്യന്തരശക്തി പ്രകടമാക്കിക്കൂടെന്നില്ല.

ആത്മഹത്യ ചെയ്യുന്ന ഒരു നായകന്റെ കഥ പുരോഗമനപരമല്ലെന്നും പിന്തിരിപ്പനാണ് എന്നും ചില പുരോഗമന സാഹിത്യകാരന്മാർ വാദിച്ചതിന്റെ ചരിത്രമുണ്ട്. ചങ്ങമ്പുഴ കവിതയെഴുത്ത് നിറുത്തണമെന്ന് വരെ അവർ പ്രമേയം പാസാക്കി. എന്നിട്ടും ഇ. എം.എസ് പ്രത്യയശാസ്ത്ര വായന ചങ്ങമ്പുഴക്കവിതയിൽ നടത്താൻ തുനിഞ്ഞതിലെ വൈരുദ്ധ്യം ആരും എടുത്തുപറഞ്ഞിട്ടില്ല. പിന്നീട് പുരോഗമന സാഹിത്യകാരന്മാർ ഇ.എം.എസിന്റെ പിറകെ പോകുകയും ചെയ്തു.

സാമ്പ്രദായികതയെ നിരാകരിക്കുന്ന വിമർശം ഊന്നുക പ്രധാനമായും കൃതിയുടെ ഈ നിലപാടിലായിരിക്കയും ചെയ്യും. ഇടതുപക്ഷപ്രത്യയ ശാസ്ത്രപരമായ യാന്ത്രികവായനയെ അത് സ്വീകരിക്കുകയില്ല. വർഗ്ഗസമരഭാവങ്ങളിന്മേലുള്ള ഊന്നലുകളെ നിരാകരിക്കുന്നു. എന്നാൽ, ആ മട്ടിലുള്ള പാരായണത്തെ ക്ഷണിച്ചുവരുത്താൻ സാധ്യതയുള്ള ചില അംശങ്ങൾ കവിതയിൽ കണ്ടെത്താനാവും. ആ വായന പാടില്ലെന്നാണ് കൃതിപാഠം നമ്മോട് നിർദ്ദേശിക്കുന്നത്. വിമർശം ആ നിർദേശ ഘടനയിലൂന്നിയാണ് മുന്നോട്ട് പോകേണ്ടതെന്ന് തെളിയുകയാണ്. രമണൻ എന്ന കഥാപാത്രത്തിന്റെ സ്വഭാവ ഘടനകൾ വിവൃതമാക്കുന്ന ആഖ്യാന സന്ദർഭങ്ങൾ ചങ്ങമ്പുഴയുടെ കാവ്യത്തിലുണ്ട്. അയാൾ ഒരു ആട്ടിടയനാണ്. അവതാര ചാരുതയില്ല. ഇടയന്റെ അക്കാലത്തെ അവസ്ഥയെക്കുറിച്ച് അയാൾ തികഞ്ഞ ബോധ്യമുള്ളവനാണ്. പുൽക്കൊടി, അധഃപതിതൻ എന്നൊക്കെ സ്വയം വിശേഷിപ്പിക്കുന്ന രമണൻ ചന്ദ്രികയിൽ അനുരക്തനാണെങ്കിലും ആ അനുരാഗത്തെ അയാൾ രഹസ്യമായി കൊണ്ടുനടക്കുകയാണ് മദനന്റെ വാക്കുകൾ സൂചിപ്പിക്കുന്നു. ചങ്ങമ്പുഴയാകട്ടെ രമണനെ അവതരിപ്പിക്കുന്നത്. തികഞ്ഞ സന്ദേഹിയും അന്യതാബോധമുള്ളവനുമായിട്ടാണ്. എന്തുകൊണ്ട് ഉന്നതകുലജാതയായ ചന്ദ്രികയുടെ മുന്നിൽ അയാൾ സന്ദേഹിയായിപ്പോവുന്നു? രമണൻ മറച്ചുപിടിക്കുന്ന രഹസ്യം പ്രണയം മാത്രമാണോ?

'കറുത്ത' വായനയ്ക്കുതകുന്ന ചില അനുഭവസ്പർശങ്ങൾ രമണനിലുണ്ട്. നായക കഥാപാത്രത്തിന്റെ സ്വഭാവാവിഷ്കാരവുമായി ബന്ധപ്പെട്ടുകൊണ്ടുള്ള ആഖ്യാനരീതികളിൽ ദലിത്/കറുപ്പ് ചിഹ്നങ്ങൾ അനവധിയുണ്ട്. ശരദഭ്രവീഥിയിൽ ഉല്ലസിക്കുന്ന 'വെള്ളിനക്ഷത്ര'മായ ചന്ദ്രികയിലേക്കുയരാൻ വെറുമൊരു പുൽക്കൊടിക്കാവുമോ? അല്ലെങ്കിൽ നക്ഷത്രം പുൽക്കൊടിയിലേക്കിറങ്ങിവരണം. ചങ്ങമ്പുഴ ആ നക്ഷത്രത്തെ പുൽക്കൊടിയിലേക്ക് ഇറക്കിക്കൊണ്ടുവന്ന് നിറുത്തിയിരിക്കുകയാണ് ആദ്യഭാഗങ്ങളിൽ. പ്രണയിനിയുടെ ആഗ്രഹം പലപ്പോഴും രമണൻ നിരസിക്കാൻ ശ്രമിക്കുന്നു. പക്ഷേ, പൂർണ്ണമായും അതിന് കഴിയുന്നില്ല. കലഹിക്കാനുള്ള ശക്തി രമണനില്ല. പ്രണയത്തെ ആദരിക്കാനും സ്വീകരിക്കാനും താത്പര്യമെടുക്കുന്ന മദനനോട് രമണൻ പറയുന്നു.

......പക്ഷേ, മദന, നീയെൻ
പരമാർത്ഥ വസ്തുതയോർത്തു നോക്കൂ
അവനിയിൽ ഞാനൊരാട്ടിടയൻ
അവഗണിതൈകാന്ത ജീവിതാപ്തൻ

രമണനെ സംബന്ധിക്കുന്ന ആ പരമാർത്ഥവസ്തുത ഏതാണ്? അവഗണിക്കപ്പെട്ടവനും ദുഖിതനും പുഴകളും കാടും മലയുമായി കഴിയുന്ന വെറുമൊരധഃപതിതനുമായ രമണൻ,

അവളെയാശിക്കുവാൻ പോലുമിന്നൊ-
രവകാശമില്ലെനിക്കെന്തുകൊണ്ടും

എന്ന് സന്ദേഹിക്കുന്നു. കറുത്തവനായിപ്പോയതിലുള്ള അധമബോധമോ അന്യതാബോധമോ ആണ് രമണന്റെ വാക്കുകളിൽ നിറഞ്ഞു നിൽക്കുന്നത്. ആ വംശത്തിൽ പെട്ടവർ എക്കാലത്തും ചതിക്കപ്പെട്ടവരാണ്. അതുകൊണ്ട് അവിശ്വാസ്യതയുടെ പ്രശ്നമുണ്ട് എന്നുകൂടി രമണൻ മനസ്സിലാക്കുന്നു. ചപലവ്യാമോഹങ്ങളുടെ ചതിയിൽ പെടുമോയെന്ന് സന്ദേഹിക്കുന്നു. അതിനാൽ ഇടയനായ താൻ കാട്ടിൽ കഴിയുന്നതല്ലേ ഉചിതമെന്ന് സംശയിക്കുന്നു. രമണനും ചന്ദ്രികയും തമ്മിൽ ജാത്യാലുള്ള ചില വൈരുധ്യങ്ങളുണ്ട്. ആ വൈരുധ്യങ്ങളെ ശിഥിലമാക്കാനാണ് മദനനെ ചങ്ങമ്പുഴ പ്രയോജനപ്പെടുത്തുന്നത്. 'ഭ്രമവും പണവും' ഏകമല്ലെന്നാണ് മദനന്റെ നീതി. പണവും പ്രതാപവുമറ്റിടത്ത് പ്രണയം മുളയ്ക്കാൻ വിരോധമില്ല. അതിന്റെ മാനദണ്ഡം സമുദായ നീതികളുമല്ല. അതുകൊണ്ട് ചന്ദ്രികയുടെ ആഗ്രഹത്തെ തിരസ്കരിക്കരുതെന്ന് അയാൾ ആവശ്യപ്പെടുന്നു. എന്നാൽ 'അനഘമനുരാഗത്തിലലിഞ്ഞുപോയ' രമണൻ ഒളിച്ചുവെച്ച രഹസ്യം ചന്ദ്രിക പോലുമറിയാത്തതാണ്.

ഒരുനാളും കാണിക്കയില്ല ഞാനാ-
ക്കിരണത്തെയെന്റെ യഥാർത്ഥവർണ്ണം

എന്ന് രമണൻ പറയുന്നതിലല്ലേ യഥാർത്ഥ രഹസ്യമുള്ളത്. കറുപ്പല്ലാതെ മറ്റെന്താണ് ആ വർണ്ണം? ചങ്ങമ്പുഴയുടെ നായകൻ കറുത്തവനും കറുപ്പിന്റെ ഭാവവ്യതിയാനങ്ങൾ സൂക്ഷിക്കുന്നവനുമാണ് എന്നതാണ് പരമാർത്ഥം. അതാണ് രഹസ്യം. കറുത്തവന്റെ വ്യവസ്ഥയെയാണ് കവിതയിലുടനീളം രമണൻ അഭിസംബോധന ചെയ്യുന്നത്. പ്രണയം ചില സംഘർഷങ്ങൾ സൃഷ്ടിച്ചുകൊണ്ടാണ് കൃതിയിൽ നിലനിൽക്കുന്നത്. അനുരാഗമെന്ന മായാമണ്ഡലം വിട്ട് ഒഴിയുവാൻ നായക കഥാപാത്രത്തെ രഹസ്യമായി പ്രേരിപ്പിച്ചുകൊണ്ടിരിക്കുന്നത് അവന്റെ വർണ്ണമാണെന്ന് കവിതയുടെ ആദ്യത്തിൽത്തന്നെ തെളിയുന്നുണ്ട്. പിന്നീട് സമുദായ നീതിശാസ്ത്രത്തിലേക്കുമൊക്കെ വിചാരങ്ങൾ പോകുന്നുണ്ടെങ്കിലും തന്റെ വർണ്ണം രമണനെ സന്ദേഹിയും വ്യാകുലനുമാക്കി എന്ന് കാണാം. ചന്ദ്രികയുടെ വഞ്ചനയിൽ ആത്മഹത്യയ്ക്ക് പ്രേരിതനാവുന്നു. ആ ആത്മഹത്യയ്ക്ക് കാരണമായി നിഗൂഢമായി പ്രവർത്തിച്ചത് ആ വർണ്ണസംഘർഷമാണെന്ന് ഒരു അനുവാചകന് ചിന്തിക്കാവുന്നതേയുള്ളൂ. പ്രണയവും പ്രണയത്തെ തുടർന്നുള്ള പരിണാമങ്ങളും ഒരു പൊതുഭാവമായി ആവിഷ്കരിക്കപ്പെടുന്നതിനാൽ, രമണ സ്വഭാവത്തെ നിയന്ത്രിച്ചുകൊണ്ടിരുന്ന കറുപ്പ് തെളിച്ചമില്ലാതെ പോയി. അത് രമണനിൽ അസാധ്യമാക്കിയത് ഒരു ദലിത് വായനയെയാണ്.

'ഉത്തമ സംസ്കൃത'യെന്ന് ചന്ദ്രികയെ രമണൻ വിശേഷിപ്പിക്കുന്നു. സംസ്കാര ശിക്ഷണങ്ങൾ ഒട്ടുമേ തൊട്ടുതെറിക്കാത്തൊരാട്ടിടയൻ എന്ന് സ്വയം വിളിച്ചുപറയുന്നു. കേരളത്തിലെ പ്രാന്തവത്കരിക്കപ്പെട്ട ഒരു ജനതയുടെ പ്രതിനിധിയാണ് രമണനെന്ന് മനസ്സിലാക്കാൻ വേറെ സന്ദർഭങ്ങൾ ആവശ്യമില്ല. സാമുദായികമായും വർഗ്ഗപരമായും സാംസ്കാരികമായും താഴെക്കിടയിലുള്ള ഒരു വ്യക്തിക്ക് പ്രണയിക്കാൻ അവകാശമുണ്ടോ എന്ന ചോദ്യം കവിയെ വല്ലാതെ അലട്ടിയിരിക്കണം. മാർദ്ദവമുള്ള വികാരമാണ് അനുരാഗമെങ്കിലും അതിന്റെ മീതെയും അധികാരത്തിന്റെ കണ്ണുണ്ട് എന്ന് ഈ കാവ്യം ധ്വനിപ്പിക്കുന്നില്ലേ? അസൂയതൻ പക്ഷിപീഡയും സമുദായമാം ബ്രഹ്മരക്ഷസ്സും ഒരു വ്യാധിയായി ചുറ്റുപാടുമുണ്ട്.

രമണന്റെ യഥാർത്ഥ വർണ്ണത്തിലേക്ക് ചുരുളൊതുങ്ങുന്ന ഒരു പാഠം ഉൽപാദിപ്പിക്കാവുന്ന ഘടകങ്ങൾ കവിതയിലുണ്ട്. സമൂഹത്തിൽ കറുത്തവനുള്ള/ ദലിതനുള്ള ഇടം അടയാളപ്പെടുത്തുന്നതിൽ ചങ്ങമ്പുഴ ദത്തശ്രദ്ധനായിരുന്നുവെന്ന് തോന്നിപ്പോവുന്നു. കാവ്യത്തിന്റെ നിർദ്ദേശപാഠം ദലിതാഭിമുഖ്യത്തിന്റേതല്ല. രമണന്റെ 'നിറം'

അതിന്റെ പാഠനിർമാതാക്കൾ ശ്രദ്ധിച്ചില്ല. രമണൻ അകപ്പെട്ട് കിടക്കുന്ന സാമൂഹിക മണ്ഡലത്തിനകത്ത് കയറി നോക്കുന്നതിനു പകരം അവർ വൈകാരികമായ ആഖ്യാന സവിശേഷതകളിൽ അഭിരമിച്ചുപോവുകയാണുണ്ടായത്.

ചന്ദ്രിക : പ്രതിരോധവും പരിണാമവും

ചന്ദ്രിക പ്രണയത്തിൽ പ്രകടിപ്പിക്കുന്ന ആവേശവും തീവ്രതയുമാണ് രമണനിലെ പ്രധാന ആകർഷണം. രമണന്റെ സന്ദേഹങ്ങളെ പ്രതിരോധിക്കാനും അയാളെ തന്നിലേക്കടുപ്പിച്ച് നിറുത്താനും കഥാനായിക പരിശ്രമിക്കുന്നത് രമണന്റെ രണ്ടാം ഭാഗത്തിൽ കാണാം. നായികാനായകന്മാർ തമ്മിലുള്ള സംവാദം അതുകൊണ്ടു തന്നെ ചിന്തനീയവുമാണ്. സന്ദേഹിയും അന്യതയനുഭവിക്കുന്നവനുമായ രമണൻ പ്രണയത്തിൽ നിന്ന് പിന്മാറാൻ ആലോചിക്കുന്നുണ്ട്. അതിന്റെ പശ്ചാത്തലമായി പ്രവർത്തിക്കുന്നത് വർഗ്ഗ-വർണ്ണ ഗന്ധങ്ങളാണ്. 'സമുദായ കാളസർപ്പ'ത്തെ അയാൾ ഭയപ്പെടുന്നു. നിന്ദ്യമായ സമുദായ നീതികളെ അപ്പാടെ കണ്ണടച്ച് വിശ്വസിക്കാനല്ല ചിന്താശക്തി ലഭിച്ചതെന്ന് പറഞ്ഞ് ചന്ദ്രിക ആ മനോഭാവത്തിന് തടയിടുന്നു. നന്മതിന്മകൾ വേർതിരിക്കാൻ അറിവുള്ള, ലോക പരിചയം നേടിയിട്ടുള്ള മാതാപിതാക്കളെ നിന്ദിക്കുന്നത് അഹിതമെന്ന് രമണൻ. എന്നാൽ അച്ഛനുമമ്മയും തന്റെ ഹിതങ്ങൾക്കെതിരല്ലെന്ന് ചന്ദ്രിക സമാശ്വസിപ്പിക്കുന്നു. തീവ്രമായ അനുരാഗാതിരേകത്തിന്റെ മുന്നിൽ രമണനായകനുയർത്തുന്ന സംശയങ്ങൾക്ക് ചന്ദ്രിക കൊടുക്കുന്ന മറുപടിയും പ്രണയത്തിൽ ഉറച്ചുനിൽക്കാനുള്ള ശുദ്ധിയും ചന്ദ്രികയെ മറ്റു സ്ത്രീകളിൽ നിന്ന് വ്യത്യസ്തയാക്കുന്ന ഘടകങ്ങളാണ്. രമണനിലേക്ക് അവൾ ചെല്ലുകയാണ്. എന്നാൽ, ചന്ദ്രികയുടെ മാനസിക സ്ഥൈര്യത്തെ അനന്യത പാലിച്ചുകൊണ്ട് നേരിടുന്ന രമണൻ തന്നെയാണ് ചന്ദ്രികയുടെ പ്രതിരോധശക്തിയുള്ള മനസ്സിനെ ദുർബലപ്പെടുത്തുന്നത്. എല്ലാവിധ ബഹളങ്ങൾക്കും അവധി കൊടുത്ത് ഏകാന്തതയിലിരുന്ന് രാഗത്തെ കുറിച്ചോർക്കാൻ ചന്ദ്രികയോട് ആവശ്യപ്പെടുന്നു.

> തീക്കനലാണിതെന്നാൽ, മറവി
> ക്കാട്ടാറിലേക്കിതെറിയണം നീ

എന്നാണ് രമണാഭ്യർത്ഥന. പൗരുഷമല്ല രമണനിൽ പ്രവർത്തിക്കുന്നത്, അന്യതയാണ്. പ്രണയം പനീരലരാണെങ്കിൽ കല്യാണ കല്ലോലരേഖപോലെ അന്തരാത്മാവിൽ ഗൂഢമായി അണിഞ്ഞുസുഖിക്കാനാണ് രമണോപദേശം. പ്രണയത്തിന്റെ സാർത്ഥകതയിലെത്താൻ രമണന് ആഗ്രഹമില്ല.

ഒരു ഫെമിനിസ്റ്റ് കാഴ്ചപ്പാടിൽ ചന്ദ്രികയുടെ ഭാവനാ ക്രിയകളെ വായിക്കാൻ ഉത്തേജിതമാക്കുന്നത് രമണന്റെ വിശ്വാസചിത്രങ്ങളാണ്. രമണനിലൂടെ ചന്ദ്രികയിലെത്തുകയാണ് കൂടുതൽ എളുപ്പമെന്ന് തോന്നാൻ അതിടവരുത്തുന്നു. യുക്തിവാദത്തിന്റെ സീമകൾക്കും ശുഷ്ക സമുദായനീതികൾക്കും അപ്പുറം നിൽക്കുന്നതാണ് തന്റെ രാഗമെന്ന് രമണൻ ഒരിടത്ത് വിശദീകരിക്കുന്നുണ്ടെങ്കിലും അതിനിടയിൽപോലും ഒരു സന്ദേഹമുണ്ടെന്ന് രമണകാവ്യത്തിന്റെ സൂക്ഷ്മ വായന നമുക്ക് പറഞ്ഞു തരും. പ്രണയത്തെക്കുറിച്ചോർക്കുമ്പോൾ 'തീയാണ് ചുറ്റും' എന്ന ഒരു ഭാവന രമണന്റേതായുണ്ട്. അതായത് ചന്ദ്രികയിൽ അനുരാഗ വിവശനാണെങ്കിൽപോലും അത് പരസ്യമാക്കാൻ ആഗ്രഹിക്കാത്തവിധം രമണനെ പാകപ്പെടുത്തുന്നത് സ്വത്വത്തിന്റെ നിർദ്ദയത്വമാണ്. അതിനെ മറികടക്കാനുള്ള ഉൾപ്രേരണ ചന്ദ്രിക പ്രദാനം ചെയ്യുന്നു. ആടു മേയ്ക്കാൻ പോകുമ്പോൾ തന്നെയും കൂട്ടുമോയെന്ന് ചന്ദ്രിക ചോദിക്കുന്നു. 'ആരണ്യച്ചാർത്തിലേക്ക് പോരണ്ട' എന്ന് രമണഭാവം. തന്നെയുമല്ല, തന്നെപ്പോലുള്ള 'തുച്ഛനാമാട്ടിടയന്മാർക്ക് ചെല്ലാനുള്ള' ഇടമാണതെന്ന് കൂട്ടത്തിൽ സൂചിപ്പിക്കുകയും ചെയ്യുന്നു. ഒരധമബോധം സദാ നിയന്ത്രിച്ചുകൊണ്ടിരിക്കുന്ന കഥാപാത്രമാണ് രമണൻ. അതിന്റെ പേരിൽ ഒരു ദലിത് വിരുദ്ധനായി ചങ്ങമ്പുഴയെ ചിത്രീകരിക്കേണ്ടതില്ല.

രമണനിലെ വൈരുദ്ധ്യങ്ങളും ദൗർബല്യങ്ങളും ആഖ്യാനം ചെയ്തുകൊണ്ട് ഉന്നതകുലജാതയായ ചന്ദ്രികയുമായുള്ള പ്രണയത്തിന് മഹത്ത്വമേകുകയാവാം ഒരുപക്ഷേ, കവിലക്ഷ്യം. രമണൻ പലവിധ കാരണങ്ങൾ ചൊല്ലി അകലാൻ ശ്രമിക്കുമ്പോഴും ചന്ദ്രിക അനുരാഗത്തിന്റെ തീവ്രത ചൂണ്ടിക്കാണിക്കുന്നു. നാണയത്തുട്ടുകളാണ് പ്രാണന്റെ ബന്ധം തൂക്കിനോക്കുന്നതെങ്കിൽ 'പുല്ലാണെനിക്കിപ്പണം' എന്ന് നായിക ഭാനുമതിയോട് പറയുന്നുണ്ട്. ആ പ്രേമസിദ്ധിക്കുവേണ്ടി 'പച്ചില കുമ്പിളും കൂട്ടി പിച്ചതെണ്ടാ'മെന്നും 'പ്രാണനെ കൂടി ഞാൻ ത്യജിക്കാ'മെന്നും അവൾ ദൃഢനിശ്ചയം ചെയ്യുന്നു. ആ ദൃഢാനുരാഗത്തിന്റെ മുന്നിൽ ചലനനിയമമാണ് രമണൻ അവതരിപ്പിക്കുന്നത്. പ്രപഞ്ചത്തെ മുന്നോട്ടു നയിക്കുന്നത് ചലനമാണെങ്കിലും അതിലും ഗതിവൈചിത്ര്യം വരാവുന്നതാണ്. വിലമതിക്കുന്നതൊന്നും ഈ ലോകത്തിൽ നടക്കണമില്ലെന്ന തത്ത്വനിരീക്ഷണം കൂടി അവതരിപ്പിച്ചുകൊണ്ട് സന്ദേഹത്തിന്റെ മനസ്സ് നായകൻ വിവസ്ത്രമാക്കുന്നത് രസകരമായ ഒരനുഭവമാണ്. വിധി വിശ്വാസത്തെ രമണൻ പതുക്കെ നവീകരിക്കുകയാണ്. ഇത്തരം വൈരുദ്ധ്യങ്ങളെ മറികടക്കാനുള്ള മാനസിക സാന്നിധ്യം ആദ്യമൊക്കെ പ്രകടിപ്പിക്കുന്ന ചന്ദ്രിക, പൊടുന്നനെ പരിണമിക്കുന്നതാണ് നാം കാണുന്നത്.

എല്ലാ തീവ്രതകളും കരിഞ്ഞുണങ്ങുകയും വളരെ പെട്ടെന്ന് അനുരാഗചോദന പരിണാമവിധേയമാവുകയും അപ്രധാനമായ ചോദ്യങ്ങൾ വഴുതിപ്പോവുകയും ചെയ്യുന്ന ചന്ദ്രികാഹൃദയം സാമൂഹികമായ ഒരു പരിസരത്തിലേക്ക് ന്യൂനീകരിക്കപ്പെടുന്നു. അനുരാഗാധിക്യമുണ്ടെങ്കിലും 'മിഥ്യാപവാദക്കൊടുങ്കാറ്റിനെ' ഭയക്കുന്ന രമണൻ ഒരു ഭാഗത്തും 'ഞാനാം നീർപ്പോളമൂലം ഭവാനഗ്നിപർവ്വതം ചുമന്നെന്തിന് ദഹിക്കുന്നു' എന്ന് വിലപിക്കുന്ന ചന്ദ്രിക വേറൊരു ഭാഗത്തുമായി ആഖ്യാന ഘടന വേർപിരിയുന്നു. പ്രണയ ധീരതയും കലഹപ്രിയത്വവും നെഞ്ചിൽ കൊണ്ടു നടന്നിരുന്ന രമണനായിക ആത്മഹത്യയെക്കുറിച്ച് ഒരു നിമിഷം ആലോചിച്ചുപോവുന്നുണ്ട്.

എന്തെന്റെ കയ്യിൽ കുഠാരമോ - ചെന്നിണം
ചിന്തുവാൻ വെമ്പിക്കിതയ്ക്കും കുഠാരമോ?
ഞാനാത്മഹത്യയ്ക്കു പോകയോ?- ജീവിതം
ഞാനിതിൻ കൂർത്ത മുനയ്ക്കിരയാക്കയോ?

നിർദ്ദയലോകത്തോടാണ് അവളുടെ അമർഷം. നനഞ്ഞ നീതിയെ അവൾ ഭർത്സിക്കുന്നു.

തെറ്റിദ്ധരിക്കുവാൻ മാത്രമറിയുന്ന
നിഷ്ഠൂര നിന്ദ്യനിശിത പ്രപഞ്ചമേ
അക്കൊച്ചു വേണുഗോപാലനിൽ സർവത്ര
കുറ്റവും വച്ച് വിധിയെഴുതുന്നു നീ!
നീയും നനഞ്ഞ നിൻ നീതിയും! പോ നിന്റെ
ന്യായവാദങ്ങൾ തൻ ജൽപനക്കെട്ടുമായ്.

രമണനെ ചന്ദ്രിക കുറ്റപ്പെടുത്തുന്നില്ല. അയാൾ വെറുക്കപ്പെട്ടവനുമല്ല. എന്നാൽ, മരണം ഒരു ശാശ്വതപരിഹാരമല്ലെന്നും ജീവിതം ആസ്വദിക്കേണ്ടതാണെന്നും ഉള്ള വിശ്വാസത്തിലേക്ക് ചന്ദ്രിക പരിണമിക്കുന്നു. സ്വന്തം ജീവിതം നശിപ്പിക്കുകയില്ല എന്ന് പ്രഖ്യാപിച്ച് പിതൃ-മാതൃ സവിധത്തിലേക്ക് അവൾ തിരിഞ്ഞുനടക്കുന്നു. അപ്പോൾ രമണനോട് ഒരു ആഹ്വാനവുമുണ്ട്.

എന്നെ നീ പാടേ മറന്നേക്കൂ ലോകത്തി-
ലിന്നുമുതൽ നിന്നനുജത്തിയാണ് ഞാൻ.

കാമുകിയിൽനിന്ന് അനുജത്തിയിലേക്കുള്ള ഈ രൂപാന്തരം ഫെമിനിസ്റ്റ് സങ്കൽപവുമായി ചേർന്നുപോവുന്ന സംഗതിയാണോ? രമണനിൽനിന്ന് അകലാനുള്ള ചന്ദ്രികയുടെ തീർച്ചപ്പെടുത്തൽ വഞ്ചനയാണെന്ന് തോഴിയായ ഭാനുമതി സമ്മതിക്കുന്നു. അക്കാര്യം ചന്ദ്രികയുമായി പങ്കുവെക്കുന്നു. അറ്റകുറ്റങ്ങളുണ്ടെങ്കിലും മാതാപിതാക്കളെ ധിക്കരിക്കുക മഹാപാതകമാണെന്ന് തുറന്നുപറയുന്നു.

എന്തു ചെയ്യാം, മനുഷ്യരല്ലേ -
പല ബന്ധമല്ലേ-
വിധിയൊഴിവാക്കതോ?

വിധിവിശ്വാസത്തിലേക്കാണ് തുടർന്നുള്ള ചന്ദ്രികയുടെ നടന്നടുക്കൽ! രമണന്റെ സൃഷ്ടിയാണ് ഈയവസ്ഥയും. അതെന്തായാലും 'മേലിലൊരു പൊന്നനുജത്തിയെന്ന പോലവൻ സ്നേഹിച്ചിടുമെന്ന്' പ്രത്യാശയും നായികയിലുണ്ട്.

സ്ത്രീ-പുരുഷന്മാർ സഹോദരി സഹോദരന്മാരാണെന്ന റിച്ചാർഡ്സിന്റെ ഒരു ഉപദർശനം ഓർക്കുക. അവർ വ്യത്യസ്ഥതകളുള്ള ഉപഗ്രഹങ്ങളാണല്ലോ. സ്ത്രീസ്വത്വബോധത്തിന്റെ വ്യവഹാരത്തെ സാമാന്യവത്കരിക്കുകയാണ് റിച്ചാർഡ് ചെയ്യുന്നത്. സ്ത്രീ സ്വത്വം ഇവിടെ ലഘൂകരിക്കപ്പെടുകയും പുരുഷൻ തുറന്നു കാട്ടപ്പെടുകയും ചെയ്യുന്നു. ഒരർത്ഥത്തിൽ സ്ത്രീസ്വത്വനിരാകരണം തന്നെ. രമണരചനയിലെ മുഖ്യമായ പ്രശ്നം സ്ത്രീസ്വത്വഭാഷയുടെ ന്യൂനീകരണം തന്നെയാണ്. ചന്ദ്രികയുടെ സ്വഭാവവ്യതിയാനങ്ങൾ തന്മയത്വത്തോടെ ആവിഷ്കരിക്കുന്നതിലൂടെ ഭാവാശയ കേന്ദ്രത്തിലേക്ക് പ്രവേശിക്കുന്നത് പുരുഷനാണ് എന്ന് കാണാം.

രമണൻ ആദർശവത്കരിക്കപ്പെടുന്നു. ചന്ദ്രികയിലുണ്ടായ ചിത്തരൂപാന്തരത്തെ ഭാനുമതി മനസ്സിലാക്കുന്നത് ചതിയായിട്ടാണെന്ന് കണ്ടു. ഭാനുമതിയും ചന്ദ്രികയും തമ്മിലുള്ള സംഭാഷണം സ്ത്രീത്വത്തിന്റെ ലഘൂകരണത്തിലേക്കാണ് പ്രവേശിക്കുന്നത്. ഭാഷയുടെ പ്രശ്നവും അതിലുണ്ട്. ഭാഷ വ്യാവഹാരിതയിലേക്ക് പരിണമിക്കുന്നു. ഈ പരിണാമം ഘടനാപരമാണ്. അത് പുരുഷസ്വത്വത്തിൽ നിന്ന് സ്ത്രീ സ്വത്വത്തിലേക്കുള്ള ഭാഷയുടെ പരിണാമം കൂടിയാണ് സംഭാഷണ ഘടനയിലൂടെ ചങ്ങമ്പുഴ പുരുഷനിൽ നിന്ന് സ്ത്രീയിലേക്ക് ഭാവനയെ സഞ്ചരിക്കാൻ വിടുന്നു. പക്ഷേ, അവിടെ സ്ത്രീയുടെ പ്രതീതിയേയുള്ളു. സ്ത്രീയുടെ കാമനകളും കുടുംബ ധർമങ്ങളും വിന്യസിക്കുന്ന ഭാഷാ വ്യവഹാരം വായനക്കാർക്ക് സ്വീകാര്യമാവാതെ വരുന്നുണ്ട്. അതുകൊണ്ട് സ്ത്രീയുടെ ഭാഗത്തുനിന്നുള്ള ഒരു വായനയെ ആഖ്യാനത്തിലൂടെ നിരാകരിക്കുകയും ഫെമിനിസ്റ്റ് ഭാവനയെ ആശ്രയിച്ചുകൊണ്ടുള്ള വായനക്ക് അറുതിവരുത്തുകയും ചെയ്യുന്നു. രമണരചനയിലെ ഒരു പ്രത്യേകതയാണ് ഫെമിനിസ്റ്റ് വായനയുടെ അപ്രാപ്യത.

വായനാനന്തരം

കാല്പനിക വായനയ്ക്കപ്പുറം പുതിയ വായനകളൊന്നും രമണൻ അനുവദിക്കുന്നില്ല. മരണത്തോടൊപ്പം നിൽക്കുമ്പോൾ പ്രണയത്തിന് കിട്ടുന്ന ചാരുതയോ സൗന്ദര്യമോ ആണ് രമണകാവ്യത്തിന്റെ പ്രചാരത്തിന്

കാരണം. രമണന്റെ ആത്മഹത്യയ്ക്ക് ഒരു വിലാപ സ്വരം കൈവരുത്താനും കൃതിയുടെ ഒടുവിൽ ചങ്ങമ്പുഴ പരിശ്രമിക്കുന്നുണ്ട് ചന്ദ്രികയുടെ നഷ്ടപ്പെടൽ രമണനെ കൊണ്ടെത്തിക്കുന്നത് കഠിനമായ ഇരുളിലാണ്. അവിടെ പട്ടടയുയരുമെന്നും ജീവിതമവിടെ ജീർണ്ണിച്ച് വിലയിക്കുമെന്നും അയാൾ വിലപിക്കുന്നു. നീറ്റൽ, പുകയൽ, ഇരുൾ, പട്ടട തുടങ്ങിയ പദങ്ങളിലൂടെ ചങ്ങമ്പുഴ കോറിയിടാൻ ശ്രമിക്കുന്ന രമണന്റെ മാനസികാവസ്ഥ ചന്ദ്രികയുടെ 'ചതി' ക്രിയയുടെ പ്രതിഫലനമായി മാറുകയാണ്. കാമത്തിൻ സർപ്പക്കാവിൽ പെട്ടുപോയ രമണന്റെ വിടപറയലോടെയാണ് മൂന്നാംഭാഗം അവസാനിക്കുന്നത്. പ്രകൃതിയിലെ എല്ലാ വസ്തുക്കളോടും യാത്ര ചോദിച്ചുകൊണ്ടുള്ള രമണന്റെ മൊഴികൾ ഇടപ്പള്ളിയുടെ മരണോന്മാദത്തെ ഓർമ്മപ്പെടുത്തുന്നുണ്ട്.

ആത്മഹത്യ ചെയ്യുന്നതിനു മുമ്പ് ഇടപ്പിള്ളി രാഘവൻപിള്ള,

മണിമുഴക്കം! മരണദിനത്തിന്റെ
മണിമുഴക്കം! മധുരം! വരുന്നുഞാൻ

എന്ന് എഴുതിവെച്ചു. രമണനിൽ ചങ്ങമ്പുഴയാകട്ടെ,

മണിമുഴക്കം! സമയമായ് -
മാരണമണിമുഴക്കം! വിടതരൂ. പോട്ടെ ഞാൻ

എന്നും എഴുതിവെച്ചു.

രമണന്റെ പട്ടടയെക്കുറിച്ചുള്ള സ്വപ്നത്തിന്റെ ആവിഷ്കാരഭാഷയും ഇടപ്പള്ളിയുടെ ഭാഷയും തമ്മിൽ വൈകാരിക തലത്തിൽ സാധർമ്യം പ്രകടമാക്കുന്നുണ്ട്. പ്രണയ നൈരാശ്യം രണ്ടു കവികളെ ചിന്തിപ്പിച്ച രീതിയാണിത്. ഒരു കവിയെന്ന നിലയിൽ ഇടപ്പള്ളിയുടെ ആത്മസമർപ്പണ വാക്യത്തിന് ആഴമുള്ള ചില ധ്വനികളുണ്ട്. പോട്ടെ ഞാൻ എന്ന് പ്രയോഗിച്ചുകൊണ്ട് രമണന്റെ അയഞ്ഞ ഭാവത്തെയാണ് ചങ്ങമ്പുഴ സ്പഷ്ടമാക്കുന്നത്. രമണനെ അപമാനിച്ച ലോകത്തെ മദനൻ ശപിക്കുന്നു. പക്ഷേ, തന്നെ ജീർണിപ്പിച്ച തന്റെ ലോകത്തെ ശപിക്കാനുള്ള കരുത്ത് ഈ കഥാപാത്രത്തിനില്ലെന്ന് ചങ്ങമ്പുഴയുടെ ആത്മസമർപ്പണ സ്വഭാവമുള്ള വരികൾ വിവൃതമാക്കുന്നു.

സ്ത്രീ അവളുടെ ശക്തിയായി കാണുന്നത് പുരുഷനെയാണ്. രമണനുമായുള്ള അനുരാഗത്തിൽ ആ കരുത്തിന്റെ കാന്തി അന്വേഷിച്ചവളാണ് ചന്ദ്രിക. പക്ഷേ. ആ കരുത്ത് ചോർന്ന് പോയതറിയുന്ന ചന്ദ്രിക സ്വാഭാവികമായും പറഞ്ഞുപോയി; 'പാടെ തിരശ്ശീല വീണു. ഹാ, മൽപ്രേമനാടകം തീർന്നു ജയിച്ചു ഞാൻ.' കരുത്ത് ചോർന്ന് പോവുമെന്നറിയുന്ന സ്ത്രീക്ക് സാമൂഹികമായ ഒരു യുദ്ധക്കളത്തിലേക്ക് സ്വയം പറിച്ചു നടാതെ വയ്യ. പക്ഷെ, ചന്ദ്രിക പറിച്ചു നട്ടത് വിധി സമൂഹത്തിലേക്കാണ്. അങ്ങനെ ചന്ദ്രികയുടെ ഭാഷയിലും

ഒരു വിടപറയലിന്റെ ഭാവം ആകൃതിപ്പെട്ടു. കലഹത്തിന്റെ ഭാവമല്ല, പലരും കരുതുന്നതുപോലെ അതിൽ അധഃപതിക്കുന്ന സ്വഭാവമില്ല. അധഃപതിച്ച കഥാപാത്രം രമണൻ തന്നെയാണ്.

സമുദായത്തെയും ജാതിയെയും രമണൻ ഭയപ്പെട്ടു. മുണ്ടശ്ശേരിയുടെ ഭാഷയിൽ പറഞ്ഞാൽ ഒരു 'ശങ്കാവിഷം' അയാളുടെ ജീവിതചര്യകളിൽ ത്രസിച്ചുനിന്നിരുന്നു. ചന്ദ്രികയ്ക്കും തനിക്കും ഇടയിലുള്ള വൈരുധ്യത്തെ ആപച്ഛങ്കയോടെയാണ് സമീപിച്ചത്. സ്വന്തം മനോവ്യാപാരത്തെ യഥാപൂർവ്വം തിരിച്ചറിയാനും നിയന്ത്രിക്കാനും കഴിയാതിരുന്ന നായക കഥാപാത്രത്തിന് പിന്നെയെങ്ങനെ സ്ത്രീയുടെ മനശ്ശാസ്ത്രം തിരിച്ചറിയാൻ കഴിയും? നായകനും നായികയും ആത്മഹത്യയെക്കുറിച്ച് ചിന്തിക്കുകയും ഒരാൾ മാത്രം ആത്മഹത്യയിലെത്തുകയും ചെയ്യുന്ന ഒരു ദുരന്ത ഘടന അതിന്റെ ഭാഗമായിട്ടാണ് കവിതയിലുണ്ടായത്. അത് ആഖ്യാനഘടനയുടെ പ്രശ്നം കൂടിയായി മാറിയതിലൂടെ എല്ലാ വിധത്തിലുള്ള സാംസ്കാരിക വായനകളും അപ്രാപ്യമായി. വൈകാരികതയോടെ മാത്രം വായിക്കാവുന്ന ഒരു കൃതിയായി രമണൻ കണ്ടീഷൻ ചെയ്യപ്പെട്ടു. കവി ഒളിപ്പിച്ചുവെച്ച യാഥാർത്ഥ്യങ്ങൾ രസഭാവമാർജിക്കാതെ ചൈതന്യമറ്റ് കിടക്കുകയാണ്. ഉപയോഗിച്ച ഭാഷയാവട്ടെ, സാമുദായികമായ ലഘൂകരണത്തെ ഉത്തേജിപ്പിക്കുകയോ വൈകാരികമായ ഇച്ഛയെ ജ്വലിപ്പിക്കുകയോ ആണ് ചെയ്തത്. ജാഗ്രമാവേണ്ട ഒരു കാവ്യഭാഷ വായനക്കാരെ മയക്കുന്ന ഒരു അടിമഭാഷയിലേക്ക് പരാവർത്തനം ചെയ്യപ്പെടുന്ന അനുഭവവും രമണകവിത ഉണർത്തിയെടുത്തു. പുരുഷന്റെയും സ്ത്രീയുടേയും സംഭാഷണങ്ങളിൽ പ്രത്യക്ഷപ്പെടുന്ന ഏകാന്തത അതിന് ആക്കം വർദ്ധിപ്പിക്കാൻ പര്യാപ്തമായിരുന്നു. ആശയപരമായ ഐക്യം തള്ളിക്കളഞ്ഞുകൊണ്ട് വൈകാരികമായ ഐക്യം പ്രഖ്യാപിക്കുകയാണ് രമണഭാഷ ചെയ്തത്.

ഫെമിനിസ്റ്റ്, ദലിത്, ഇടതുപക്ഷ വായനകൾക്ക് ചില പഴുതുകൾ രമണനിലുണ്ടെന്ന സൂചനകളാണ് നൽകിയത്. എന്നാൽ, വായനയുടെ ആ വൈവിധ്യങ്ങളെ നിഷേധിക്കുന്ന ഒരു ഭാഷാവിനിമയക്രമമാണ് കവിതയിലുള്ളത്. റൊമാന്റിക്കായിമാത്രം അനുഭവിക്കാവുന്ന കവിതയാണ് രമണനെന്ന് നമുക്ക് ബോധ്യപ്പെട്ടുകൊണ്ടിരിക്കുന്നു. അതുകൊണ്ട് വായനയുടെ വൈവിധ്യങ്ങൾ അന്വേഷിച്ചുപോയാലും കാല്പനികമായി വായിച്ചാൽ മതി എന്ന പ്രതിക്രിയാ ഉദ്ബോധനമുള്ള ഒരു അനുഭവ ലോകത്താവും ഈ കൃതി നമ്മെ എത്തിക്കുക. ആ ഭാവവ്യവസ്ഥയാണ് ജീർണ്ണ കാല്പനികത. വായനക്കാരെ മാറാൻ അനുവദിക്കാതെ ഏകഭാവത്തിലേക്ക് കേന്ദ്രീകരിപ്പിക്കുന്ന കാല്പനികജ്ഞാനമാണ് അത്. മറ്റു രീതിയിൽ വായിക്കരുത് എന്ന ഭാവവ്യവസ്ഥയുമാണത്.

രമണഭാവുകത്വം
ഉത്തരപൂർവ്വസംവാദങ്ങൾ

വായനയുടെ ലോകത്തെ ഒരു മിത്താണ് ഇന്ന് രമണൻ. എന്നാൽ നവമലയാളകവിതയിലെ ശരിയായ ഒരു കുറുക്കുവഴിയായി രമണ കാവ്യത്തെ വിശദീകരിച്ചവരുണ്ട്. റൊമാന്റിക് കവിതയുടെ ഏറ്റവും താഴ്ന്നതലം എന്നും ചിലർ വിലയിരുത്തി. കാല്പനിക കവിത സൃഷ്ടിച്ച വൈകാരിക കാലാവസ്ഥയെ മഹത്വവത്ക്കരിച്ചവരുമുണ്ട്. സംഗീതസാന്ദ്രമായ കാവ്യഭാഷയിലൂടെ അവർ വികാരങ്ങളുടെ ഒരു ക്രമം സൃഷ്ടിച്ചുവെന്ന് വി. രാജകൃഷ്ണൻ വിലയിരുത്തിയത് ഓർത്തുപോകുന്നു.

കാല്പനിക കവിത പുലർത്തിയ ജാഗ്രതയിലാണ് വേറെ ചിലർ ആശ്വാസം കണ്ടെത്തിയത്. അതെന്തായാലും വ്യത്യസ്തമായ അഭി രുചികളുള്ളവർ ആവർത്തിച്ച് വായിക്കുകയും ചെയ്ത കവിതയെന്ന നിലയിൽ രമണന് ഭാവനാചരിത്രത്തിൽ സുപ്രധാനമായ സ്ഥാന മുണ്ട്. ആ വായനകൾ സൃഷ്ടിച്ച പ്രസരിപ്പിന്റെ വെളിച്ചത്തിൽ ഒരു പഠനം പക്ഷേ രമണകാവ്യത്തിനുണ്ടായില്ല. ഓരോരുത്തരും അവര വരുടെ ജ്ഞാനതാല്പര്യത്തിനനുസരിച്ച് ഈ കാവ്യത്തെ സ്വീക രിക്കുകയും തള്ളിക്കളയുകയും ചെയ്തു. 'രമണനെ വിമർശിച്ചാൽ മതി ഒരു കാലഘട്ടത്തിന്റെ കവിതാ സാകല്യത്തെ വിമർശിച്ച ഫല മായി' എന്നാണ് സുകുമാർ അഴീക്കോട് 'രമണനും മലയാള കവി തയും' എന്ന കൃതിയുടെ ആമുഖത്തിൽ പറഞ്ഞത്.

രമണന്റെ ചരിത്രമൂല്യം ആദ്യം വിശകലനം ചെയ്ത നിരൂപകനും അഴീക്കോടാണ്. എന്നാൽ അദ്ദേഹത്തിന്റെ ഈ നിരൂപണത്തിന പ്പുറത്ത് മറ്റൊരു വായന മലയാളത്തിൽ രമണകാവ്യത്തിനുണ്ടായി എന്നു കരുതേണ്ടതില്ല. ചില സന്ദർഭങ്ങൾക്കിണങ്ങുംവിധം അപൂർവ്വ മായി ചില വികലമായ പരിശോധനകൾ ഉണ്ടായിട്ടുണ്ടാകാം. അതേ സമയം ചങ്ങമ്പുഴയുടെ രമണനെ മുൻനിർത്തി സംവേദന ചരിത്രത്തെ വായിക്കാൻ ആരും മുമ്പോട്ടുവന്നില്ല എന്നത് കൗതുകകരമായ

അനുഭവമായിരിക്കും. അതുകൊണ്ടാണ് ആമുഖമായി രമണൻ വായിച്ചത്. ആ വായനയിൽ വ്യത്യസ്തമായ വായനാവഴികൾ ആരായുകയുണ്ടായി. സരളം, വാചാലം എന്നീ ഗുണങ്ങൾകൊണ്ടു മാത്രം ഹർഷാരവത്തോടെ സഹൃദയർ സ്വീകരിച്ച ഒരു കൃതി, ഏതു കാലത്തെടുത്തു വായിക്കുമ്പോഴും അതിന്റെ പൂർവ്വഭാരങ്ങൾ ഒരു തടസ്സമായി വായനക്കാരന്റെ മുമ്പിൽ ഉയർന്നുവന്നുകൂടെന്നില്ല. രമണൻ വായനയുടെ പൂർവ്വഭാരങ്ങൾ അനുഭവിക്കുന്ന കൃതിയാണ്. അതുമൂലമാണ് രമണകാവ്യത്തെ വായിക്കേണ്ടത്, വിമർശനവും ചരിത്രബോധവും കൂടിച്ചേരുന്ന ഒരു പ്രധാന സന്ധിയിൽവെച്ചായിരിക്കണമെന്ന് ആലോചിച്ചുപോയത്. അതു വിമർശനചരിത്രത്തിലെ ഒരു പ്രധാനപ്പെട്ട നിർവ്വഹണമായേക്കും. മലയാള കാല്പനികതയുടെ ചില തുടർച്ചകളിലെത്താൻ അതു സഹായിക്കുകയും ചെയ്യും.

രമണരചയിതാവിന് വൈവിധ്യമുള്ള വിശേഷണങ്ങൾ നൽകി ആദരിക്കാൻ തുനിഞ്ഞിറങ്ങിയ നിരൂപകർ മത്സരിച്ചതിന്റെ കാഴ്ചകൾ ഭാവുകത്വചരിത്രത്തിലുണ്ട്. രമണൻ സൃഷ്ടിച്ച ജനകീയ പക്ഷപാതം കേൾവി കേട്ടതാണല്ലോ. വള്ളത്തോൾ കാലഘട്ടത്തിനുശേഷം രൂപശില്പങ്ങളിൽ നവീനമായ പരീക്ഷണങ്ങൾ നടത്തിയ കവിയായിട്ടാണ് ചങ്ങമ്പുഴയെ നിരൂപകർ നിരീക്ഷിച്ചത്. ചങ്ങമ്പുഴക്കവിതയുടെ ഭാവഗീത സ്വഭാവങ്ങൾ വരുന്നത് ഇംഗ്ലീഷിൽ നിന്നാണെന്ന് ചൂണ്ടിക്കാണിക്കുന്ന എം.എൻ. വിജയൻ, എന്തുകൊണ്ട് ആ കവിതയിലെ വൈദേശിക സ്വാധീനം വിസ്മരിച്ചുപോയി എന്ന് ആരായുന്നുണ്ട്. 'അക്ലിഷ്ടവും സംഗീതാത്മകവുമായ ശബ്ദവിന്യാസം ഒന്നുകൊണ്ടുമാത്രമാണ്' ആ വൈദേശികത മറഞ്ഞുപോയതെന്ന് അദ്ദേഹം തുറന്നുസമ്മതിക്കുന്നു, 'ശബ്ദവിന്യാസത്തിന്റെ ആ മായികതയെ' പക്ഷേ, കവിതയുടെ നന്മയായിട്ടല്ല അദ്ദേഹം കാണുന്നത്. ഈ ഇനത്തിൽ ചങ്ങമ്പുഴയെപ്പോലെ മറ്റൊരു കവിയെ സഹിക്കുകവയ്യ എന്നാണ് വിജയന്റെ അഭിയുര. കാല്പനികത അതിന്റെ വികാസത്തിന്റെ ഒരു പ്രത്യേക ഘട്ടത്തിൽ സൃഷ്ടിച്ച അസഹ്യാവസ്ഥയുടെ സൂചനയാണ് ആ വാക്കുകൾ.

'അതിഭാവുകത്വം വികാരത്തിൽ, രൂപരേഖയില്ലായ്മ ഭാവചിത്രങ്ങളിൽ, അർത്ഥചിന്തയില്ലായ്മ ഭാഷാരീതിയിൽ, ആവർത്തന വൈരസ്യം കാവ്യവസ്തുവിൽ - കാല്പനികത്വത്തിന് വഴുതിവീഴാവുന്ന എല്ലാ പടുകുഴികളിലും ചങ്ങമ്പുഴ വീണിട്ടുണ്ട്.'

ഇത് ചങ്ങമ്പുഴക്കവിയുടെ മാത്രം പ്രശ്നമാണോ? പൊതുവെ റൊമാന്റിസിസം ഒരുക്കിയെടുത്ത സാഹചര്യങ്ങളുടെ വായനയാണത്. ഇവിടെ ചങ്ങമ്പുഴയെ ആദരിക്കുകയാണ് നിരൂപകൻ. ചങ്ങമ്പുഴയെ ബഹുമാനിക്കാനുള്ള മുഖ്യമാർഗ്ഗം മേൽ ചൂണ്ടിക്കാണിച്ച അവസ്ഥയിൽനിന്നുള്ള മോചനമാണെന്ന് വിജയൻ സമ്മതിക്കുന്നു. ആ

വാക്കുകൾ ഉൾപ്പടർത്തുന്നത് ചങ്ങമ്പുഴയെ ഒഴിവാക്കാം എന്ന ധ്വനി യല്ലേ? മലയാള കാല്പനികതയെയും പിൽക്കാല കാവ്യപരിണാമ ങ്ങളെയും ശ്രദ്ധിച്ചിട്ടുള്ള ഒരാൾക്ക് ചങ്ങമ്പുഴയെ ഒഴിവാക്കാം എന്ന ആശയഗതിയോട് അത്രത്തോളം യോജിക്കാനായെന്നുവരില്ല. കാല്പ നികത ചങ്ങമ്പുഴയിലൂടെയാണ് ജീർണ്ണമായതെങ്കിൽ, ആ കവിയെ ഒഴിവാക്കുന്നതിനുപകരം, ആ സാഹചര്യപശ്ചാത്തലങ്ങൾ വീണ്ടു മൊരു വായനക്ക് വിധേയമാക്കുന്നതായിരിക്കും ഉചിതം. അത് വ്യത്യ സ്തവും ദിശാപരവുമായ ഒരു ഉണർവ്വിന് ഹേതുവാകുകയും ചെയ്യും.

ചങ്ങമ്പുഴയ്ക്കുശേഷം പിറന്ന കവിതകൾ ആ വിരസാവസ്ഥയിൽ നിന്ന് മോചിക്കപ്പെട്ടോ എന്ന അന്വേഷണത്തിന് സാഹിത്യവിമർശനം തയ്യാറാവുന്നത് നല്ലതാണ്. എന്നാൽ ആ മട്ടിലുള്ള ഒരു മനോഭാവം വിമർശനത്തിൽ തഴച്ചെത്തുന്നതിനുമുമ്പേ കവിത അപചയപ്പെട്ടു വെന്ന പ്രചാരണം മുഖ്യമായി കഴിഞ്ഞിരുന്നു. ആശാൻ, വള്ളത്തോൾ എന്നിവരിൽ നിന്ന് നേരെ കുത്തനെ താഴ്ചയിലേക്ക് വീണതിന്റെ അടയാളമായി ചങ്ങമ്പുഴക്കവിത ഉദാഹരിക്കപ്പെട്ടു. ആ കവിതയ്ക്കു ണ്ടായ അനുകരണങ്ങളും ആവർത്തനങ്ങളും അതിനെ തീവ്രമാക്കി.

അഴീക്കോട് രമണവിമർശനത്തിൽ പറഞ്ഞത്

ഇത് സുകുമാർ അഴീക്കോടിന്റെ രമണവിമർശനത്തിൽ കാണുന്ന ആശയമാണ്. അപചയകാലത്തിന്റെ കവിതയെന്നാണ് രമണ കാവ്യത്തെ അദ്ദേഹം വിശേഷിപ്പിച്ചത്. ആയൊരു നിരീക്ഷണം നട ത്തുമ്പോൾ നിരൂപകമനസ്സിൽ ഉയർന്നുനിന്നിരുന്നത് കുമാരനാശാന്റെ വീണപൂവ് ആയിരുന്നു. വള്ളത്തോളിന്റെ സാഹിത്യമഞ്ജരിയും അദ്ദേഹം ഉദാഹരിച്ചു. ഓരോ നല്ല കൃതിയും ഓരോ ചരിത്രത്തെയാവും അടയാളപ്പെടുത്തുക. വീണപൂവ് അടയാളപ്പെടുത്തുന്ന ഭാവുകത്വ ചരിത്രമായിരിക്കില്ല വേറൊരു കൃതി അടയാളപ്പെടുത്തുക. മലയാള ത്തിന്റെ ഭാവുകത്വചരിത്രത്തിൽ പ്രാധാന്യമുള്ള കൃതി അന്വേഷിച്ചു പോയാൽ എത്തിച്ചേരുക 'വീണപൂവിലോ' 'സാഹിത്യമഞ്ജരി'യിലോ ആവുമെന്ന് അഴീക്കോട് പറഞ്ഞിട്ടുണ്ട്. അതിനർത്ഥം രമണൻ സാഹിത്യചരിത്രത്തിൽ പ്രാധാന്യമില്ലാത്ത കൃതിയാണ് എന്നാണോ? കാല്പനിക കവികൾ തുടക്കം കുറിച്ച ഭാവുകത്വവുമായി തട്ടിച്ചു നോക്കുമ്പോൾ, ആശാന്റെ റൊമാന്റിസിസമല്ല ചങ്ങമ്പുഴയുടെ റൊമാ ന്റിസിസമെന്ന് നമുക്ക് ബോധ്യപ്പെടുകയും ചെയ്യും.

കാല്പനികതയുടെ ജീർണതാംശങ്ങൾ ചങ്ങമ്പുഴക്കവിതയി ലുണ്ട് എന്നുവെച്ച് സാഹിത്യചരിത്രത്തിൽനിന്ന് രമണനേയും മറ്റും നമുക്ക് മാറ്റിനിർത്താൻ കഴിയുമോ? മലയാള റൊമാന്റിസിസത്തിന്റെ അപചയത്തെ ആദ്യമായി അടയാളപ്പെടുത്തിയത് രമണനാണെന്ന

പ്രസ്താവം, വാസ്തവത്തിൽ വിപരീതാവസ്ഥയിലുള്ള ഒരു ചരിത്ര പ്രാധാന്യം ആ കൃതിക്ക് കൈവരുത്തുന്നതിന് ഉപകരിക്കുന്ന ഒന്നാണ്. വ്യത്യസ്തമായ വായനകൾക്കൊന്നും അനുവദിക്കാതെ ജീർണ്ണതയിൽനിന്ന് ഒരു ഭാവുകത്വപ്രവണതയെ സാക്ഷാൽക്കരിക്കുകവഴി ഒരു കൃതി സാഹിത്യ ചരിത്രത്തിന്റെ സുപ്രധാനഘട്ടത്തെ പ്രതിനിധാനം ചെയ്യുന്നുണ്ടെങ്കിൽ, അത് രമണനുമാത്രം അല്ലെങ്കിൽ ചങ്ങമ്പുഴ കവിക്കുമാത്രം അവകാശപ്പെടാവുന്ന മൂല്യമാണ്. അപൂർവ്വമായി ചില അപചയാവസ്ഥകൾ സാഹിത്യത്തിലെ അസാധാരാണാനുഭവമായി മാറുന്നുണ്ട് എന്ന് ഇപ്പോൾ സമ്മതിക്കേണ്ടിവരുന്നു. കാല്പനികതയുടെ രണ്ടാം ഘട്ടത്തെ പ്രതിനിധാനം ചെയ്യുന്ന രമണകാവ്യത്തിന് ആ ഭാഗ്യമുണ്ടായി എന്നത് അതിന്റെ ചരിത്ര പ്രസക്തി വർദ്ധിപ്പിക്കുന്നേയുള്ളൂ.

ഇത്തരം സാഹചര്യങ്ങളെ അവഗണിച്ചുതള്ളുകയാണ് സാഹിത്യവിമർശനം പൊതുവെ ചെയ്യാറുള്ളത്. തങ്ങളുടെ പരിധിക്കപ്പുറത്തുള്ള കാര്യങ്ങൾ എന്ന മട്ടിലാണ് സംവേദനത്തിലുണ്ടാകുന്ന മന്ദഗതിയേയും ഭാവുകത്വത്തിന്റെ അപചയങ്ങളേയും വിമർശകർ നോക്കിക്കാണാറുള്ളത്. മലയാള നിരൂപണംതന്നെ എടുത്തുപരിശോധിക്കുക. മികച്ചതായി വായനക്കാർ സ്വീകരിച്ചുകഴിഞ്ഞ കൃതികൾക്കു പിറകെയാണ് വിമർശനം പോകുന്നത്. അത് കാര്യങ്ങൾ കൂടുതൽ എളുപ്പമാക്കും. മേന്മകൾ മാത്രം എടുത്തു പറയുകയോ മാതൃകകളായ കൃതികളെ വിലയിരുത്തുകയോ ചെയ്യുമ്പോൾ ലഭിക്കുന്ന ആയാസം, പരാജയങ്ങളുടെ പിറകെ പോകുമ്പോൾ ലഭിക്കണമെന്നില്ല. ക്ലാസിസിസം, റൊമാന്റിസം, റിയലിസം പോലുള്ള പ്രസ്ഥാനങ്ങൾ ഇവിടെ വരികയും പോവുകയും ചെയ്തിട്ടുണ്ട്. എന്നാൽ ആ പ്രസ്ഥാനങ്ങൾ കാഴ്ചവെച്ച കൃതികൾ വായിക്കപ്പെടുകയുണ്ടായില്ല. അവയുടെ അപചയ ഘട്ടത്തെ പ്രതിനിധാനം ചെയ്യുന്ന കൃതികൾ നമ്മുടെ നിരൂപകർ കണ്ടെത്തി എന്നത് കൗതുകത്തോടെ മനസ്സിലാക്കേണ്ട വസ്തുതയാണ്.

ആശാൻ കവിതയെക്കുറിച്ച് എത്രയെത്ര വായനകളാണ് ഉണ്ടായത്? രമണൻ എത്ര പേർ വായിച്ചു? സാധാരണ വായനക്കാർ രമണകാവ്യം കക്ഷത്തും കയ്യിലും തലയിണയ്ക്ക് ചുവട്ടിലും വെച്ചാദരിച്ചു. എന്നാൽ റൊമാന്റിസിസത്തിന്റെ നിറം മങ്ങിത്തുടങ്ങി എന്നു പറയാനുള്ള വൈമുഖ്യം കാല്പനിക കാലഘട്ടത്തിലെ നിരൂപകരെ വല്ലാതെ അലട്ടിയിരുന്നു. റൊമാന്റിസിസത്തിന്റെ തളർച്ചയും വളർച്ചയും രേഖപ്പെടുത്താൻ ശ്രമിച്ച എസ്. ഗുപ്തൻനായർപോലും കാല്പനികതയുടെ നിറപ്പകിട്ടില്ലായ്മ ഭംഗിയോടെ വിസ്മരിക്കുകയുണ്ടായി. അതിനായി അദ്ദേഹം കണ്ടെത്തിയ തന്ത്രം പാശ്ചാത്യ സൈദ്ധാന്തികരുടെ

നിലാപാടുകളെ ആശ്രയിച്ചു കൊണ്ടുള്ള പുതിയൊരു നിഗമനത്തിലെത്തുക എന്നതാണ്. റൊമാന്റിസിസത്തെ പൂർവ്വമെന്നും ഉത്തരമെന്നും അദ്ദേഹം രണ്ടായി വിഭജിച്ചു. അവയുടെ ലക്ഷണങ്ങളും വേർതിരിച്ചെടുത്തു. പൂർവ്വകാല റൊമാന്റിസിസത്തിന്റെ ലക്ഷണങ്ങളായി ആദർശപ്രേമം, അജ്ഞാതമേഖലകളിലേക്കുള്ള മനസ്സിന്റെ പ്രയാണം (ചിലപ്പോൾ വ്യക്തികളുടേയും), ഈശ്വരഭക്തി, വീരാരാധന, രാജസ്നേഹം തുടങ്ങിയവയെ ചൂണ്ടിക്കാണിക്കുന്നു. വ്യക്തിയുടെ പ്രതിഭയിലുള്ള വ്യത്യാസം, അഹന്തയോളമെത്തുന്ന ആത്മപരത, വിശ്വാസരാഹിത്യം, വിപ്ലവാസക്തി എന്നിവയാണ് ഉത്തരകാല റൊമാന്റിസിസത്തിന്റെ പ്രത്യേകതകൾ. ഭാവുകത്വപരമായ പ്രശ്നങ്ങളേക്കാൾ കവിത ഉൾക്കൊള്ളുന്ന ആശയപരമായ കാഴ്ചപ്പാടുകളെയാണ് ലക്ഷണ നിർദ്ദേശങ്ങളായി സ്വീകരിക്കപ്പെട്ടത്. എന്നാലത് ചരിത്രപരമായി കവിതയെ വേർതിരിക്കാൻ ആസ്വാദർക്ക് വഴി അരുളുന്നുമുണ്ട്.

ആദർശപരതയിൽനിന്ന് ആത്മപരതയിലേക്കും ഈശ്വരഭക്തിയിൽനിന്ന് വിശ്വാസരാഹിത്യത്തിലേക്കും രാജസ്നേഹത്തിൽനിന്ന് വിപ്ലവാസക്തിയിലേക്കും കാല്പനികത പരിണമിക്കുന്നു. ഇവയെല്ലാം റൊമാന്റിസിസവുമായി ബന്ധപ്പെട്ട പ്രവണതകൾ തന്നെയാണ്. എന്നാൽ ആ പ്രത്യേകതകൾ റൊമാന്റിസിസത്തെ വേണ്ടപോലെ നിർവ്വചിക്കാൻ പറ്റാത്തവിധം വികലമാക്കിയോ? അല്ലെങ്കിൽ ആശാൻ മുതൽ ചങ്ങമ്പുഴ വരെയുള്ള കാല്പനികകവികൾ പ്രകടിപ്പിച്ച ഭാവുകത്വ വ്യതിയാനങ്ങളെ ആഴത്തിലും സങ്കീർണ്ണതയിലും വ്യാഖ്യാനിക്കാൻ കഴിയാതെപോയിട്ടുണ്ടാകാം. അതെന്തായാലും ഈയൊരു സന്ദേഹം പങ്കുവെക്കുന്നില്ലെങ്കിലും രമണനെ അപചയകാലത്തിന്റെ കവിതയെന്ന് നിർവ്വചിക്കുന്നതിലൂടെ വ്യക്തമാക്കപ്പെടുന്നതും മറ്റൊന്നല്ല; റൊമാന്റിസിസം ആകെ മാറുന്നുവെന്നുതന്നെയാണ്.

എസ്. ഗുപ്തൻ നായർ വ്യവഹരിക്കുന്ന പൂർവ്വ റൊമാന്റിസിസവുമായി അടുത്തു കിടക്കുന്ന ഒരു സങ്കല്പമാണ് അഴീക്കോടിന്റെ പുനരുത്ഥാനസൃഷ്ടികളെ സംബന്ധിച്ച നിരീക്ഷണങ്ങൾ. ആശാനും വള്ളത്തോളും പൂർവ്വ റൊമാന്റിസിസത്തിൽ ഉൾപ്പെടുന്നുണ്ടെങ്കിലും അഴീക്കോട് ജി.യേയും ചങ്ങമ്പുഴയേയും അപചയകാലഘട്ടത്തിൽ ഉൾപ്പെടുത്തുന്നു. ഗുപ്തൻ നായർ നേരെ മറിച്ചും. അതായത് നമ്മുടെ വിമർശകർതന്നെ കാല്പനിക കവികളെ സ്വീകരിക്കുന്നതിൽ അപകടകരമായ വ്യതിയാന സ്വഭാവങ്ങൾ പ്രകടിപ്പിച്ചിരുന്നുവെന്നു സാരം. ഇഷ്ടാനിഷ്ടങ്ങൾ അവരേയും സ്വാധീനിച്ചിരിക്കാം. റൊമാന്റിസിസത്തിന്റെ ലാവണ്യസങ്കല്പങ്ങൾ വിമർശകരുടെ വൈകാരികാവസ്ഥയെപ്പോലും സ്വാധീനിച്ചിരുന്നോ എന്ന് സംശയിക്കാവുന്ന മട്ടിലാണ് റൊമാന്റിസിസത്തിന്റെ വായനകൾ മലയാളത്തിൽ നടന്നത്.

കവിതാചരിത്രമെന്നത് വായനയുടെ ചരിത്രമാണെന്ന വസ്തുത പലരും മറന്നുപോയോ? ആഖ്യാന സവിശേഷതകളോടൊപ്പം വായനക്കാരിൽ കവിതയ്ക്കുണ്ടാവുന്ന പ്രതികരണങ്ങൾകൂടി ഭാവുകത്വ നിരീക്ഷണങ്ങളെ സ്വാധീനിക്കാനിടയുണ്ട്. ആശാൻ കവിത മലയാള ഭാവനയെ ആസ്വാസ്ഥ്യപ്പെടുത്തിയ രീതിയിലല്ല ജി. ശങ്കരക്കുറുപ്പിന്റെ കവിത മലയാള ഭാവനയിൽ കടന്നുകയറിയത്. ഇവർക്കിടയിൽ ചങ്ങമ്പുഴ വ്യക്തിപരമായ എല്ലാവിധ വൈകാരികോൽകണ്ഠകളേയും മാറ്റിമറിച്ച് വേറൊരു ധാരണയിലേക്ക് മലയാള വായനക്കാരെ നിയന്ത്രിക്കുന്നത് കാണാം. അത് കവിപക്ഷപരമായ പ്രത്യേകതകൾകൊണ്ടുമാത്രമാണ്. റൊമാന്റിസിസം ഓരോരുത്തർക്കും ഓരോന്നാണ്. ഒരു ഭാവുകത്വരീതി എന്ന നിലയിൽ അത് തീവ്രത കുറഞ്ഞ അനുഭവങ്ങളാണ് സമ്മാനിച്ചതെന്ന് പൂർവ്വ-ഉത്തര റൊമാന്റിസിസങ്ങളെ കൂട്ടിച്ചേർത്ത് വായിക്കുമ്പോൾ തോന്നിപ്പോകും. ആ കയറ്റിറക്കങ്ങളാണ് പുനരുത്ഥാനകാലത്തെ കവിതയെന്നും അപചയകാലത്തെ കവിതയെന്നും വേർതിരിക്കാൻ അഴീക്കോടിന് പ്രചോദനമായത്.

കാല്പനികതയെ പൂർവ്വമെന്നും ഉത്തരമെന്നും വേർതിരിക്കാൻ ഗുപ്തൻനായർക്ക് പ്രേരണയായത് സി.എം. ബൗറയുടെ ചിന്തയാണ്. റൊമാന്റിസിസത്തെ കുറിച്ചുള്ള അദ്ദേഹത്തിന്റെ ലക്ഷണനിർദ്ദേശങ്ങൾ സ്വീകരിച്ചതിലൂടെ മലയാളത്തിലെ ചില മാതൃകകൾ അവതരിപ്പിക്കാൻ ഗുപ്തൻനായർക്കു കഴിഞ്ഞു. എന്നാൽ ആ രണ്ടു കാലഘട്ടത്തിലേയും പാരായണ സമ്പ്രദായങ്ങൾ തമ്മിൽ താരതമ്യം ചെയ്യാൻ അദ്ദേഹം മിനക്കെടുകയുണ്ടായില്ല. കവികളെ ക്കുറിച്ചുള്ള ഒറ്റപ്പെട്ട പഠനങ്ങളുണ്ടായെങ്കിലും റൊമാന്റിക് കാവ്യപാരായണ സമ്പ്രദായം വിലയിരുത്തപ്പെട്ടില്ല. അത് വിമർശനകലയുടെ ഒരു പോരായ്മയായി മാറ്റിനിർത്താവുന്നതേയുള്ളൂ. പക്ഷേ ഭാവാധിപത്യത്തിന്റെ ഒരു കവനരീതിയായി കാല്പനികതയെ വ്യവഹരിച്ചവർ തന്നെ റൊമാന്റിസിസത്തെ ചില കവികളിൽനിന്നുമാത്രം സമാരംഭിക്കുന്ന വൃത്തിയായി വ്യാഖ്യാനിച്ചത് നിരൂപണം കൈയേറ്റുവാങ്ങുകയുണ്ടായി.

വീണപൂവിലെ കാല്പനികതയാണ് ശരിയെന്നു വാദിച്ചവരുണ്ട്. മറ്റുചിലരാകട്ടെ, ചങ്ങമ്പുഴക്കവിതയിലെ സംഗീതത്തെയും വികാരക്രമങ്ങളേയുമാണ് വാഴ്ത്തിയത്. വി.സി. ബാലകൃഷ്ണപണിക്കരുടെ ഒരു വിലാപം ഉദ്ധരിച്ച് കാല്പനികതയുടെ പ്രഭാതകിരണങ്ങൾ ആ കവിതയിൽ കണ്ടെത്തിയവരുമുണ്ട്. ഇതൊക്കെ തെളിയിക്കുന്നത്, മലയാളത്തിൽ ക്ലാസിക് പാരമ്പര്യത്തോടൊപ്പം വികസിച്ചുവന്ന ഒരു ഭാവുകത്വമായി കാല്പനികതയെ വിശദീകരിക്കുന്നതിൽ തെറ്റില്ലെന്നാണ്. നളിനിക്കും വീണപൂവിനും മുമ്പ് തന്നെ കാല്പനികതയുടെ

ഉണർവ്വ് നമ്മുടെ കവിതയെ ആവേശിച്ചുകഴിഞ്ഞിരുന്നു. കവിത ചരിത്രപരമായ വായനയ്ക്ക് വിധേയമാകാതെ പോയതിനാലാണ് റൊമാന്റിസിസത്തിന്റെ പിറവിയെ സംബന്ധിക്കുന്ന കാര്യകാരണ ങ്ങളിലേക്ക് വിമർശനത്തിന് എത്തിനോക്കാൻ പോലും കഴിയാതെ പോയത്. അതുമൂലം ഒരു കാവ്യ പ്രവണത പിൽക്കാലഭാവനാ പരിസരങ്ങളെ സ്വാധീനിച്ചതിന്റെ മട്ടും മാതിരിയും അറിയാൻ കഴി യാതെയും വന്നു. വായന മാറേണ്ടിടത്തുവെച്ച് മാറിയില്ല.

കാല്പനികതയെ ചെറിയതോതിൽ നേരെയൊന്നു വായിക്കാൻ ആധുനികത വേണ്ടിവന്നുവെന്ന് തോന്നിപ്പിക്കുന്ന ചില സന്ദർഭങ്ങൾ മലയാള വിമർശനത്തിലുണ്ട്. കാല്പനികകവിതയിലെ ഭാവതീവ്ര തയെ വിലയിരുത്തിക്കൊണ്ട് വി. രാജകൃഷ്ണൻ എത്തിച്ചേരുന്ന ഒരു നിഗമനം ശ്രദ്ധിക്കുക. ഈ കാല്പനികകവികൾ പ്രകടിപ്പിച്ച ഭാവതീവ്രതയേക്കാൾ കൂടിയ ഭാവതീവ്രത ആശാനിലുണ്ടായി എന്ന് അദ്ദേഹം എഴുതുന്നു. ഈ തിരിച്ചറിവിൽനിന്നുകൊണ്ട് മലയാള കാല്പ നികതയുടെ രണ്ടാംഘട്ടത്തെ വായിക്കുമ്പോൾ, കാല്പനികതയുടെ അപചയത്തെ കൂടുതൽ അടുത്തുവായിക്കാൻ കഴിയുമെന്ന് തോന്നി പ്പോവുന്നു. ഭാവനയ്ക്ക് സ്വച്ഛന്ദപദവി സമ്മാനിച്ചരുളിയ റൊമാന്റി സിസം ഓരോ കവിയിലും ജനിച്ച് ജീവിച്ചത് ഓരോ രീതിയിലാണ്. അത് വായനക്കാർ സ്വീകരിച്ചത് എപ്രകാരമാണെന്ന് ആരും വിശ കലനം ചെയ്ത് കണ്ടിട്ടില്ല. എന്നാൽ അഴീക്കോട് പറഞ്ഞുവെച്ചത് ഓർത്തുപോവുന്നു. ആശാന്റെ സീതാകാവ്യം, രമണനും മലയാള കവിതയും എന്നീ പഠനഗ്രന്ഥങ്ങൾ മലയാളസാഹിത്യത്തിൽ റൊമാന്റി സിസത്തിന്റെ കൊടുമുടിയിൽനിന്ന് ഇറക്കത്തിലേക്ക് വായനക്കാ രുടെ നേട്ടത്തെ, ക്രമത്തിൽ എത്തിക്കുന്നുണ്ട്, പോരേ?

ആശാനിൽ നിന്ന് തുടങ്ങിയെന്ന് വിശ്വസിക്കുന്ന കാല്പനികത ചങ്ങമ്പുഴയിലെത്തുമ്പോൾ അതിന്റെ താഴ്ന്ന അവസ്ഥയാണ് അനു ഭവിപ്പിച്ചതെന്ന് ബോധ്യപ്പെടുകയാണ്. അല്ലെങ്കിൽ ആദ്യഘട്ടത്തിൽ ഭാവതീവ്രമായിരുന്ന കാല്പനികത രണ്ടാംഘട്ടത്തിൽ വികാരതീവ്ര മായി എന്നു മനസ്സിലാക്കണം. ഭാവതീവ്രതയ്ക്കാണ് കവിതയിൽ സ്ഥാനമെന്ന സൂചനയും അതിലുണ്ട്. ഭാവതീവ്രതയില്ലാതെ മറ്റെ ന്തുണ്ടായിരുന്നാലും കവിതയായി അംഗീകരിക്കാനുള്ള പ്രയാസം ചെറുതല്ല. സാമാന്യ ജീവിതത്തിലെ നിറം കുറഞ്ഞ അനുഭവങ്ങൾക്ക് പൊലിമയോടെയുള്ള ആവിഷ്കാരം നൽകാനാവുന്ന കാല്പനികത, പക്ഷേ ഭാവതീവ്രതയുടെ മുമ്പിൽ ചെറുതായി പോവുകയാണ്. കാല്പനികതയ്ക്കു വേണ്ടത് വികാരശുദ്ധിയേക്കാൾ വലിയ ഭാവ വിപ്ലവമാണ് എന്നർത്ഥം. അതായത് ഭാവങ്ങളുടെ തീവ്രാവിഷ്കാരം ക്ലാസിക് യുഗത്തിന്റെ മാത്രം സംഭാവനയായി കണക്കാക്കേണ്ടതില്ല. വികാരപ്രവേശത്തെ റൊമാന്റിക് യുഗത്തിന്റെ സൃഷ്ടിമാത്രമായും

കണക്കാക്കേണ്ടതില്ല. വികാരങ്ങളും ഭാവങ്ങളും തമ്മിലുള്ള പൊരുത്തപ്പെടൽ കവിതയിൽ അനിവാര്യമായും വേണം. അതുകൊണ്ടുതന്നെ റൊമാന്റിസിസത്തിന്റെ വായന സാഹിത്യചരിത്രത്തിലെ ഏതെങ്കിലും ഒരു ഘട്ടത്തിൽ നിന്നു ഊരിയെടുക്കുന്ന കൃതികൾ വായിച്ചതുകൊണ്ടുമാത്രം പൂർണ്ണമാവുകയില്ല. കാല്പനിക ഭാവുകത്വരീതിയുടെ പ്രാതിനിധ്യം ഉൾക്കൊള്ളുന്ന കവിതയാണ് വായിക്കേണ്ടത്. ആ പ്രാതിനിധ്യം വളർച്ചയുടേതാകാം. കീഴോട്ടുള്ള ഇറക്കത്തിന്റേതാകാം. രമണൻ വായിക്കുമ്പോൾ റൊമാന്റിസിസം ഭാവുകത്വപരമായി അനുഭവിച്ച താഴ്ചയെയാണ് വായിക്കുന്നതെന്ന് തോന്നിപ്പോകുന്നു.

രൂപത്തിന്റെ ചെറുതാവൽ (മിശ്രനിഷേധവാസന)

ആഖ്യാനകവിതകളോടൊപ്പമോ അതിനുമുമ്പോ റൊമാന്റിസിസത്തിന്റെ പിറവി മലയാളത്തിലുണ്ടായി എന്നു കരുതണം. രാമചരിതം മുതലേ കാല്പനികത കാണാം എന്നാണ് ചിലരുടെ നിരീക്ഷണം. പ്രാചീന കവിത്രയത്തോടെ പ്രബലമായിത്തീർന്ന ആഖ്യാന കാവ്യപാരമ്പര്യം പൊടുന്നനെ ലഘുകവിതകളുടെ ആധിപത്യത്തോടെ നഷ്ടപ്പെടുന്നത് പിൽകാല കാവ്യചരിത്രം നമുക്ക് പറഞ്ഞുതരുന്നുണ്ട്. സവിശേഷമായ ചരിത്രഘട്ടത്തിലെ ഒരു മാനസിക പ്രതിഫലനരീതി എന്ന് റൊമാന്റിസിസത്തെ വിലയിരുത്താമെങ്കിൽ ആഖ്യാനകവിതകൾ രൂപത്തിനാണ് പ്രാധാന്യം നൽകിയതെന്ന് മനസ്സിലാവും. ഇതിനർത്ഥം റൊമാന്റിസിസം രൂപത്തെ കൈവിട്ടു എന്നല്ല; ആശാൻ, വള്ളത്തോൾ തുടങ്ങിയവരിലെത്തിയപ്പോൾ റൊമാന്റിസിസം കാവ്യരൂപത്തിന് കൂടുതൽ ഗൗരവം കൊടുത്തുവെന്നാണ്. രൂപനിർമ്മാണത്തിൽ ഏകാഗ്രത പ്രകടിപ്പിച്ചും പദങ്ങൾ സൂക്ഷിച്ചെടുത്തുപ്രയോഗിച്ചും അസ്വീകാര്യങ്ങളായ വർണ്ണ്യവിഷയങ്ങളിലെ ഭാഗങ്ങൾ ഉപേക്ഷിച്ചും ആഖ്യാനകവിതകളിൽ അവർ കൊണ്ടുവന്ന രൂപസാമഗ്ര്യം റൊമാന്റിക് ചട്ടക്കൂടിന്റെ പ്രതിഫലനമായിരുന്നോ? വസ്തുനിഷ്ഠ സമീപനം കൈക്കൊണ്ട ഈ റൊമാന്റിക്കുകൾ ഭാവനയുടെ ചരിത്രം മാത്രമല്ല രൂപങ്ങളുടെ ചരിത്രവും തിരുത്തി.

റൊമാന്റിസിസത്തെ ഉയർച്ചയിലേക്കെത്തിച്ച ഘടകമായിട്ടാണ് ഇതിനെ കാണേണ്ടത്. ആത്മാർത്ഥമായ വികാരവും സ്വതന്ത്രമായ ഭാവനയും തമ്മിൽ ഒരു പാരസ്പര്യം ആദ്യകാല റൊമാന്റിസിസത്തിന്റെ ഗുണങ്ങളിലൊന്നായിരുന്നു. അതിന്റെ തേജസ്സ് എന്നത് സ്വതന്ത്രമായ വികാരങ്ങളുടേയും ആത്മാർത്ഥത നിറഞ്ഞ ഭാവനയുടേയും ഉചിതജ്ഞതയോടെയുള്ള മിശ്രണംകൊണ്ടുണ്ടാവുന്നതാണ്. ഭാവമാണ് കാല്പനികതയുടെ ജീവനെങ്കിലും രൂപബോധത്തെ

റൊമാന്റിക്കുകൾ ഒരു ഘട്ടത്തിൽ കൈവിട്ടില്ല എന്നത് ശ്രദ്ധേയമായ കാര്യമാണ്. അത് ആശാൻ കാലഘട്ടത്തിന്റെ പ്രത്യേകത കൂടിയാണല്ലോ. എന്നാൽ ആഖ്യാനകവിതകൾ എഴുതിയിട്ടുള്ള മറ്റു ചിലരാകട്ടെ രൂപത്തെ അലസമാക്കിയത് പിന്നീട് നാം കണ്ടെത്തുന്നു.

'ഇരുപതു വരികൾക്കുള്ളിൽ ഒരു പദം. അഞ്ചോ ആറോ ആവൃത്തി അർത്ഥഭേദം തെല്ലുമില്ലാതെ പ്രയോഗിച്ചെന്നിരിക്കും. പ്രിയങ്കരങ്ങളും തങ്ങളോടൊട്ടിപ്പിടിച്ച് പോയവയുമായ ശൈലികളും സങ്കല്പങ്ങളും അറിയാതെത്തന്നെ പലകുറി ആവർത്തിച്ചെന്നും വരാം. ഓരോയിടത്തും പറയുന്ന കാര്യങ്ങളിൽ കവി തന്നെ മുഴുകി, കഴിഞ്ഞഭാഗവും തുടർന്നു വരുന്ന ഭാഗവുമായി തട്ടിച്ചുനോക്കാതെയും ദീർഘമായും പടർത്തിയും ആഖ്യാനം ചെയ്യാൻ ഇടയുണ്ട്. താൻ ഉടനടി കൈകാര്യം ചെയ്യുന്ന ഭാഗം വായനക്കാരന്റെ ഹൃദയത്തിൽ താണിറങ്ങി നിർമ്മിക്കുന്ന ബോധപരമ്പരകളെ മാത്രമേ, അയാൾ കണക്കാക്കുന്നുള്ളൂ. വാക്കുകളുടെ സൂക്ഷ്മാർത്ഥങ്ങളും സുചിന്തിതപ്രയോഗങ്ങളും കൂട്ടാക്കുന്നില്ല. വാച്യങ്ങൾകൊണ്ട് പെട്ടെന്ന് മനസ്സിൽ പതിയുന്ന അർത്ഥചിത്രങ്ങൾ സമർപ്പിക്കുകയാണ് അയാൾ ചെയ്യുന്നത്.'

റൊമാന്റിസിസം കാഴ്ചവെച്ച ഭാവതീവ്രതയും രൂപസാമഗ്ര്യവും പതുക്കെ അയഞ്ഞുതുടങ്ങിയതിന്റെ ഒരു വിമർശകരേഖയാണ് മേലുദ്ധരിച്ചത്. ചങ്ങമ്പുഴയാണ് ഈ പ്രവണതയുടെ പ്രതിനിധി. വായനക്കാരെ കവിതയുമായി അടുപ്പിച്ചുനിർത്തിയ ഈ പ്രവണതയും റൊമാന്റിസിസം തന്നെയാണ് വിളിച്ചുപറയുന്നത് എന്നത് പ്രത്യേകം സ്മര്യമാണ്. ഇങ്ങനെ രണ്ടറ്റങ്ങൾ കാല്പനികതയിലുള്ളതുകൊണ്ട് നിരൂപകരെല്ലാം ആശാൻ മുതൽ ചങ്ങമ്പുഴവരെയെന്ന പ്രയോഗത്തിലാണ് പ്രസക്തി കണ്ടെത്തിയത്. കാല്പനികതയെ വ്യവഹരിക്കാൻ തയ്യാറായ നമ്മുടെ റൊമാന്റിക് ഭാവുകത്വം ഈ രണ്ടു പ്രയോഗങ്ങൾ തമ്മിലുള്ള സംഘർഷം അനുഭവിച്ചതിന്റെ തെളിവുകൾ ഉണ്ട്. അതുകൊണ്ട് ഭാവഗാനങ്ങളുടെ സ്വാധീനംകൊണ്ടുമാത്രമാണ് കാവ്യരൂപം ചെറുതാവലിന് വിധേയമായത് എന്ന് പറയുന്നതിൽ പൂർണ്ണമായ ഒരു ശരിയില്ല. വായനക്കാർക്കിടയിൽ പൊടുന്നനെയുള്ള അർത്ഥഗ്രാഹ്യം സൃഷ്ടിക്കുന്നതിനായി കവിതയുടെ ശില്പഘടനയെ അയഞ്ഞ മട്ടിലാക്കുകയും വാക്കുകളിൽ അശ്രദ്ധ കാണിക്കുകയും ചെയ്തതിന്റെ കാല്പനിക പരിണാമം തന്നെയാണ് രൂപത്തിലുണ്ടായ ചെറുതാവൽ.

ഭാവോദയങ്ങളും ഭാവസന്ധികളുംകൊണ്ട് വായനയെ പ്രചോദിപ്പിക്കുകയും ചിലപ്പോഴെല്ലാം വായനയെ സങ്കീർണ്ണമാക്കുകയും ചെയ്ത ആഖ്യാനകാവ്യങ്ങളുടെ ഈ വഴിമാറികൊടുക്കലിൽ മറ്റെന്തെങ്കിലും മനശ്ശാസ്ത്രമുണ്ടോ? പ്രഖ്യാതമായ ഇതിവൃത്തങ്ങളുടെ

അവതരണം ആഖ്യാനത്തെ കൂടുതൽ യാഥാസ്ഥികമാക്കി എന്ന തോന്നൽ ചിലരെങ്കിലും വച്ചുപുലർത്തിയിരുന്നു. ആഖ്യാനകാരന്മാർ റൊമാന്റിക്കുകളായിരുന്നുവെങ്കിലും കവിതകളിലെ ഗദ്യഘടനയിൽ റിയലിസത്തിന്റെ അംശങ്ങളുള്ളതിനാൽ അതിൽനിന്നുള്ള ഒരു മോചനം വായനക്കാർ ആഗ്രഹിച്ചിരുന്നോ എന്നു നിശ്ചയമില്ല. അതെന്തായാലും ഭാവുകത്വമെന്ന രീതിയിലുള്ള കാല്പനികതയുടെ പൂർണ്ണ വളർച്ചയ്ക്കുമുമ്പേ അതു അപചയപ്പെടാൻ തുടങ്ങിയതിന്റെ സൂചനകൾ രൂപത്തിന്റെ ഈ ചെറുതാവലിലുണ്ട്. ഈ ചെറുതാവലിനെ 'രൂപലഘൂകരണം' എന്ന വേറൊരു പദത്താൽ ഒരു നിരൂപകൻ വിശേഷിപ്പിക്കുകയുണ്ടായി. രൂപപരിവർത്തനത്തോടൊപ്പം ഭാഷാപരമായ മാറ്റത്തിലൂന്നിയത് ഈ ലഘൂകരണത്താലാണെന്ന് അദ്ദേഹം വിശദമാക്കുന്നു.

ആഖ്യാനകാവ്യത്തിലെ ഭാഷശൈലി വിവരണാത്മകമായിരുന്നതിനാൽ, ആ ഭാഷാരീതിയുടെ കുറവ് ലഘുകവിതകളിൽ കാണാമെന്ന് സൂചിപ്പിക്കുന്നു. വിവരണാത്മകത കുറഞ്ഞതോടെ വികാരം പ്രധാനമായി. ഭാവതീവ്രതയും കുറഞ്ഞു. ആഖ്യാനകാവ്യങ്ങളിലും ലഘുകാവ്യങ്ങളിലും കാല്പനികതയുണ്ട്. ഭാവഗീതങ്ങളിൽ കഥാത്മകത കുറഞ്ഞ് അന്തർമുഖത സ്ഥാനം നേടിയതിന്റെ ഫലമായി ഭാവഗാനങ്ങളെ ഒരു തരം ഏകാന്തത ബാധിച്ചു തുടങ്ങിയതായി ചൂണ്ടിക്കാണിക്കപ്പെട്ടു. ഈ പരിണാമം വായനക്കാരിലുണ്ടാക്കിയ മാറ്റത്തെ കൗതുകത്തോടെ പരാമർശിക്കേണ്ടതാണ്. ഭാവഗാനങ്ങളിൽ കഥാകൗതുകം നഷ്ടപ്പെട്ടതോടെ വായനക്കാർ ചെറുകഥകളിലേക്ക് തിരിഞ്ഞതിന്റെ രഹസ്യം ഇതിലുണ്ട്. കഥയോടുള്ള താല്പര്യമാണ് കഥാകാവ്യങ്ങളുമായി അനുവാചകരെ അടുപ്പിച്ചുനിർത്തിയത് എന്നു പറയാം. ഭാവഗീതങ്ങൾ പെരുകുകയും കഥാകാവ്യങ്ങൾ കുറയുകയും ചെയ്തത് ചെറുകഥകളുടെ വികാസത്തിനു കാരണമായി. ഇത് കവിതയിലെ റൊമാന്റിസിസത്തെ തെല്ലൊന്നുമല്ല തളർത്തിയത്.

ചെറുകഥയിലേക്കുള്ള വായനക്കാരുടെ ഈ ചുവടുമാറ്റവും ഭാവഗാനങ്ങളിലെ കൂടിയ അന്തർമുഖതയും ആഖ്യാനകാവ്യങ്ങളുടെ എണ്ണത്തിൽ കുറവുവരുത്തി എന്നുമാത്രമല്ല, കാല്പനികതയുടെ വൈപുല്യത്തേയും ചെറുതാക്കിക്കളഞ്ഞു. റൊമാന്റിസിസം ആധുനികതയ്ക്ക് വഴിമാറിക്കൊടുത്തതാണ് പിന്നീട് നാം കാണുന്നത്.

രാഷ്ട്രീയ സംവർഗ്ഗമായി മാറുന്ന റൊമാന്റിസിസം

സാഹിത്യചരിത്രം എടുത്തുപറയുന്ന ഈ വസ്തുത സ്വീകരിക്കുകയോ വിസ്മരിക്കുകയോ ആവാം. എന്നാൽ കാല്പനികതയെ മാറ്റിനിർത്തിക്കൊണ്ടുള്ള ഭാവുകത്വവിചാരം കവിതയിൽ അസാധ്യമാണ്. അതിനുകാരണം റൊമാന്റിസിസം ഒരു പ്രസ്ഥാനമായതല്ല,

ഒരു മനോഭാവമായി എന്നതാകാം. കാല്പനികതയെക്കുറിച്ചെഴുതിയ ഒരു ലേഖനത്തിൽ കെ.പി.അപ്പൻ 'കാല്പനികത ഒരു മനോഭാവമാണെന്ന്' സമ്മതിക്കുന്നുണ്ട്. മലയാളത്തിൽതന്നെ പ്രാചീനകൃതികളിൽപോലും കാല്പനികതയുടെ അംശമുള്ളതായി ചൂണ്ടിക്കാണിക്കപ്പെട്ടിരുന്നു. കാല്പനികതയെ സംബന്ധിക്കുന്ന ഒരു ശരിയിലേക്കാണ് നാം വരുന്നത്. 'അത് എല്ലാ കാലത്തുമുണ്ട്. എന്നാൽ ചില കാലഘട്ടത്തിൽ ഈ മനോഭാവം പെരുകുന്നു. ആ കാലഘട്ടം മുഴുവൻ അതു വ്യാപിക്കുന്നു. അപ്പോഴാണ് അത് ഒരു പ്രസ്ഥാനമാവുന്നത്.' ഇങ്ങനെ എഴുതുന്ന കെ.പി.അപ്പൻ, 'ആ പ്രസ്ഥാനമില്ലാതാവുമ്പോൾ മനുഷ്യവ്യക്തികളിൽനിന്ന് ഈ മനോഭാവം തിരോഭവിക്കുന്നില്ലെന്നു' പറയുന്നു. അത് മറ്റു രൂപങ്ങളിൽ ചിലപ്പോൾ സ്വയം പ്രകാശനം നേടുമത്രെ. പ്രകാശനത്തിന്റെ തോതിൽ കയറ്റിറക്കങ്ങൾ ഉണ്ടാവാം എന്നുമാത്രം. കാല്പനികത ജീർണ്ണമായി എന്നും മറ്റും നമുക്ക് പറയേണ്ടിവരുന്നത് അതുകൊണ്ടാണ്. ആ മനോഭാവം നഷ്ടപ്പെട്ടു എന്നതിനാലല്ല.

ആശാൻ ചങ്ങമ്പുഴ എന്നീ കർത്തൃകേന്ദ്രങ്ങളെ ആധാരമാക്കിയാണ് മലയാളത്തിന്റെ കാല്പനികകവിതാചർച്ചകൾ മിക്കവാറും നടന്നിട്ടുള്ളത്. ഒ.എൻ.വി. കുറുപ്പിന്റേയും സുഗതകുമാരിയുടേയും ആർ. രാമചന്ദ്രന്റേയും കവിതകളിലെ കാല്പനികാംശത്തെ വായിക്കുന്നതിനുമുമ്പായി വി. രാജകൃഷ്ണൻ ആശാന്റെ ഭാവതീവ്രതയെ സ്മരിച്ചതു നാം കണ്ടു. അറുപതുകളിലെ ഭാരതീയ കവിതകളിലെ കലാപബോധത്തെ വിശകലനം ചെയ്യുന്നതിനിടയിൽ കെ. സച്ചിദാനന്ദൻ പൂർവ്വഭാഗത്തേക്ക് തിരിഞ്ഞുനോക്കുന്നതുകാണാം. കാല്പനികതയുടെ ചലനാത്മക സ്വഭാവമിതാണ്. അതായത് കാല്പനിക സമീപനത്തിൽ റൊമാന്റിക് കാലഘട്ടത്തിലെ വിമർശകരും ആധുനികരായ വിമർശകരും സ്വീകരിച്ച് ആദരിച്ചിട്ടുള്ള നിലപാടുകൾ ഒന്നുതന്നെയാണ്. ഒന്നു പിറകോട്ടുനോക്കുക, അതിനുശേഷം മാത്രം വർത്തമാനകാലത്തെ കവിതയുടെ പരിശോധനകളിൽ ഏർപ്പെടുക. കാല്പനികത ഒന്നിൽ നിന്നു തുടങ്ങുകയാണ്. ഒരിടത്തും അവസാനിക്കുന്നില്ല. ഈ മനോഭാവത്തിന് ചില നേരങ്ങളിൽ മങ്ങലേറ്റിട്ടുണ്ട് എന്നത് സത്യമാകാം. ഒരു 'ഭാവനാമത'മായി കാല്പനികത മാറിയ ഘട്ടത്തിൽവെച്ചാണ് ഈ പൊലിമയുടെ നഷ്ടപ്പെടൽ ഉണ്ടായത്.

അതിനു നാം പ്രതിസ്ഥാനത്തു നിർത്തുന്നത് ചങ്ങമ്പുഴയെയാണ്. വിപുലമായി പറഞ്ഞാൽ ഇടപ്പള്ളിപ്രസ്ഥാനമെന്നുമാകാം. രൂപശില്പത്തിൽ ചങ്ങമ്പുഴ വരുത്തിയ ശിഥിലീകരണവും വാക്കുകളുടെ സൂക്ഷ്മാർത്ഥങ്ങളെ കൂട്ടാക്കാതിരിക്കലും പ്രയോഗങ്ങളുടെ ആവർത്തനവും ചങ്ങമ്പുഴയുടെ പോരായ്മയായി നേരത്തെ ചൂണ്ടിക്കാണിക്കുകയുണ്ടായി. എന്നാൽ ഈ പ്രവണത റൊമാന്റിസിസം കൈവരിച്ച

ഒരു ധീരതയായിരുന്നുവെന്നുവേണം കരുതാൻ. കാല്പനികത നിർവ്വചിക്കാൻ നിന്നുകൊടുക്കാത്തതുകൊണ്ടും അർത്ഥങ്ങൾ ഉല്പാദിപ്പിക്കാത്തതുകൊണ്ടും പലരും കാല്പനികതയിൽ നിന്ന് പേടിച്ചുമാറിയിട്ടുണ്ട് എന്ന ഒരു തിയറി മലയാളത്തിൽ പ്രചരിച്ചിട്ടുണ്ട്. അതു ശരിയല്ല. ഗുണപരമായ മുന്നേറ്റങ്ങളാണ് റൊമാന്റിസിസം പ്രകടിപ്പിച്ചത്. ചില സന്ദർഭങ്ങളിൽ അത് പാളിപ്പോയിട്ടുണ്ടാകാം. റൊമാന്റിസിസത്തെ ശരിയായ രീതിയിലും അല്ലാതേയും സ്വീകരിച്ചവർക്ക്, ഒരു രാഷ്ട്രീയ സംവർഗ്ഗം എന്ന നിലയിലുള്ള വിശ്വാസം അത് സമ്മാനിച്ചിട്ടുമുണ്ട്. 'വീണപൂവി'നെ ഒരു മികച്ച കാല്പനിക കവിതയായി വ്യാഖ്യാനിക്കുമ്പോഴും കുമാരാനാശാന്റെ റൊമാന്റിക് മനസ്സ് വ്യവസ്ഥാപിതമായ കാഴ്ചകളുമായി എതിരിടാൻ തയ്യാറായിരുന്നു. പ്രതിരോധം കാല്പനികതയുടെ ഒരു നിലപാടു തന്നെയാണ്. സാമൂഹ്യ യാഥാർത്ഥ്യവും ദൈവികാനുഭൂതിയും തമ്മിലുള്ള ഒരു സംഘർഷം ആശാന്റെ കാവ്യകലയുടെ ആന്തരികചോദനയായി വർത്തിക്കുന്നുണ്ട്.

ഇരുപതാം നൂറ്റാണ്ടിന്റെ പുലർവേളയിലുണ്ടായ നവോത്ഥാന ചിന്തകൾ രാഷ്ട്രീയത്തിൽ സ്വാതന്ത്ര്യതൃഷ്ണയായും കലയിൽ കാല്പനികതയായും വെളിപ്പെട്ടു എന്നതാണ് മറ്റൊരു ഉപദർശനം. സംവേദനതന്ത്രത്തിലും കാല്പനികത ചില വ്യതിയാനങ്ങൾ ആവശ്യപ്പെട്ടതായി കാണാം. ആഭ്യന്തര ഏകാഗ്രതയും രൂപസാമഞ്ജസ്യവും ആരുറപ്പുള്ള ഘടനയും കവിതയ്ക്ക് വേണമെന്നു വാശിപിടിച്ചത് കാല്പനിക ഭാവുകത്വമല്ലേ? അതിലുള്ള ക്ലാസിസത്തിന്റെ നേരിയ സ്വാധീനത്തെ മറച്ചുവെയ്ക്കുന്നില്ല. എന്നാൽ ഈ അച്ചടക്കത്തെ വെല്ലുവിളിക്കാൻ റൊമാന്റിസിസം തന്നെ ഒരു ഘട്ടത്തിൽ തയ്യാറായി. അതിന്റെ സ്വാതന്ത്ര്യമാണ് നാം ചങ്ങമ്പുഴയിൽ കണ്ടത്. റൊമാന്റിസിസം തന്നെയാണ് ആ ധീരത പ്രകടിപ്പിച്ചത്. അതുവരെ വ്യക്തിവികാരങ്ങളും സാമൂഹ്യാവസ്ഥയും കൂടിച്ചേർന്നാണ് കവിതയിൽ പ്രത്യക്ഷപ്പെട്ടിരുന്നതെങ്കിൽ, ആ ധീരത അവയെ വേർപ്പെടുത്താനാഞ്ഞു. അതോടെ കാവ്യധാരണകളിൽ മാറ്റം വന്നു. സംഗീതവും വികാരവും സമന്വയിക്കപ്പെട്ടു.

ഭാഷ അയഞ്ഞു. വാക്കുകൾക്കും പ്രയോഗങ്ങൾക്കും ഘടനയ്ക്കും അതുവരെ കവിത കൊടുത്ത അർത്ഥമെന്തോ അതു മാഞ്ഞുപോകാൻ തുടങ്ങി. വാസ്തവത്തിൽ കവിത എല്ലാ നിലയ്ക്കും ജീർണ്ണമാവുകയായിരുന്നു. എന്നാൽ കാല്പനികത പ്രകടിപ്പിച്ച ഈ ജീർണ്ണതയെ ആ ധീരത മറച്ചുവെക്കുകയും ജനതയുമായി വിശാലമായ ഒരു ബന്ധം സ്ഥാപിക്കാൻ ഇടവരുത്തുകയും ചെയ്തു. റൊമാന്റിസിസം ഒരു രാഷ്ട്രീയ സംവർഗ്ഗമായി പരിണമിക്കുന്നതാണ് നാം കാണുന്നത്.

വേറൊരു തലത്തിൽ ആലോചിച്ചുനോക്കിയാൽ കാല്പനികതയുടെ മൂല്യങ്ങൾ എന്ത് എന്നതിനെ സംബന്ധിച്ച് സംശയങ്ങൾ വളർത്തിയെടുക്കാനും അതു പര്യാപ്തമായി എന്നു കാണാം. എങ്കിലും രണ്ടു പ്രധാനപ്പെട്ട വസ്തുതകൾ കാല്പനികത ബാക്കിവെച്ചു.

1. ജാതിവ്യവസ്ഥയും മതപരമായ വിഭാഗീയതയും മറ്റും തീക്ഷ്ണമായി നിലനിന്നിരുന്ന കാലത്തെ റൊമാന്റിസിസം പ്രകടിപ്പിച്ച ഏകാഗ്രത ശ്രദ്ധേയമായിരുന്നു. കവിതയുടെ രൂപഘടനയിൽ അത് അലിവുണ്ടാക്കിയില്ല. സുഘടിത ഘടന കാല്പനികതയുടെ ലക്ഷണമായി.

2. രാഷ്ട്രീയ മനസ്സ് സമൂഹത്തെ മാറ്റിയപ്പോൾ കാല്പനികത രൂപപരമായ വൈവിധ്യങ്ങളെ സ്വീകരിക്കാൻ തയ്യാറായി. വൃത്തപ്രയോഗ മാതൃകകളിൽ വന്ന മാറ്റം അയ്യപ്പപ്പണിക്കർ എടുത്തു പറഞ്ഞിട്ടുണ്ട്. കാവ്യരൂപത്തിൽ അയവുവന്നു. പക്ഷേ അനുവാചകനെ സംതൃപ്തിപ്പെടുത്തുന്ന ജ്ഞാനമണ്ഡലങ്ങൾ വൈകാരികത കൈയേറി.

രമണഭാവുകത്വം
റൊമാന്റിക് വിച്ഛേദത്തിന്റെ വഴികൾ

മലയാള റൊമാന്റിസിസത്തിന്റെ വേരുകൾ

ആശാന്റെ ഭാവതീവ്രതയിൽ നിന്ന് ചങ്ങമ്പുഴയുടെ അതിവൈകാരികതയിലേക്കുള്ള യാത്രയ്ക്കിടയിൽ പലപ്പോഴും നിരൂപകർ വിട്ടുകളയാറുള്ള ഒരു സ്ഥലരാശിയുണ്ട്. മലയാളത്തിന്റെ റൊമാന്റിക് പാരമ്പര്യത്തെക്കുറിച്ചുള്ള വിശദാംശങ്ങളാണത്. മലയാള കവിതയെ ഇംഗ്ലീഷ് കാല്പനികതയോട് താരതമ്യം ചെയ്തുകൊണ്ടാണ് കാവ്യനിരൂപണങ്ങൾ രൂപപ്പെടാറുള്ളത്. ഒരു കാവ്യപ്രസ്ഥാനം ഏതു ഭാഷയിൽനിന്നുവന്നാലും അത് ഒരു പുതിയ തുടക്കമാവുമെങ്കിൽ അതു ഏതു ഭാഷയിലാണോ സ്വാധീനമാവുക എന്നും അതിന്റെ പാരമ്പര്യമെന്താണ് എന്നും ആരായുന്നതിൽ തെറ്റൊന്നുമില്ല. അതിലൂടെ അപചയപ്പെട്ടുപോയ കാല്പനികതയെ തിരിച്ചറിയുന്ന വായനക്കാരൻ യഥാർത്ഥ കാല്പനികതയുടെ വേരുകൾ തേടിപ്പോയാലും തെറ്റു പറയാനാവില്ല. അല്ലെങ്കിൽ ബോധപൂർവ്വം അതിന്റെ പഴമയെ തിരസ്ക്കരിച്ചുവെന്നുവരാം. കഴിഞ്ഞ അധ്യായത്തിൽ റൊമാന്റിസിസത്തെ പിടികൂടിയ ഏകാന്തതയുടെ ലക്ഷണങ്ങൾ പരാമർശിക്കപ്പെടുകയുണ്ടായല്ലോ.

ഇംഗ്ലീഷ് കാല്പനികത മലയാള കവിതയിൽ അമിതമായി സ്വാധീനം ചെലുത്തിയതിന്റെ ചരിത്രം കുമാരനാശാൻ മുതൽക്ക് ഇങ്ങോട്ട് രേഖപ്പെടുത്തിയതാണ്. എന്നാലതിനുമുമ്പ് മലയാള കവിതയിൽ റൊമാന്റിസിസമുണ്ടായിരുന്നില്ലേ? ആ വിധം ഒരു അന്വേഷണം നടന്നതിന്റെ രേഖകളൊന്നുമില്ല. മലയാളവിമർശകർ കവിതയുടെ സംസ്കൃത പാരമ്പര്യത്തിലും കാളിദാസ സ്വാധീനത്തിലും കിടന്ന് ഞെരുങ്ങുകയായിരുന്നു. അല്ലെങ്കിൽ അത്തരം ഗവേഷണങ്ങളിലായിരുന്നു നമ്മുടെ പാരമ്പര്യവിമർശകർക്കു താത്പര്യം.

സംസ്കൃതത്തിന്റേയും തമിഴിന്റേയും പാരമ്പര്യത്തിനുശേഷം പിറന്ന മലയാളകവിതയെ ക്ലാസിക് കാലഘട്ടത്തിന്റെ കവിതയെന്നാണ്

വിശേഷിപ്പിച്ചുപോരുന്നത്. ക്ലാസിക് പാഠങ്ങൾ ഭക്തിയും ധാർമ്മികതയുമായിരുന്നു. എന്നാൽ കവിയുടെ ഭാവനകളെ പൂർവ്വകാല കവിതാഭാവനകളുമായി താരതമ്യം ചെയ്ത് പുതിയ തലങ്ങളിലെത്താൻ അക്കാലത്തെ സാമുദായിക താത്പര്യങ്ങൾ അനുവദിച്ചിരുന്നില്ല. ഇവിടെ ഞാനുദ്ദേശിക്കുന്നത്, ചങ്ങമ്പുഴയിലൊടുങ്ങുന്നതോ രണ്ടാം കവിത്രയത്തിൽ നിന്നാരംഭിച്ചതോ ആയ റൊമാന്റിസിസത്തെ മലയാളകാവ്യപാരമ്പര്യവുമായി ഒന്നു താരതമ്യം ചെയ്തുനോക്കാനാണ്. അത് ചങ്ങമ്പുഴയിൽ അപചയപ്പെട്ട കാല്പനികതയുടെ വേരുകൾ എവിടെനിന്നാണ് ആരംഭിച്ചതെന്ന് കണ്ടെത്താൻ സഹായകമാവുമെന്ന് വിചാരിക്കുന്നു.

മലയാള കാവ്യപാരമ്പര്യത്തെക്കുറിച്ച് ചർച്ച ചെയ്യുമ്പോഴെല്ലാം സംസ്കൃത-തമിഴ് പാരമ്പര്യങ്ങളാണ് പരാമർശിക്കപ്പെടാറുള്ളത്. ഈ പാരമ്പര്യങ്ങളെ മുൻനിർത്തി ഒന്നിലധികം തിയറികളുണ്ട്. സംസ്കൃതത്തിന്റെ സ്വാധീനതാംശങ്ങൾ കവിതയെ വികസിപ്പിച്ചതായി ചില പണ്ഡിതന്മാർ വാദിക്കുമ്പോൾ, മറ്റുചിലർ തമിഴ് പാരമ്പര്യമായിരിക്കും ചൂണ്ടിക്കാണിക്കുക. അതെന്തായാലും മലയാള കാവ്യപാരമ്പര്യത്തിലേക്ക് പ്രവേശിക്കാനുള്ള അനുമതി വായനക്കാർക്ക് ലഭിക്കുമ്പോൾ, അവർ എവിടെ നിന്നു തുടങ്ങുമെന്നത് പ്രധാനപ്പെട്ട വിഷയമായി മാറുന്നു. അധികം പേരും ആരംഭിക്കുക എഴുത്തച്ഛനിൽനിന്നായിരിക്കും. ഒരു വായനക്കാരൻ അയാളുടെ വായന ആരംഭിക്കുന്നതിലും അതിന് അതിരു കണ്ടെത്തുന്നതിനും തമ്മിൽ ചില സൗന്ദര്യശാസ്ത്രപരമായ അടുപ്പങ്ങളുണ്ട്. രാമചരിതവും അതിനെത്തുടർന്നുള്ള സാഹിത്യകൃതികളും വായിച്ചുശീലിച്ച ഒരു വായനക്കാരന് മലയാള പാരമ്പര്യത്തെ സംസ്കൃതപാരമ്പര്യവുമായി തട്ടിച്ചുനോക്കാതെ വിശകലനം ചെയ്യാനാവില്ല. അയാളുടെ സംവേദനമനസ്സിൽ സംസ്കൃതത്തിന്റെ ഒരു ഭാരം ഉണ്ട്. അത് കുടഞ്ഞുകളയുക എളുപ്പമല്ല. അതുകൊണ്ടയാൾ മലയാള പാരമ്പര്യം എഴുത്തച്ഛനിൽനിന്നു തുടങ്ങുന്നതായി വിശ്വസിച്ചുപോകുന്നു.

മലയാളകാവ്യപാരമ്പര്യം എവിടെ നിന്നുതുടങ്ങുന്നു? സംസ്കൃതത്തിന്റേയും തമിഴിന്റേയും പാരമ്പര്യങ്ങൾ മുമ്പുണ്ടായിരുന്നെങ്കിൽ, അവ നിലയ്ക്കാതെ പുതിയതൊന്നു തുടങ്ങുക പ്രയാസമാണ്. ചങ്ങമ്പുഴപാരമ്പര്യമെന്ന് നാം പ്രയോഗിക്കുന്നുണ്ടെങ്കിൽ ആ കവിതയുടെ പിറവിയോടെ അതുവരെയുണ്ടായിരുന്ന ഒരു കവിത ഇല്ലാതാകണമല്ലോ. അല്ലെങ്കിൽ അതുവരെ ഉള്ളതിൽനിന്നെല്ലാം വേറിട്ടുനിൽക്കുന്ന മറ്റൊരു പാരമ്പര്യമുണ്ടായേ മതിയാകൂ. അതായത് ഒരു കാവ്യപരിണാമത്തെ വിശകലനം ചെയ്യുമ്പോൾ ഒരു കവിതയുടെ/ ഒരു പ്രസ്ഥാനത്തിന്റെ സമാരംഭം ഒരു പ്രധാന വിഷയമായി പരിഗണിക്കേണ്ടതുണ്ടെന്നാണ് വരുന്നത്. ഒരു വസ്തുവിന്റെ ഉത്ഭവവുമായി

ഈ തുടക്കത്തെ താരതമ്യം ചെയ്യേണ്ടതില്ല. അതേ സമയം ഓരോ തുടക്കവും സർഗ്ഗാത്മകവും ചലനാത്മകവുമായ അനുഭവത്തെയാവും സജ്ജമാക്കുക. അത് ഒരാഗ്രഹത്തെ നിർദ്ദേശിക്കുന്നതോടൊപ്പം കാലത്തേയും സ്ഥലത്തേയും പ്രവർത്തനത്തേയും പ്രതിനിധാനം ചെയ്യുന്നതായി അനുഭവപ്പെടുത്തുകയും ചെയ്യും. അത് അർത്ഥത്തിലേക്കുള്ള പ്രാഥമികമായ പ്രവേശമാണ്. എഡ്വേഡ് സൈയ്ദ് രണ്ടു തരം തുടക്കത്തെക്കുറിച്ച് പറയുന്നത് ഓർത്തുപോകുന്നു. ആദ്യത്തേത് കാലസംബന്ധവും പരിവർത്തനാത്മകവുമാണ്. ആദികവിത്രയത്തിന്റെ കവിതാ സമ്പ്രദായങ്ങൾ പരിശോധിക്കുമ്പോൾ ഈ പ്രത്യേകതകൾ മനസ്സിലാക്കാൻ കഴിയും. എഴുത്തച്ഛൻ മുതൽക്കിങ്ങോട്ടുള്ള പാരമ്പര്യം തൊട്ടുമുമ്പത്തെ കാവ്യപാരമ്പര്യവുമായുള്ള ഒരു വിച്ഛേദമാണ്. സങ്കല്പനങ്ങളുമായി ബന്ധപ്പെട്ടുവരുന്ന പരിണാമം മനുഷ്യമനസ്സിന്റെ ഉൽപന്നമാണ്. ഈ പ്രവണത വിപുലമായി പ്രകടിപ്പിക്കുന്ന കവിതയാണ് ചങ്ങമ്പുഴയുടേത്. എഴുത്തച്ഛൻ മുതൽ ആശാൻ വരെയുള്ള മലയാള കവിത അടയാളപ്പെടുത്തിയ ഭാവബോധത്തിൽ നിന്നുള്ള വിച്ഛേദമായി ചങ്ങമ്പുഴക്കവിതയെ വിശകലനം ചെയ്യാമെങ്കിൽ, കാവ്യപരിണാമത്തിൽ മൂല്യബോധത്തിന്റെ അടിസ്ഥാനമെന്ത് എന്ന ചോദ്യം സ്വാഭാവികമായും വരാം.

സമൂഹത്തിന്റെ രൂപഘടനയിലുണ്ടാകുന്ന വ്യതിയാനങ്ങൾ കാവ്യങ്ങളുടെ ആഖ്യാനഘടനകളെ നിയന്ത്രിക്കുമെന്ന് തീർച്ച. അത് നൈതികമായും സൗന്ദര്യപരമായും ഒരു വിച്ഛേദം ആവശ്യപ്പെടുന്നുണ്ട്. ഈ വിച്ഛേദമാകട്ടെ ഒരേ സമയം ഒരു പാരമ്പര്യത്തെ നിഷ്പ്രഭമാക്കുകയും ആ പാരമ്പര്യവുമായി സംവദിക്കാൻ പുതു പാരമ്പര്യത്തെ പ്രേരിപ്പിക്കുകയും ചെയ്യും. അതിനാൽ വിച്ഛേദം സാഹിത്യകലയിലെ ഒരു വിചാരലോകത്തെ പ്രതിനിധാനം ചെയ്യുന്ന പദമായി മാറുന്നു. ആസ്വാദനതലത്തിൽ സൗന്ദര്യശാസ്ത്രപരമായ മൂല്യബോധത്തെ അതുന്നയിക്കുന്നു. ആ അർത്ഥത്തിൽ ചങ്ങമ്പുഴക്കവിത ഏതു പാരമ്പര്യത്തിൽനിന്നുള്ള വിച്ഛേദമാണ്? അതിന്റെ വിശദാംശങ്ങളിലേക്ക് പ്രവേശിക്കുന്നതിനുമുമ്പേ, തൊട്ടുമുമ്പുള്ള പാരമ്പര്യത്തിന്റെ ഘടനാത്മകവും ആശയപരവുമായ ശ്രുതികൾ പരിശോധിക്കുന്നത് ഉചിതമാണ്.

പഴമയിൽ നിന്ന് പാഠരൂപീകരണം

പഴമയെന്നത് കേൾവിയുടേയും അനവധി പാഠരൂപീകരണങ്ങൾ കൊണ്ട് ചിതറിയ അനുഭവങ്ങളുടേയും രൂപമാണിന്ന്. അതുകൊണ്ട് സാർത്ഥകമായ ചോദ്യങ്ങൾ ഉന്നയിക്കാൻ വായനക്കാർ പൊതുവേ മടിക്കാണിക്കുന്നു. അതേ സമയം ഉത്തരാധുനിക കാലത്തെ വായന

സന്ദേഹങ്ങളോടെയല്ലാതെ സംഭവിക്കുന്നുമില്ല. ആദി കവിത്രയത്തെ വായിക്കുന്ന മികച്ച ഒരു വായനക്കാരൻ കാവ്യചരിത്രത്തിനുമുന്നിൽ സംശയങ്ങളോടെ നിന്നുപോകുന്നത് അതിനാലാണ്. ക്ലാസിക് പാരമ്പര്യത്തെ മലയാളപാരമ്പര്യത്തിന് വിരുദ്ധമായൊന്നായി അങ്ങനെ വിലയിരുത്തപ്പെട്ടു. നമ്മുടെ പാരമ്പര്യത്തിൽ ഊറിക്കിടക്കുന്ന മട്ട് തമിഴിന്റേയും സംസ്കൃതത്തിന്റേയുമാണല്ലോ. അതോടൊപ്പം അഭിമാനിക്കാവുന്ന മറ്റെന്തെങ്കിലുമുണ്ടോ എന്ന് അന്വേഷിക്കുന്നുമില്ല. അതാകട്ടെ കവികളുടെ വായനയിൽ സംഭവിക്കുന്ന ഒരു വൈകല്യമാണ്. മലയാള കാവ്യപാരമ്പര്യത്തിന്റെ അഭിമാനമായി പോയ കാലത്തെ പ്രതിഭാധനന്മാർ കണ്ടതെന്തോ, അത് പുതിയ വായനയിൽ അകന്നുപോകുന്നു. ഭാഷാചരിത്രകാരന്മാരും പ്രസ്ഥാന വിശകലനപണ്ഡിതന്മാരും അവരവരുടെ കാലത്തെ കൃതികൾ വായിച്ചത് പഴയ പ്രഭാവത്തിലൂന്നിയായിരുന്നു. അതിനാലാകണം ഡോ. കെ.എൻ. എഴുത്തച്ഛൻ സംശയിച്ചത്; കൃഷ്ണഗാഥയിൽ പഴയ ചമ്പുക്കളും രാമകഥയും ജീവിക്കുന്നുണ്ട് എന്ന്. മലയാളത്തിന്റേതല്ലാത്ത ഒരു സാംസ്കാരിക പ്രഭാവത്തിന്റെ പശ്ചാത്തലത്തിൽ, മലയാള കാവ്യഭാവുകത്വത്തെ പരിശോധിക്കാൻ തുനിഞ്ഞതിന്റെ ദുരന്തം ഇന്നും നമ്മുടെ വിമർശനകലയിൽനിന്നു വിട്ടുപോയിട്ടില്ല.

എഴുത്തച്ഛനെ വിട്ട് കുഞ്ചൻനമ്പ്യാരിൽ നിന്ന് വായന തുടങ്ങാൻ നമുക്ക് ഭയമാണ്. വായനയിലെ ഈ ബ്രാഹ്മണ്യത്തെ ഒന്നു കുടഞ്ഞുകളഞ്ഞ് ആദികവിത്രയത്തെ വായിക്കാൻ തുടങ്ങിയാലോ? ആകെ മാറിപ്പോകുന്ന അനുഭവമാകും നമുക്കുണ്ടാവുക.

പ്രാചീന കവികൾ പ്രമേയവത്കരിച്ചത് ഭാഗവതത്തിലേയും മഹാഭാരതത്തിലേയും പുരാണങ്ങളിലേയും കഥകളാണ്. ആദി കവിത്രയം പ്രമേയങ്ങളായി സ്വീകരിച്ചതും അതൊക്കെത്തന്നെ. മതത്തിന്റേയും ധർമ്മശാസ്ത്രത്തിന്റേയും അംശങ്ങൾ ഇവരുടെയെല്ലാം കവിതകളിലുണ്ട്. മതത്തിന്റേയും ധർമ്മശാസ്ത്രത്തിന്റേയും കവിതയെന്ന് എഴുത്തച്ഛൻ കവിതയെ വിശേഷിപ്പിച്ച നിരൂപകൻ കവിതയിലെ മതശാഖയായി എഴുത്തച്ഛൻ കവിതയെ വിലയിരുത്തിയില്ല. ചെറുശ്ശേരിക്കവിതയിലും മതാത്മകതയുണ്ട്. എഴുത്തച്ഛനിൽ നിന്ന് വിഭിന്നമായി സംസ്കൃതവാക്കുകൾ അധികം ഉപയോഗിക്കാതെ ഭാഷ കൈകാര്യം ചെയ്തതിലാണ് ചെറുശ്ശേരിയുടെ പ്രാധാന്യം. ചുരുക്കത്തിൽ സംസ്കൃതകാവ്യങ്ങളെ താരതമ്യം ചെയ്യുമ്പോൾ ലഭിക്കുന്ന അനേകം ഘടകങ്ങൾ എഴുത്തച്ഛന്റേയും ചെറുശ്ശേരിയുടേയും കവിതകളിലുണ്ട്. അങ്ങനെയാണെങ്കിൽ സംസ്കൃതപാരമ്പര്യത്തിൽനിന്നുള്ള വിച്ഛേദമായി ഇവരുടെ കവിതയെ നാം എങ്ങനെ വിലയിരുത്തും? തങ്ങളുടെ പൂർവ്വകാലത്തിൽനിന്ന് സ്വതന്ത്രമാകാൻ

നടത്തിയ പരിശ്രമങ്ങൾ നിഷ്പ്രഭമാകുന്ന മട്ടിലായോ പൂർവ്വഭാരങ്ങൾ? തമിഴ് പാരമ്പര്യത്തിൽനിന്ന് സ്വതന്ത്രമാകാൻ കൃഷ്ണഗാഥാകർത്താവിന് കുറച്ചൊക്കെ കഴിഞ്ഞിട്ടുണ്ട്. മനുഷ്യ ജീവിത വൈവിധ്യം കൊണ്ട് സമൃദ്ധമായ ചെറുശ്ശേരിക്കവിത ക്ലാസിക് പാരമ്പര്യത്തിന്റെ തുടർച്ചയായി അനുഭവപ്പെടുകയും ചെയ്യുന്നു. എഴുത്തച്ഛൻ ഭാഷയുടെ സംസ്കരണത്തിലൂന്നിയ കവിയാണ്. പഴമയിൽ നിന്ന് പൂർണ്ണമായും വിമോചിതമായതുമില്ല. 'ഭക്തി' കൈകാര്യം ചെയ്ത രീതി പരിശോധിച്ചാൽ എഴുത്തച്ഛന്റേയും ചെറുശ്ശേരിയുടേയും കവിതകളുടെ സംവാദഘടനയ്ക്കകത്ത് ഭക്തി എങ്ങനെ പെരുമാറുന്നുവെന്ന് തിരിച്ചറിയുവാൻ കഴിയും.

മതാനുഭൂതിയെ സവിശേഷമായ ഒരു രസാനുഭൂതിയാക്കി കവിതയിൽ സന്നിവേശിപ്പിക്കാൻ കഴിഞ്ഞതിനാൽ, ഈ കവികളെ സംസ്കാരത്തിന്റെ പാരമ്പര്യപ്രതിനിധാനങ്ങളായി വിലയിരുത്താൻ സാധ്യമായി. ആ പാഠങ്ങൾ അക്കാലത്തെ സമൂഹത്തിന്റെ മാനസിക പരിവർത്തനങ്ങൾക്ക് ഉത്തേജകവുമായി. ഒരു സമുദായം ധാർമ്മികമായും ആത്മീയമായും നേരിട്ട വ്യസനങ്ങളെ പരിവർത്തനം ചെയ്യാൻ ആ കവിതയ്ക്കു കഴിഞ്ഞു. പുതിയ ഒരു ധർമ്മനീതി ഭാവന ചെയ്യാൻ പ്രേരിപ്പിച്ചു. ധർമ്മചിന്തയിലേക്ക് തന്റെ സമൂഹത്തെ കയറ്റിക്കൊണ്ടുവരാൻ കവിതയെ പ്രയോജനവത്കരിച്ചതിനാലാണ് എഴുത്തച്ഛൻ വിജയിച്ചത്. അതൊരു നേട്ടമായി വിലയിരുത്താമെങ്കിൽ ക്ലാസിക് പാരമ്പര്യത്തിനകത്ത് ഒരു റൊമാന്റിക് പാരമ്പര്യത്തെ ഭാവന ചെയ്യാൻ എഴുത്തച്ഛനു കഴിഞ്ഞിരിക്കണം. കവിതയുടെ രൂപമാത്രത്വത്തിൽ ശ്രദ്ധിച്ച ആളുകൾ ആ വിധം ഒരു വിലയിരുത്തലിന് തുനിയുകയുണ്ടായില്ല എന്നു വേണം കരുതാൻ. ചെറുശ്ശേരിയും എഴുത്തച്ഛനും ആഖ്യാനത്തിൽ പ്രകടിപ്പിച്ച ശാന്തതയാണ് വായനയെ പ്രചോദിപ്പിച്ച പ്രധാന ഘടകം.

പ്രതിപാദനത്തിന്റെ ഈ ശാന്തതയിൽനിന്ന് പ്രതിപാദനത്തിന്റെ ചടുലതയിലേക്കുള്ള ഉയർച്ച നമ്പ്യാർക്കവിതയിൽ നാം കാണുന്നു. ക്ലാസിസിസത്തിന്റെ ശാന്തഭാവത്തെ നിശ്ചലമാക്കിക്കൊണ്ടുള്ള ഈ കുതിപ്പിലാണ് ശരിയായ മലയാളകാവ്യപാരമ്പര്യം തുടങ്ങുന്നതെന്ന് ഞാൻ വിചാരിക്കുന്നു. രൂപതാത്പര്യം പ്രതിരോധതാത്പര്യത്തിലേക്ക് കടന്നുകയറുന്നത് മലയാളത്തിന്റെ ക്ലാസിക് പാരമ്പര്യത്തിനകത്ത് തന്നെ സംഭവിക്കുന്ന കലാപമാണ്. ആ കലാപത്തിന്റെ ശ്രേഷ്ഠമായ അനുരണനങ്ങൾ നമ്പ്യാർക്കവിതയ്ക്കകത്തുണ്ട്. ഇവിടെ കവിത ഫ്യൂഡൽപ്രഭുത്വത്തേയും നാടുവാഴി അധികാരത്തേയും പ്രതിരോധിക്കാനുള്ള ആയുധമായി പരിണമിക്കുന്നു. കാവ്യഭാഷയ്ക്ക് വേഗതയും പരുഷതയും കൈവരുന്നു. ഹൈന്ദവതയേയും ബ്രാഹ്മണ്യത്തോടുള്ള മാരകമായ അടുപ്പത്തേയും കവിത ചോദ്യചെയ്തു

തുടങ്ങുമെന്നായി. ഭക്തിയെ ഹൈന്ദവവൽക്കരിക്കുന്നതിനു പകരം നമ്പ്യാർ ജനകീയവൽക്കരിച്ചു. ചരിത്രത്തിൽ നിന്ന് പുതിയ പാഠങ്ങൾ നിർമ്മിച്ചെടുക്കാനും രൂപസൗന്ദര്യത്തിനു പകരം ആശയസൗന്ദര്യത്തെ ആദർശവൽക്കരിക്കാനും തയ്യാറായ നമ്പ്യാർ ആഖ്യാനശൈലിയെ കേൾവിയുടെ ശൈലിയിലേക്ക് പരിവർത്തനം ചെയ്തുകൊണ്ട് കവിതയെ സമൂഹത്തിന്റെ പാഠമാക്കി. ഇതിൽ ഒരു കാല്പനികാംശമുണ്ട്. ദേശത്തോടും സമൂഹത്തോടുമുള്ള സ്നേഹവായ്പിൽ നിന്ന് ആകൃതിപ്പെട്ടുവരുന്നതാണ് ഈ റൊമാന്റിസിസം. വാസ്തവത്തിൽ മലയാള കവിത സംസ്കൃത പാരമ്പര്യത്തിൽ നിന്ന് വിച്ഛേദിച്ചപ്പോൾ സംഭവിച്ച അർത്ഥസാക്ഷാത്കാരം ഇതാണ്. രാമചരിതത്തിൽനിന്ന് തുള്ളൽക്കവിതയിലേക്കുള്ള ദൂരം വലുതാണെന്ന് ഈ കണ്ടെത്തൽ നമ്മെ ബോധ്യപ്പെടുത്തുന്നു. രൂപപരതയോടുള്ള എതിർപ്പ് നമ്പ്യാരിൽ നിന്നുതന്നെ ആരംഭിച്ചിരുന്നു. 'അന്യൂനാതിരിക്തമായ് വിലസണം ശബ്ദങ്ങൾ, അർത്ഥങ്ങൾ' എന്ന പിൽക്കാല വിശ്വാസത്തിന്റെ രേഖാംശം ഇവിടെയാണുള്ളത്. ആ അർത്ഥത്തിൽ മലയാള കാവ്യപാരമ്പര്യം തുടങ്ങുന്നത്, സൂക്ഷ്മമായി പറഞ്ഞാൽ, നമ്പ്യാർ കവിതയിൽ നിന്നാണ് എന്നു വിശ്വസിക്കരുതോ.

ഇനി അളക്കേണ്ടത് നമ്പ്യാരിൽ നിന്ന് കുമാരനാശാനിലേക്കുള്ള ദൂരമാണ്. ഈ ഒരു വിശകലനശൈലി നഷ്ടപ്പെടുത്തിയതുകൊണ്ടാണ് മലയാളത്തിന്റെ വിമർശകർക്ക് ക്ലാസിക് പാരമ്പര്യത്തിനകത്ത് ഒളിഞ്ഞിരിക്കുന്ന റൊമാന്റിക് മനോഭാവത്തെ സമഗ്രമായി കാണാൻ കഴിയാതെ പോയത്. ഇംഗ്ലീഷ് കാല്പനികതയുടെ സ്വാധീനം ആശാന്റെ കവിതയിൽ നിന്ന് തുടങ്ങുന്നുവെന്ന് പറയാറുണ്ട്. രൂപപരതയുടെ മുരടിപ്പിൽനിന്ന് കാല്പനിക ഭാവനയിലേക്കുള്ള കുതിപ്പായി ആശാൻകവിതയെ എ.ആർ. രാജരാജവർമ്മ വിലയിരുത്തിയിട്ടുണ്ട്. ആ സമരമാണ് പ്രാസവിരുദ്ധസമരമായി മാറിയതത്രെ. അത് ചരിത്രപരമായ ഒരു സത്യമായിരിക്കാം. എന്നാൽ ആശാന്റെ കാല്പനികതയിൽ കലർന്നിരിക്കുന്ന തത്ത്വചിന്താംശം പാരമ്പര്യ കാല്പനികതയിൽ നിന്നും തിളച്ചെത്തിയതാണ്. അതിൽ ഭാവനയുടെ ഒരു സമരരീതിയുണ്ട്. കാലപരമായ വ്യതിയാനങ്ങൾ വ്യത്യസ്ത കാലഘട്ടങ്ങളിൽ കവിതയിലൂടെ അനുഭവപ്പെടുത്താൻ കഴിഞ്ഞ കവികളാണ് നമ്പ്യാരും ആശാനും. നാടുവാഴി-നായർ പ്രഭുത്വവും ഫ്യൂഡൽ സമുദായ ഘടനയും നിർണ്ണയിച്ച സാമൂഹ്യ ആധിപത്യത്തിന്റേതാണ് നമ്പ്യാരുടെ ആഖ്യാനകാലം. ആശാന്റെ ആഖ്യാനകാലമാകട്ടെ കൊളോണിയൽ വിരുദ്ധസമരത്തിന്റേതുമാണ്. ആശാന്റെ കവിതയിൽനിന്ന് കേൾക്കുന്ന സുധീരസ്വരം അന്യൂനമായ കാല്പനികതയുടേതാണ്. ദേശാനുഭവങ്ങളും അതാവശ്യപ്പെടുന്ന പ്രതിരോധമനസ്സുമാണ് അതിന്നാധാരം. ഈ മലയാള കാല്പനികതയെ

ഇംഗ്ലീഷ് കാല്പനികത ഭംഗിയായി മറച്ചുകളഞ്ഞിരുന്നുവെന്ന് കാല്പനിക പരിണാമങ്ങളുടെ പിൽക്കാലപാഠങ്ങൾ നമ്മെ ഓർമ്മ പ്പെടുത്തുന്നുണ്ട്.

ആശാന്റെ തത്ത്വചിന്ത റൊമാന്റിക് ഉള്ളടക്കമുള്ളതാണ്. ദേശീയ മായി പ്രവർത്തിച്ച ഭാവനയുടെ ഫലമാണ് ആ കവിതയിലെ ധർമ്മ ബോധം. അതുകൊണ്ട് ആശാന്റെ കാല്പനികത ഇടയ്ക്കുവെച്ച് ജീർണ്ണമായില്ല. സംഗീതാത്മകത്വം അതിൽ കയറിക്കൂടിയില്ല. ആഖ്യാനം വാചാലമായതുമില്ല. മനുഷ്യഭാവനയും മനുഷ്യപ്രയത്നവും കൂടി ച്ചേരുമ്പോൾ ഉണ്ടാകുന്ന കാല്പനികതയിൽ സാഹസികതയുടെ ഒരംശമുണ്ട്. ഇന്ത്യയിലെ സാംസ്കാരിക പശ്ചാത്തലവും പ്രതിരോധ പാരമ്പര്യവും ആ കാല്പനികതയ്ക്ക് മാറ്റുകൂട്ടുകയും ചെയ്തു. അതെന്തായാലും ചങ്ങമ്പുഴയിലെ റൊമാന്റിസിസത്തിന് ഇങ്ങനെ യൊരു പശ്ചാത്തലമില്ല. ഭാവനയിലദ്ദേഹം അതിസ്വാതന്ത്ര്യം കാണി ക്കുന്നു. അതേസമയം വികാരപരതയും അതിഭാവുകത്വവും മധുര ശബ്ദങ്ങളുംകൊണ്ട് ഭാഷയെ മായികമാക്കാൻ ശ്രമിക്കുന്നു. ആ നിലയ്ക്ക് ചങ്ങമ്പുഴയുടെ കവിതയിലെ കാല്പനികതയെ ആശാ നിലെത്തി നിൽക്കുന്ന കാല്പനികതയിൽ നിന്നുള്ള വിച്ഛേദമായി കാണാമോ? ഇല്ല. മലയാളത്തിന്റേതായ ഒരു റൊമാന്റിസിസമുണ്ട് എന്നും അതിന് ഒരു പ്രത്യയശാസ്ത്രപരിസരമുണ്ട് എന്നും ബോധ്യ പ്പെടുത്തിയ തന്റെ പാരമ്പര്യ കവിതയുമായി ചങ്ങമ്പുഴ സംവദിക്കു ന്നേയില്ല. പിന്നെ ആ കവിത സംവദിക്കുന്നത് ആരോടാണ്? ആരു മായിട്ടാണ്?

കാല്പനികത കമ്മ്യൂണിസ്റ്റ് വൈകാരികതയിലേക്ക്

വിഭാവനങ്ങളുടെ ചരിത്രമാണ് കാവ്യപ്രവണതകളുടേയും ചരിത്രം. ആ അർത്ഥത്തിൽ ആഖ്യാനങ്ങളെ വിഭാവനങ്ങളുടെ ചരിത്രനിർമ്മാ ണങ്ങളായി നമുക്ക് വ്യാഖ്യാനിക്കാം. ആഖ്യാനം രാഷ്ട്രീയവത്ക്ക രിക്കുന്നതും ആ ചരിത്രനിർമ്മാണത്തിന്റെ ഭാഗമായിട്ടാണ്. ഇത്തരം സന്ദർഭങ്ങളിൽ എഴുത്തുകാരൻ മാറുന്നതുപോലെ അനുവാചകനും മാറുന്നു. നിലവിലുള്ള അനുവാചകനുപകരം വ്യത്യസ്തനായ അനു വാചകൻ രൂപപ്പെടുന്നു. ആശാൻ സൃഷ്ടിക്കാതിരുന്ന അനുവാച കനെയാണ് ചങ്ങമ്പുഴ സൃഷ്ടിച്ചത്. ഒരുപക്ഷേ രചനയുടെ ആരംഭ ത്തിൽ ചങ്ങമ്പുഴ നിർദ്ദേശിക്കുകയോ സൃഷ്ടിക്കുകയോ ചെയ്ത അനുവാചകനായിരുന്നില്ല, റൊമാന്റിസിസം അപചയപ്പെട്ട കാലത്ത് അദ്ദേഹം നിർദ്ദേശിച്ച അനുവാചകൻ. അഖ്യാനത്തിലും ഒരു അനു മതിയുണ്ട് എന്നു പ്രഖ്യാപിക്കുകയായിരുന്നു. ആ പ്രഖ്യാപനത്തി ലൂടെ സഹൃദയസങ്കല്പത്തെത്തന്നെ അദ്ദേഹം മാറ്റിമറിച്ചു. അതായത്

ഒരു കാവ്യഭാവുകത്വമായി രൂപപ്പെട്ട കാല്പനികത പൂർണ്ണമായും തന്റെ കവിതയിൽ പരാജയപ്പെടുകയാണെന്ന് സ്വയം പ്രഖ്യാപിച്ചു കൊണ്ടാണ് ചങ്ങമ്പുഴ ഒരു പുതിയ വിച്ഛേദം തന്റെ ആഖ്യാനത്തിൽ പ്രകടിപ്പിച്ചത്.

മലയാള റൊമാന്റിസിസത്തിൽനിന്നാണ് ആ കവിത വിച്ഛേദിക്കപ്പെട്ടത്. ആ വിച്ഛേദത്തിന് അസാധാരണമായ ഒരു ചരിത്രസാധ്യതയാവാൻ കഴിഞ്ഞുവെന്നതാണ് സാഹിത്യചരിത്രം രേഖപ്പെടുത്താതെ പോയ വസ്തുത. റൊമാന്റിസിസം ആധുനികതയ്ക്ക് വഴിമാറിക്കൊടുത്തുവെന്നും കാല്പനികത ചുവന്നുതുടങ്ങിയെന്നുമുള്ള വാദങ്ങൾ ധാരാളം ഉണ്ടായി. സാഹിത്യത്തിലെ പുരോഗതിചിന്ത കാല്പനികതയുടെ നീട്ടലാണെന്നും വിലയിരുത്തപ്പെട്ടു. കാല്പനികത ഒരു രാഷ്ട്രീയപാഠം രൂപപ്പെടുത്തുന്നതിന്റെ മനോഭാവമാണ് നാം തിരിച്ചറിയുന്നത്. എന്താണ് ആ രാഷ്ട്രീയപാഠം? തീവ്രത കുറഞ്ഞ് വികാരപരത വർദ്ധിച്ച് ശിഥിലമായ ഭാഷാശൈലി സ്വായത്തമാക്കി സംഗീതാംശം നിലനിർത്തി റൊമാന്റിസിസം ജീർണ്ണമായതിന്റെ തെളിവെടുപ്പ് അനുവാചകനെ അത്ഭുതപ്പെടുത്തുന്നതായിരുന്നു. റൊമാന്റിസിസത്തിന് ശേഷമുള്ള കാവ്യപരിണാമങ്ങളെല്ലാം ഈ സന്ധിയുടെ അമ്പരപ്പിക്കുന്ന സൃഷ്ടിയാണ്. അതാണ് രാഷ്ട്രീയപാഠം. അത് ആഖ്യാനപരമാണ്. ചങ്ങമ്പുഴക്കവിതയിലെ കാല്പനികതയേയും മറ്റു കാവ്യപരിണാമങ്ങളേയും ചേർത്തുവെച്ച് വായിക്കുമ്പോൾ നമുക്കത് ബോദ്ധ്യപ്പെടുകയും ചെയ്യും.

രമണന്റെ കോപ്പികൾ വിറ്റഴിക്കുന്നതുകണ്ട് അത്ഭുതം കൂറിയ വിമർശകർ ഈ അത്ഭുതത്തെ കണ്ടില്ല. മലയാള ഭാവുകത്വത്തെ ചീത്തയാക്കിയെന്ന് വ്യവഹരിക്കപ്പെട്ട ഒരു കാവ്യസമ്പ്രദായം, പിൽക്കാലത്തുണ്ടായ എല്ലാ സാഹിത്യ സമ്പ്രദായങ്ങളുടേയും പിറവിയുടെ ഹേതുവാകുകയോ? ഏതു സാഹിത്യചരിത്രത്തിലാണ് ഇതുപോലൊരു അപൂർവ്വാനുഭവം കണ്ടെത്താൻ കഴിയുക? മലയാളത്തിൽ ആ അത്ഭുതം സംഭവിച്ചിരിക്കുന്നു. ആദർശതലങ്ങളും വിഭിന്നമായ ജ്ഞാനരേഖകളും കൈവിട്ട് തീർത്തും ഉപരിപ്ലവമായിത്തീർന്ന റൊമാന്റിസിസം ആദ്യം രാഷ്ട്രീയകവിതയ്ക്കും പിന്നീട് ആധുനികതയ്ക്കും പ്രചോദകമായി എന്നത് അമൂല്യമായ ഒരു ചരിത്രവസ്തുതയാണ്. ഉത്തരാധുനിക വായന ആവശ്യപ്പെടുന്ന ഒരു പ്രധാന സമീപനം എന്ന നിലയിൽ ഈ അന്വേഷണത്തെ കുറേക്കൂടി മുന്നോട്ടുകൊണ്ടുപോകേണ്ടതുണ്ട്.

കാല്പനികത രൂപപ്പെടുത്തിയ സമ്പ്രദായങ്ങൾ ഏതൊക്കെയാണെന്ന് ആദ്യം പരിശോധിക്കാം. ഈ അന്വേഷണം പുരോഗാമിയാക്കാൻ പോസ്റ്റ്-ഇടപ്പള്ളി പ്രസ്ഥാനം എന്ന ഉപദർശനം കൂടുതൽ

സഹായകമായേക്കും. ചങ്ങമ്പുഴ കൃഷ്ണപിള്ളയും ഇടപ്പള്ളി രാഘവൻപിള്ളയും കൂടിച്ചേർന്നപ്പോൾ ആകൃതികൊണ്ട ഒരു കാവ്യസമ്പ്രദായമാണ് ഇടപ്പള്ളി കാല്പനികത. ഒരു അഭിരുചിയുടെ പ്രശ്നം ഈ കാല്പനികത ഉന്നയിക്കുന്നുണ്ട്. ചരിത്രപരമായി അനുവാചകരെ സ്വാധീനിച്ചുകൊണ്ടിരുന്ന ഒരു മനോഭാവത്തിൽ രുചിഭേദം വരുത്തിക്കൊണ്ടാണ് ഇടപ്പള്ളികാല്പനികത വികസിച്ചുവരുന്നത്. ഇവിടെ ആഖ്യാനം പ്രഭാഷണപരമാവുകയും വിഷാദം പ്രമേയമാവുകയും വികാരങ്ങൾക്ക് ലോലപ്രകൃതി ലഭിക്കുകയും ചെയ്തതിന്റെ ഫലമായി കവിത ജനങ്ങളിലേക്ക് പ്രവേശിക്കുന്നു എന്ന തോന്നലുണ്ടായി. എന്നാലത് കാല്പനികതയുടെ ശരിയായ സംസ്കാരമായിരുന്നില്ല. ഒരു വലിയ വിഭാഗം ആസ്വാദകർ ആ അഭിരുചിയുമായി വിയോജിക്കാൻ തുടങ്ങി. അവരുടെ ശീലങ്ങൾ കാല്പനികതയുടെ ജ്ഞാനമേഖലകളിലൂന്നിയതും തീവ്രമായ ഭാവസങ്കീർണ്ണതകളുമായി ഏറ്റുമുട്ടി ആകൃതിപ്പെട്ടവയുമായിരുന്നു. ആ സംസ്കൃത പക്ഷത്തെ ഇടപ്പള്ളി കാല്പനികത ഉൾക്കൊള്ളാൻ വിസമ്മതിച്ചതിന്റെ ചരിത്രമാണ് നമ്മുടെ മുന്നിലുള്ളത്. അത് സംവേദനതലത്തിൽ പുതിയ സംഘർഷങ്ങളുമുണ്ടാക്കി.

ആസ്വാദകന്റെ സ്വത്വാന്വേഷണത്തിൽ അത് ദീപ്തമായ ചില മുഖപ്പാടുകൾ കോറിയിട്ടു. എന്നാൽ ഇടപ്പള്ളി ഭാവുകത്വം ആകർഷകമായത്, അത് പ്രക്ഷേപിച്ചിരുന്ന വ്യക്തിവാദപരമായ വൈകാരിക മൂല്യങ്ങളിലൂടെയാണ്. നിർമ്മലമായ ആ വൈകാരികതയോടൊപ്പം ഭാഷയും സാമാന്യജനങ്ങൾക്ക് ആകർഷകമായിത്തീർന്നു. അതുകൊണ്ടുതന്നെ അവർക്ക് അനുകരണങ്ങളും ധാരാളം ഉണ്ടായി. എന്നാൽ ഈ കാല്പനികതയിൽ നിന്ന് പിൻമാറണമെന്ന് ഇടപ്പള്ളി കവികൾക്ക് പിറകെവന്ന കവികളാരും ആത്മാർത്ഥമായി ആഗ്രഹിച്ചില്ല. അവർ ആ തന്ത്രവുമായി ഒട്ടിച്ചേരാനാണ് പരിശ്രമിച്ചത്. അല്ലെങ്കിൽ ഇടപ്പള്ളികാല്പനികത പ്രത്യക്ഷപ്പെടുത്തിയ, ഒന്നുകൂടി തെളിച്ചുപറഞ്ഞാൽ, ചങ്ങമ്പുഴ കവിതയുടെ രൂപത്തിലും ഭാവത്തിലും ചെയ്തുവെച്ച, ശ്ലാഘിക്കപ്പെടാതെ പോയ കാല്പനികാംശത്തെ സ്വീകരിച്ചുകൊണ്ടാണ് ചങ്ങമ്പുഴയ്ക്കുശേഷമുള്ളവർ വിപ്ലവകവികളായതും ആധുനികരായതുമൊക്കെ.

ദുശ്ശാഠ്യങ്ങളോ താത്പര്യങ്ങളോ ഇല്ലാതെ ഗവേഷണബുദ്ധിയോടെ കാവ്യഭാവുകത്വങ്ങളെ വായിക്കുന്ന ഒരു സ്വതന്ത്രനായ വിമർശകൻ അമ്പരപ്പോടെ നേരിടാനിടയുള്ള ഒരു വിമർശനസ്ഥാനമാണിത്. ഒരു സാഹിത്യഭാവുകത്വം അതിന്റെ വികാസത്തിന്റെ ഘട്ടത്തിൽ മറ്റൊരു സാഹിത്യ ഭാവുകത്വത്തെ സ്വീകരിച്ച് ആദരിക്കുകയോ? അത് ചെറിയൊരു കാര്യമല്ല. അസാധാരണവുമാണ്. കാല്പനികതയുടെ ആന്തരികതയിൽ ചങ്ങമ്പുഴതന്നെ കമ്മ്യൂണിസം നിറയ്ക്കുന്നത് നാം

അഭിമുഖീകരിക്കുന്നു. കമ്മ്യൂണിസം സ്വീകരിക്കപ്പെട്ടത് ഒരു മാറ്റത്തിന്റെ തത്ത്വശാസ്ത്രമായിട്ടാണ്. അതിന്റെ വൈകാരികതയ്ക്ക് എങ്ങനെയാണ് കാല്പനികതയുടെ വൈകാരികതയുമായി സംവദിക്കാൻ കഴിയുക? ഒരു വസ്തുതയുണ്ട്. കമ്മ്യൂണിസം എന്നത് കാല്പനികതപോലെ ഒരു വികാരതന്ത്രമാണ് എന്ന് മലയാളികൾക്ക് പറഞ്ഞുകൊടുത്തത് നമ്മുടെ കാല്പനികകവികൾതന്നെയാണ്. അവരിൽ പ്രഥമഗണനീയൻ ചങ്ങമ്പുഴയും.

നരേന്ദ്രപ്രസാദ് എഴുതി: 'വ്യക്തിവാദപരമായ വൈകാരികമൂല്യങ്ങളിൽ നിന്ന് കമ്മ്യൂണിസ്റ്റ് വൈകാരികമൂല്യങ്ങളിലേക്ക് ആദ്യമായി അനുവാചകരെ നയിച്ചത് ചങ്ങമ്പുഴക്കവിതയാണ്'. എന്നാൽ അതദ്ദേഹം സ്ഥാപിച്ചെടുത്തില്ല. ഈ നിരീക്ഷണത്തെ ചങ്ങമ്പുഴക്കവിതയുടെ മേലുള്ള ആരോപണമായി കരുതേണ്ടതില്ല. അതിൽ കവിയുടെ ജീവിതനിലപാടുമായി ചേർന്നുപോകുന്ന ഒരു യാഥാർത്ഥ്യമുണ്ട്. നമ്മുടെ ജീവിതഘടകങ്ങളെ നിസ്സാരവത്കരിക്കുകയും ലളിതമായ മനുഷ്യബന്ധത്തെ മാത്രം ഭാവനചെയ്യുകയും ചെയ്യുന്ന കാല്പനികകവി, കമ്മ്യൂണിസ്റ്റ് ഭാവുകത്വത്തെ വൈകാരികമാക്കുന്ന രീതി ഒരു പ്രത്യക്ഷവസ്തുതയായി മാറുന്നു. മുദ്രാവാക്യ കവിതകളെഴുതിയിട്ടാണ് ചിലർ കമ്മ്യൂണിസത്തെ വികാരവുമായി അടുപ്പിച്ചുനിർത്തിയത്. മലയാളത്തിന്റെ രാഷ്ട്രീയ കവിതയുടെ വേരുകൾ നാം സ്പർശിക്കുകയാണ്.

ആനന്ദത്തിൽ കവിഞ്ഞ ലക്ഷ്യമൊന്നും കവിതയ്ക്ക് ആവശ്യമില്ലെന്ന വാദം പണ്ടേയുണ്ട്. നിരൂപകരാണ് ആ വാദത്തിന്റെ ആരാധകർ. ആനന്ദത്തോടൊപ്പം ധാർമ്മികതയും ആവാമെന്ന വിശ്വാസവും ചിലർ പുലർത്തിയിരുന്നു. സൗന്ദര്യവും ധാർമ്മികതയും തമ്മിലുള്ള തർക്കം ഉന്നയിച്ചുകൊണ്ട് ആസ്വാദകരുടെ രസവിശ്വാസത്തിൽ പിളർപ്പുണ്ടാക്കാമെന്ന് ചില നിരൂപകരെങ്കിലും കരുതിക്കാണും. തന്റേതായ വിശ്വാസങ്ങൾ മുൻനിർത്തി കവിതയെ നിർവ്വചിക്കുകയാവാം ലക്ഷ്യം. ഓരോ കാലത്തിന്റേയും ഭാവുകത്വം രൂപപ്പെടുമ്പോൾ ഈ സമരം സ്വാഭാവികമാണ്. കവിതയുടെ ധാർമ്മികതയെക്കുറിച്ചുള്ള തർക്കങ്ങൾ സമാരംഭിച്ചത് കാല്പനികത അതിന്റെ അപചയത്തെ നേരിട്ട സന്ദർഭത്തിലാണ്. ധാർമ്മികത കാവ്യലക്ഷ്യമാണോ എന്നതാണ് മുഖ്യമായ പ്രശ്നം. ഡോ. കെ.എൻ.എഴുത്തച്ഛൻ ശുദ്ധകലാവാദത്തെക്കുറിച്ചെഴുതുന്നതിനിടയിൽ അഭിപ്രായപ്പെട്ടത് നോക്കുക.

'കവിതയുടെ ആകൃതി ഹൃദ്യമാകാം. ആദർശം നിലവിലിരിക്കുന്ന ധർമ്മമാനദണ്ഡങ്ങളനുസരിച്ച് നന്നായിരിക്കാം. എന്നാൽ നിലവിലുള്ള സാമൂഹ്യഘടനയെ പരിഷ്കരിക്കുന്നതിനുതക്കവണ്ണം പ്രചോദനം

ആ കൃതിയിലുണ്ടെങ്കിൽ - വർത്തമാനത്തിൽ ജീവിക്കുന്ന നാം ഭൂതകാലത്തെ മനസ്സിലാക്കി ഭാവിയെ രൂപീകരിക്കാൻ ശ്രമിക്കത്തക്ക വണ്ണമുള്ള ഒരു പ്രേരണകൂടി അതിലില്ലെങ്കിൽ - അതുകൊണ്ട് സമുദായത്തിന് യാതൊരു ഗുണവുമില്ല.'

സൗന്ദര്യാസ്വാദനത്തിൽനിന്ന് വ്യതിരിക്തമായ ലക്ഷ്യം കവിതയ്ക്കു വേണ്ടെന്ന് വാദിക്കുന്നവരുണ്ട്. ആനന്ദത്തോടുകൂടിയുള്ള ധാർമ്മികത വേണമെന്ന് വിചാരിക്കുന്നവരോട് വിയോജിക്കുന്ന സാഹചര്യം മേലുദ്ധരിച്ച വാക്കുകൾ കൊണ്ടുവരുന്നു. കവിത ധാർമ്മികമായിരുന്നാൽ മാത്രം പോരാ. അത് അല്പം കൂടി കടന്ന് സമുദായോദ്ധാരണത്തിന് പ്രചോദനമാവണമെന്ന വാശി കാവ്യപരമായ മർദ്ദനമാണെന്ന് ഒരു കൂട്ടർ വിശ്വസിക്കുന്നു. ഇങ്ങനെ കാവ്യത്തെയും സമുദായത്തെയും ധർമ്മത്തെയും ചൊല്ലി സംഭവിക്കുന്ന സമരം കാല്പനിക കവിതയെ എങ്ങനെ ബാധിച്ചുവെന്നത് ഒരു ആലോചനാവിഷയമാണ്. കല ധാർമ്മികമായിരിക്കണമെന്ന വാദത്തെ പുരോഗമനവാദികളും സ്വീകരിക്കുന്നു. എന്നാൽ പഴയകാലത്തെ സൗന്ദര്യരീതികൾ പൂർണ്ണമായും സ്വീകാര്യമല്ലെന്ന് അവർ വിളിച്ചു പറയുകയുണ്ടായി.

കവിതയുടെ പ്രയോജനവും രചനാലക്ഷ്യവും തമ്മിലുള്ള യോജിപ്പ് വിശകലനം ചെയ്യപ്പെട്ടു. ധാർമ്മികതയെ നിർവ്വചിക്കുന്ന ഘട്ടം വരെ കൊണ്ടെത്തിച്ചു. ധർമ്മങ്ങൾക്ക് അനിത്യതയും നിത്യതയുമുണ്ടെന്ന നിരീക്ഷണം പുതിയ തർക്കങ്ങളിലേക്ക് കടന്ന്, പുരോഗമനവാദികളും യാഥാസ്ഥികസൗന്ദര്യവാദികളും തമ്മിലുള്ള വ്യത്യാസങ്ങളെ വിശകലനം ചെയ്യുന്നതിലെത്തി. സമുദായത്തിന്റെ രാഷ്ട്രീയവും സാമ്പത്തികവുമായ കാര്യങ്ങൾ എഴുത്തിന്റെ ഭാഗമാക്കുന്നതിനെ പുതിയ ചിന്തയായിട്ടാണ് അവതരിപ്പിച്ചത്. കവിത അങ്ങനെ രാഷ്ട്രീയലക്ഷ്യം ഉൾക്കൊള്ളാൻ തുടങ്ങുകയും ഭാവുകത്വം അതിനനുസരിച്ച് മാറുകയും ചെയ്തു. കാല്പനിക ഭാവുകത്വത്തെ ഈ നിലപാട് അപ്പാടെ മാറ്റിമറിച്ചുവെന്ന്, കാല്പനികരായി ആരംഭിച്ച് വിപ്ലവകവികളായവരുടെ കവിതകൾ വ്യക്തമാക്കുന്നുമുണ്ട്. എന്നാലത് ക്ഷണിച്ചുവരുത്തിയത് അനവധി ദൗർബല്യങ്ങളാണ്. സമൂഹം, വർഗ്ഗസമരം തുടങ്ങിയ പദാവലികളുടെ അമിതമായ സാന്നിധ്യം സാഹിത്യത്തിൽ കടന്നുവരികയും കാല്പനികതയെ രാഷ്ട്രീയവത്കരിക്കാമെന്ന വിശ്വാസം പ്രബലമാവുകയും ചെയ്തു.

കാല്പനികതയുടെ ചുവപ്പുരാശി

കാല്പനികത ചുവന്നുതുടങ്ങുകയായിരുന്നു അതിന്റെ ഫലം. ആ ചുവപ്പുരാശി ആദ്യം പ്രത്യക്ഷപ്പെട്ടത് ചങ്ങമ്പുഴ കവിതയിലാണുതാനും. ശബ്ദമാദകത്വം കൊണ്ട് അനുവാചകതൃഷ്ണയെ

വശീകരിച്ച കവി, സാമുദായിക പ്രമേയങ്ങൾ കൈകാര്യം ചെയ്യാൻ തുടങ്ങിയതിന്റെ അടയാളങ്ങൾ നാല്പതുകളിലെഴുതിയ കവിത കളിലുണ്ട്. ചങ്ങമ്പുഴയുടെ സാഹിത്യപ്രവർത്തനം സാമുദായികോന്ന മനത്തിന് സഹായകമാവുന്നില്ലെന്നും ആ കവിത മനുഷ്യനെ അധഃ പതിപ്പിക്കുകയാണെന്നും പരാതി ഉയർന്നുവന്നപ്പോൾ അദ്ദേഹം ആ വഴിക്കു നീങ്ങിയതാണോ? ശരി മറ്റൊന്നാകാം. വാസ്തവത്തിൽ അതിനൊക്കെ മുമ്പുതന്നെ ഈ റൊമാന്റിക് കവി വിപ്ലവത്തെക്കുറി ച്ചറിയുകയും വിപ്ലവത്തിനുവേണ്ടി സംസാരിക്കുകയും ചെയ്യാൻ ഒരുങ്ങിയിറങ്ങിയതിന്റെ സൂചനകളേറെയാണ്. അതുവരെ താൻ പാടിയതെല്ലാം 'ഉറക്കുപാട്ടു'കളായിരുന്നുവെന്ന് അദ്ദേഹം തുറന്നു സമ്മതിക്കുകയും ചെയ്യുന്നുണ്ട്, ഒരു കവിതയിൽ.

ഇതുവരെയുറക്കുപാട്ടുകൾ മാത്രമാ-
ണതിമധുരമായി നാം പാടിയതൊക്കെയും
ഇനി, യുതിരണം നമ്മിൽനിന്നും, തുരുതുരെ
മനുജനെ'യുണർത്തുന്ന' വിപ്ലവപ്പാട്ടുകൾ.

പഴമയോട് മല്ലിടാമെന്ന ആശ്വാസത്തോടെയും സാഹിത്യവിപ്ലവം നയിക്കാമെന്ന വിശ്വാസത്തോടെയുമാണ് 'വിപ്ലവത്തിന്റെ' വില എന്ന ആ കവിത തീരുന്നത്. സാഹിത്യവിപ്ലവം എന്നതുകൊണ്ട് ചങ്ങ മ്പുഴ അർത്ഥമാക്കുന്നത് ജീവിത വിപ്ലവമാകാം. അല്ലെങ്കിൽ സാമൂഹ്യ വിപ്ലവമാകാം. കമ്മ്യൂണിസ്റ്റ് ആശയത്തോടുള്ള കവിയുടെ അടുപ്പം വ്യത്തിയായി പ്രകടിപ്പിക്കുന്ന ഈ കവിതയുടെ ആശയലോകത്തെ, 'വാഴക്കുല'യിലേയും 'നീറുന്ന തീച്ചൂള'യിലേയും 'ഇന്നത്തെ നില' യിലേയും ആശയ ലോകങ്ങളുമായി താരതമ്യം ചെയ്ത് നോക്കാ വുന്നതേയുള്ളൂ. വേദാന്തംകൊണ്ട് വിശപ്പാറില്ലെന്ന് കവി പ്രഖ്യാ പിക്കുന്നു. പാവപ്പെട്ടവരുടെ സമുദായങ്ങളിലേക്ക് തിരിയുന്ന ശ്രദ്ധ യിൽ കവി അനുവാചകരെ സമാകർഷിച്ചുനിർത്തുന്നു. പട്ടിണികൊണ്ട് പൊരിയുന്നവരുടെ നിലവിളിയാണ് ചുറ്റിലും. അതിൽ ആശങ്കയോടെ കണ്ണുതുറന്ന് നില്ക്കുന്നവരാണ് നാമെങ്കിലും, നാമെല്ലാം ഇരുട്ടിലാ ണെന്ന് സമർത്ഥനം ചെയ്യുന്ന ഇന്നത്തെ ലോകനീതിയെക്കുറിച്ചാണ് കവിക്കു പറയാനുള്ളത്. മനുഷ്യൻ മനുഷ്യനെ തിന്നുന്ന നീതിയാണ് പുതിയ കാലത്തിന്റേത്.

കഷ്ടം, മനുഷ്യൻ മനുഷ്യനായ്ത്തീരുമാ-
സുപ്രഭാതം വന്നുദിപ്പതെന്നാണിനി?
വിശ്വസമാധാന ഭാവിയാപ്രേമ-
വിപ്ലവം കാറ്റുവീശുന്നതെന്നാണിനി?
കാന്തവിശാലമാം സ്വാതന്ത്ര്യസീമയിൽ
ശാന്തി പുല്ലാങ്കുഴലൂതുന്നതെന്നിനി...?

ഇതു വായിക്കുമ്പോൾ തന്റെ സ്ഥിരം പ്രമേയമായ പ്രണയത്തിന്ന് താൽക്കാലികമായ അവധികൊടുക്കുകയാണോ ചങ്ങമ്പുഴ എന്നു തോന്നിപ്പോകും. വ്യക്തിപരമായ കാല്പനിക മൂല്യങ്ങളെ നിഷേധിച്ച് വിപ്ലവപരതയിലേക്ക് പതുക്കെ പ്രവേശിക്കുകയാണോ കാല്പനിക ഭാവന? ഒരു റൊമാന്റിക് കവി സ്വതന്ത്രമാവുന്ന ഒരു രീതിയുണ്ട്. അത്രമാത്രം സ്വാതന്ത്ര്യം ഒരു വിപ്ലവകവിക്ക് ലഭിക്കുമോ? 'പ്രണയം' എന്ന പ്രമേയം എത്രമാത്രം ആവേശത്തോടെയാണോ ചങ്ങമ്പുഴ കൈകാര്യം ചെയ്തത്, അതേ ആവേശം കമ്മ്യൂണിസത്തിന്റെ സ്വീകാര്യതയിലും ചങ്ങമ്പുഴ പ്രകടിപ്പിച്ചു. 'ചെങ്കൊടിതൻ ധ്വനിയാലൊരു സ്വാന്ത്വനരക്ത'മെന്ന് 'ഗളഹസ്തം' എന്ന കവിതയിലും 'കുങ്കുമപ്പൊട്ട് തൊടുന്നൊരാക്കൈകളിൽ ചെങ്കൊടിയേന്തുന്ന മങ്കമാർ' എന്ന് 'നാളത്തെ ലോക'മെന്ന കവിതയിലും നമുക്ക് വായിക്കാം. ഇത് കാല്പനികതയുടെ രുചിയല്ല പകർന്നരുളുന്നത്. വിപ്ലവത്തിന്റെ ചൂടാണ് എന്ന് പറയാമോ? അതുമല്ല. കാല്പനികതയും വിപ്ലവവും കൂടിച്ചേർന്ന് വിശേഷപ്പെട്ട ഒരാവേശം! ഒരു വാചാലത! കാല്പനികതയിൽ ഏകാന്തമായ സുരക്ഷിതത്വം അന്വേഷിച്ച കവിയാണ് ചങ്ങമ്പുഴ. അതേ സുരക്ഷിതത്വം മാറുന്ന വ്യവസ്ഥയെക്കുറിച്ചുള്ള സങ്കല്പത്തിലും അദ്ദേഹം അന്വേഷിക്കുകയാവാം. ചുരുക്കത്തിൽ തന്റെ കാല്പനികസഞ്ചാരത്തിനിടയിൽ ഒരു പ്രതിസന്ധിപോലെ ചങ്ങമ്പുഴ സ്വീകരിച്ചാദരിച്ച കമ്മ്യൂണിസ്റ്റ് താത്പര്യങ്ങൾ പിൽക്കാലത്ത് ഒരു ഭാവുകത്വമായി പരിണമിക്കുമെന്ന് വിചാരിച്ചിരിക്കാനിടയില്ല. അദ്ദേഹത്തിന്റെ കാവ്യരചനകളെ സ്വാധീനിക്കുന്നവിധം കമ്മ്യൂണിസത്തിന് ഒരു സാന്നിധ്യമാകാനായി. ഇതിന്റെ പശ്ചാത്തലം കൂടി പരിശോധിക്കേണ്ടതുണ്ട്.

മുപ്പതുകളിൽ നമ്മുടെ രാഷ്ട്രീയ മനസ്സിനെ കീഴ്പ്പെടുത്തിയ ആവേശമായിരുന്നു കമ്മ്യൂണിസം. കാല്പനികത അപചയപ്പെട്ടു തുടങ്ങിയതിന്റെ ധ്വനി അതുൾക്കൊള്ളാൻ ശ്രമിക്കുകയുണ്ടായി. ആ അപചയത്തിനിടയിൽ തന്റേതായ സാക്ഷാൽക്കാരങ്ങൾ ആരാഞ്ഞുകൊണ്ടിരുന്ന ചങ്ങമ്പുഴയുടെ കാവ്യമനസ്സിലേക്ക് കമ്മ്യൂണിസവും കടന്നുചെന്നു. ഭാവത്തിലും ഭാഷയിലും കാല്പനികത ഏറ്റുവാങ്ങിയ അപചയം ആ പുതിയ ഉണർവ്വിനെ ശിരസ്സാ സ്വീകരിക്കുകയാണുണ്ടായത്. കാല്പനികതയ്ക്ക് ചുവന്ന വാൽ രൂപപ്പെടാൻ അത് സാഹചര്യമൊരുക്കി. വർഗ്ഗഭാവുകത്വം കവിതയിലെത്തിയ സാഹചര്യത്തെ നാം അടുത്തറിയുകയാണ്. കോമളപദപരിവാരങ്ങൾക്കൊണ്ട് സമൃദ്ധമായ കവിതയാണ് വർഗ്ഗസങ്കല്പത്തെ സ്വീകരിക്കാൻ തുടങ്ങിയത്. അത് വിമർശനകലയ്ക്ക് അവഗണിക്കാനാവാത്ത കാര്യമാണ്. കമ്മ്യൂണിസവും കാല്പനികതയും ചേർന്ന് വ്യത്യസ്തമായ ഒരു ഭാവുകത്വം വികസ്വരമാവുന്നതിന്റെ ലക്ഷണങ്ങൾ ചങ്ങമ്പുഴ

ക്കവിത പ്രകടിപ്പിക്കുകയാണ്. എന്നാൽ അത് വായനക്കാരുടെ ലാവണ്യബോധത്തെ ആഹ്ലാദകരമാക്കിയോ? ചങ്ങമ്പുഴയുടെ കവിത പ്രത്യക്ഷവത്കരിച്ച ചുവപ്പുനിറം അദ്ദേഹത്തിന്റെ അനുവാചകർ സ്വീകരിക്കുകയുണ്ടായില്ല. അവർ ആവശ്യപ്പെട്ടത് അത്തരമൊരു കവിതയായിരുന്നില്ല. അവർ പ്രതീക്ഷിച്ചത് കാല്പനികാനുഭൂതികളായിരുന്നു. എന്നാൽ ചുവപ്പുരാശി പുരണ്ട ആ കവിതകൾ ഉന്നയിച്ച ചില ചോദ്യങ്ങൾ ഉണ്ട്. രചനാവേളയിൽ കവി പ്രാമുഖ്യം കൊടുക്കേണ്ടത് താൽക്കാലികങ്ങളായ പ്രശ്നങ്ങൾക്കാണോ? ആന്തരിക ചോദനകൾക്കാണോ? ആ ചോദ്യങ്ങൾ ചങ്ങമ്പുഴയെ അലട്ടിയവയാണ്. ആ അലട്ടലിൽ നിന്ന് ഉന്നിദ്രമായ വികാരപ്രകടനമാണ് കാല്പനികതയുടെ അപചയത്തിനിടയിലും ചങ്ങമ്പുഴയെ അനുവാചകരിൽ എത്തിച്ച പ്രധാന ഘടകമെന്ന് അദ്ദേഹത്തിന്റെ പിൽക്കാല കവിതകൾ തെളിവായി നിൽക്കുന്നുമുണ്ട്.

ചങ്ങമ്പുഴയ്ക്കുശേഷം ചുവപ്പുരാശി

സൗന്ദര്യത്തിന്റെ പുതിയ പ്രശ്നങ്ങൾ അതു ഉന്നയിക്കുന്നു. ജീവൽ സാഹിത്യത്തിന്റേയും രൂപംമാറിവന്ന പുരോഗമനപ്രസ്ഥാനത്തിന്റേയും കാതലായ നിലപാടുകൾ കവിതയുടെ സൗന്ദര്യ ചർച്ചകളുമായി ബന്ധപ്പെട്ടതാണ്. വ്യവസ്ഥാപിതമായ സൗന്ദര്യബോധത്തെ മറികടക്കാനാണ് ജീവൽസാഹിത്യം പ്രധാനമായി ലക്ഷ്യമിട്ടത്. കലയുടെ പ്രയോജനവാദത്തേക്കാൾ ഉപരി, ജീവിതത്തിന് അത് പ്രാധാന്യം നൽകി. ജീവിതത്തിൽനിന്ന് ജീവിതത്തിനുവേണ്ടി ഉണ്ടാവുന്നതാണ് കലയെന്ന് ഗാന്ധിജി അഭിപ്രായപ്പെട്ടത് ജീവൽ സാഹിത്യകാരന്മാരെ സ്വാധീനിച്ചിരിക്കാൻ ഇടയുണ്ട്. എന്നാൽ കലയുടെ പ്രയോജനം സാഹിത്യവിഷയമാവുകയും ആന്തരികചോദനകൾക്ക് അപ്രാപ്യമായ വിഷയങ്ങളിലേക്ക് ആ ചർച്ചകൾ വഴിമാറുകയും ചെയ്തതോടെ, കവിതയെക്കുറിച്ച് കവിമാത്രം അഭിപ്രായം പറഞ്ഞാൽ പോര എന്ന വാദം പ്രബലമായി. ഇതിനെ പുതിയൊരു സ്വാതന്ത്ര്യമായിട്ടാണ് വായനക്കാർ വീക്ഷിച്ചത്. അത് എഴുത്തുകാരനിലും ചില പരിവർത്തനങ്ങളുണ്ടാക്കി. അയാൾ പ്രയോജനവാദത്തിന്റെകൂടെ പോകാനും കലാനിർമ്മാണം താൽക്കാലികപ്രശ്നങ്ങളെ അടിസ്ഥാനപ്പെടുത്തിയാകാമെന്ന് വിശ്വസിക്കാനും തുടങ്ങിയതോടെ ആന്തരപ്രചോദനം എന്ന മൂല്യം കവിതയുടെ സംവാദരംഗത്തുനിന്ന് ഒഴിഞ്ഞുപോയി. ആ നഷ്ടപ്പെടലിന്റെ കഥ പറയാൻ തുടങ്ങിയതോടെയാണ് കാല്പനികതയ്ക്ക് 'ചുവന്ന വാൽ' മുളച്ചത്.

ഈ കാലാവസ്ഥയുമായി യോജിച്ചുപോയ കവിയല്ല ചങ്ങമ്പുഴയെങ്കിലും കാല്പനികതയെ ഉപേക്ഷിക്കാതെ കവിതയെ രാഷ്ട്രീയവത്ക്കരിച്ചുവെന്നത് ഒരു യാദൃച്ഛിക സംഭവമാകാം. പലർക്കും

മനസ്സിലാവാത്ത ചരിത്രരേഖയുമാണത്. ആദ്യത്തെ കമ്മ്യൂണിസ്റ്റ് കവിയായി ജി. ശങ്കരക്കുറുപ്പിനെ പീഠാവരോധം നടത്തുന്ന നിരൂപകർപോലും ഈ ഭാവുകത്വയാഥാർത്ഥ്യം തിരിച്ചറിയാതെ പോയി. കമ്മ്യൂണിസ്റ്റ് മാനിഫെസ്റ്റോയുടെ സ്വാധീനശക്തിയിൽ പിറന്ന ആദ്യപ്രഥമ കവിതയായി ജിയുടെ 'നാളെ'യെ അവർ ചൂണ്ടിക്കാണിക്കുന്നു. എന്നാൽ കമ്മ്യൂണിസം ഒരു ആശയവിശ്വാസം എന്ന നിലയിൽ പ്രബലമാവുന്നതിനുമുമ്പേ ചങ്ങമ്പുഴ വർഗ്ഗബോധവുമായി സാത്മ്യം പ്രാപിച്ചിരുന്നുവെന്ന് വിശ്വസിക്കുന്നതിൽ തെറ്റില്ല. അതായത് ചങ്ങമ്പുഴക്കവിതയിൽ പ്രത്യക്ഷപ്പെട്ട കമ്മ്യൂണിസ്റ്റ് വീര്യമാണ് തൊട്ടുപിറകെ വരുന്ന കാല്പനികകവികളിലേക്ക് പകരാനും ഭാവനാലാവണ്യത്തിൽ സമത്വവും സ്വാതന്ത്ര്യവും എന്ന ഒരു പുതിയ വിഷയം ചേരാനും ഇടയാക്കിയത്. അതിന്റെ ശരി തെറ്റുകളെക്കുറിച്ചൊന്നും ഇവിടെ ചർച്ചചെയ്യേണ്ടതില്ല. അതിന്റെ വീര്യം മലയാള കവിതയിൽ മറ്റൊരു സമ്പ്രദായത്തിന് വഴിതെളിയിച്ചുവെന്നതു മാത്രമേ പരിശോധിക്കപ്പെടേണ്ടതുള്ളൂ.

കാല്പനികതയുടെ ഇറക്കത്തിലാണ് ചുവപ്പുകലർന്ന കവിതയുടെ പിറവി നടന്നത്. ആ പ്രചോദനത്തെ 'കമ്മ്യൂണിസ്റ്റ് കാല്പനികത' എന്നാണ് എം. ഗംഗാധരൻ വിശേഷിപ്പിക്കുന്നത്. ആ കവിതയ്ക്ക് നമ്മുടെ സംവേദനസമൂഹത്തിൽ വ്യക്തമായ ഇടമുണ്ട് എന്നും അദ്ദേഹം ഉപദർശിക്കുന്നു.

'ഇടപ്പള്ളിക്കവിതകളുടെ വ്യക്തിവികാരതീവ്രതയ്ക്കും ഇടശ്ശേരി, വൈലോപ്പള്ളി, എൻ.വി. കൃതികളിലെ ചിന്തയുടെ മുഴക്കമുള്ള വികാരാവിഷ്കാരത്തിനും ഇടയിലായിട്ടാണ് കമ്മ്യൂണിസ്റ്റ് കാല്പനികതയുടെ ചുവപ്പുകലർന്ന കവിതകൾക്ക് സ്ഥാനമുള്ളത്'.

അപചയപ്പെട്ട കാല്പനികതയിൽനിന്ന് മുളപൊട്ടിപിറന്നതാണ് ചുവപ്പുകലർന്ന കവിതയെന്ന് വിശ്വസിക്കാൻ പ്രേരിപ്പിക്കുന്ന അംശങ്ങൾ ആ വാക്കുകൾക്കടിയിലുണ്ട്. കമ്മ്യൂണിസ്റ്റ് താത്പര്യം കവികളെ റൊമാന്റിസിസത്തിൽ നിന്ന് മോചിപ്പിക്കുകയല്ല വാസ്തവത്തിൽ സംഭവിച്ചത്. റിയലിസത്തിന്റെ ലക്ഷണങ്ങളെക്കുറിച്ച് വാചാലമായി എന്നല്ലാതെ വ്യക്തിവികാരങ്ങളെ കമ്മ്യൂണിസത്തോട് താത്പര്യമുള്ള കവികൾ ഉപേക്ഷിച്ചില്ല. വ്യക്തി വികാരങ്ങൾ പ്രമേയമായ കാല്പനികകവിതയിൽ നേരിയ ചുവപ്പുകലർത്തിയതൊഴിച്ചുനിർത്തിയാൽ, ആ വികാരതീവ്രതയിൽനിന്നു കവിത സ്വതന്ത്രമായതേയില്ല എന്നു കാണാം. ഒരു പുതിയ ലാവണ്യ സംസ്ക്കാരം വികസിപ്പിച്ചെടുക്കാൻ ഈ കമ്മ്യൂണിസ്റ്റ് ഭാവകത്വത്തിന് സാധ്യമായോ?

കാല്പനികത അതിന്റെ മോശപ്പെട്ട കാലത്ത് സമ്മാനിച്ചത്, വായനക്കാരെ ഉറക്കികിടത്തുന്ന ഭാഷയാണ്. പൂർവ്വകാല റൊമാന്റിസിസത്തിന്റെ പ്രത്യേകതയായ ഭാവതീവ്രതയോ ലാവണ്യ സംസ്കാരമോ

ആ കാല്പനികത പ്രസ്തരിച്ചില്ല. എങ്കിലും ഭാവിയുടെ പ്രമേയമെന്ന നിലയിൽ കടന്നുവന്ന പ്രത്യാശയും സാമുദായിക ധാരണകളും കാല്പനിക ഭാഷയെ മികച്ച ഉപകരണമാക്കിയെടുത്തതിന്റെ ചരിത്ര മാണ് കവിതയിലെ ചുവപ്പുകാലത്തിന് പറയാനുള്ളത് എന്നു വാദി ക്കാൻ വകയുണ്ട്. ആ കവിതയുടെ പ്രിയത്വകാംക്ഷികളാരും അതംഗീ കരിക്കാൻ ഇടയില്ല. മുപ്പതുകളിലെ ഇടതുപക്ഷ രാഷ്ട്രീയവും അതിനുമുമ്പേ ദേശീയമായി അലയടിച്ചുയരാൻ തുടങ്ങിയ കൊളോ ണിയൽ വിരുദ്ധസമരവും സൃഷ്ടിച്ച സവിശേഷമായൊരു മനസ്സ് കൊണ്ടുനടക്കാൻ വലിയൊരു വിഭാഗം ആസ്വാദകരെ പ്രാപ്തമാക്കി യിട്ടുണ്ട്. ആ മനസ്സ് കാവ്യപരമായ വ്യതിയാനങ്ങളെ സ്വീകരിച്ചി രിക്കാം. അതിന്റെ ആവേശം ഉൾക്കൊണ്ട് കവിതയെ പ്രചരണോ പാധിയാക്കാമെന്ന് കവികളിൽ ചിലർ കണ്ടെത്തിയിട്ടുണ്ട്. അവർക്ക് ഇടതുപക്ഷരാഷ്ട്രീയത്തിന്റെ പിൻബലം ഉണ്ടായിരുന്നു. അവരുടെ കൈയിൽ കവിത വെറും ഉപാധി മാത്രമായി. കവിതയുടെ ലാവണ്യ സങ്കല്പത്തെ തിരസ്ക്കരിച്ചും കവിതയെ കവിതയാക്കുന്ന ഘടക മുണ്ട് എന്ന യാഥാർത്ഥ്യത്തെ വിസ്മരിച്ചും ഭാഷയേയും അവർ പ്രചരണോപാധിയാക്കി. എന്നാൽ ഈ വർഗ്ഗഭാവുകത്വത്തിന്റെ പ്രചാരകർക്ക് തങ്ങൾ ഉൾക്കൊള്ളുന്ന ആശയനിലപാടിനനുസരിച്ച് ഒരു ഭാഷയേയോ, ഒരു ലാവണ്യ സംസ്കാരത്തേയോ നിർമ്മിച്ചെ ടുക്കാനായില്ല. എം. ഗംഗാധരൻ സംശയിക്കുന്നു; രാഷ്ട്രീയാശയ ങ്ങളുടേയും കാഴ്ചപ്പാടുകളുടേയും പ്രചരണോപാധിയാകുമ്പോൾ മാത്രമാണ് സാഹിത്യമാവുക എന്ന് 'പുരോഗമനം' പറഞ്ഞത് വല്ല ത്തൊരു വിരോധാഭാസമായി എന്ന്. ആ വിരോധാഭാസത്തിന്റെ മികച്ച ഉദാഹരണങ്ങളാണ് പി. ഭാസ്ക്കരൻ, വയലാർ രാമവർമ്മ, ഒ.എൻ.വി എന്നിവരുടെ രാഷ്ട്രീയ കവിതകൾ.

മലയാളത്തിന്റെ വിപ്ലവകവിതയായി വ്യവഹരിക്കപ്പെട്ട കവിത യുടെ പ്രചോദനം കമ്മ്യൂണിസമായിരുന്നു എന്നത് പൊതുവെ തെളിഞ്ഞുകഴിഞ്ഞു. 'പുരോഗമന'മെന്നത് വഴിമാറി കമ്മ്യൂണിസ മായതാണ്. നമ്മുടെ ഇടതുപക്ഷ ഭാവുകത്വം സൗന്ദര്യപരമായ രാഷ്ട്രീയവത്ക്കരണത്തിന്റെ സൂചകമായി മാറുന്നു. പുരോഗമന സാഹിത്യചിന്ത പ്രസ്തരിച്ചതും സൗന്ദര്യത്തിന്റെ രാഷ്ട്രീയവത്ക്ക രണമാണ്. യാഥാസ്ഥിതിക സൗന്ദര്യബോധത്തോടുള്ള അതിശക്ത മായ എതിർപ്പും അതിൽനിന്നുള്ള സ്വാതന്ത്ര്യവും ഈ കവിത റദ്ദ് ചെയ്തു. പ്രതിപാദനരീതി റിയലിസ്റ്റിക് ആണെന്ന് ബോധ്യപ്പെടുത്താ നുള്ള ശ്രമമുണ്ടായെങ്കിലും അനുഭവ പ്രകൃതിഭാവങ്ങളിൽ വർഗ്ഗ ത്തിന്റെ സാന്നിധ്യം പ്രത്യക്ഷമായി. ആന്തരികഘടനയിൽ ആത്മ സമരത്തിന്റെ ആധിക്യമുണ്ടായി. എന്നാൽ ഈ ആത്മരോഷവും

റൊമാന്റിക് ഭാഷയും ചേർന്നാൽ റിയലിസമാകുമോ? ചുവന്നകാല്പനികത പ്രകടിപ്പിക്കുന്ന സന്ദേഹമിതാണ്.

ജീവിതമിതിവൃത്തം
ജീവരക്തംതാൻ മഷി
ഭാവിയെ രചിക്കുന്ന-
കാവ്യംതാൻ മഹാകാവ്യം!

എന്നിങ്ങനെ മുൻകൂട്ടി നിശ്ചയിച്ച ചില ധാരണകളോടെ കാവ്യരചനയിൽ ഏർപ്പെടാൻ തുടങ്ങിയ വിപ്ലവ-കാല്പനികർ വലിയൊരു സംഘർഷം അനുഭവിച്ചിരുന്നു. കമ്മ്യൂണിസം തങ്ങളെ കീഴടക്കുകയാണോ എന്നു സംശയിച്ചു. ആ സംശയത്തിനിടയിലും വർഗ്ഗതാത്പര്യം പ്രകടിപ്പിച്ചു. കുറേ കഴിഞ്ഞപ്പോൾ രാഷ്ട്രീയ താത്പര്യത്തിന് അടിമപ്പെട്ടതുമൂലം കാവ്യസൗന്ദര്യം നിരാകരിക്കപ്പെട്ടതിന്റെ അനുഭവപാഠവും അവർ തിരിച്ചറിയാൻ തുടങ്ങി. പി.ഭാസക്കരനിലും വയലാറിലുമെല്ലാം അതിന്റെ ധ്വനികളുണ്ട്.

'ജീവിതസൗന്ദര്യത്തിന്റെ വല്ലകിമീട്ടലല്ല ലക്ഷ്യമെന്ന്' ഉറക്കെ വിളിച്ചുപറയുന്ന ഭാസ്കരൻ 'പാവനാദർശത്തിൻ ഞാണാൽ നിബന്ധിച്ച' ഭാവനയെയാണ് കവിതയിലൂടെ പ്രശ്നവത്കരിച്ചത്. ഭാവനയുടെ സ്വാതന്ത്ര്യം തീരുമാനിക്കുന്നത് കവിയല്ല. കവിയെ നിയന്ത്രിക്കുന്ന മറ്റേതോ ആദർശമാണ്. അത് കവിതാലാവണ്യത്താൽ നിയന്ത്രിതമല്ല. ഇവിടെ കവിത്വത്തിന്റെ ബലികൊടുക്കലാണ് നടന്നതെന്ന് തിരിച്ചറിയാൻ പി.ഭാസ്കരന് വളരെക്കാലം എടുക്കേണ്ടതായി വന്നു. പ്രമേയം രാഷ്ട്രീയമോ കമ്മ്യൂണിസമോ എന്തുമാകട്ടെ, കാവ്യരൂപമാർജ്ജിക്കുമ്പോൾ അതിനു കാവ്യാത്മകമായ പരിണാമം വരണം. കവിത ഉപാധിയാകുമ്പോൾ നഷ്ടപ്പെടുന്നത് ആ ആയിത്തീരലാണ്. അത് കവിപക്ഷത്തുനിന്ന് സാക്ഷാൽകവിതയെ ആട്ടിയകറ്റുന്നു. അങ്ങനെ രാഷ്ട്രീയവാചാലത കവിതയുടെ സ്ഥാനം തട്ടിയെടുത്തു. കാല്പനികത രാഷ്ട്രീയവത്കരിച്ചതിന്റെ ചരിത്രമതാണ്. പി. ഭാസ്കരൻ വയലാർ തുടങ്ങിയ കവികളെ കവിതയിലേക്കും പ്രശസ്തിയിലേക്കും കൊണ്ടെത്തിച്ചത് കമ്മ്യൂണിസ്റ്റ് പാർട്ടിയാണെങ്കിൽ രാഷ്ട്രീയമായ സൗന്ദര്യവത്കരണം ആ കവിതയെ യഥാർത്ഥകവിതയിൽ നിന്ന് ചെറിയതോതിലല്ല അകറ്റിയത്. പി. ഭാസ്കരൻ ഈ അനുഭവം വേദനയോടെ പങ്കുവെക്കുന്നുണ്ട്.

വാക്കുകൾക്കറിവീല
　　തങ്ങളുൾക്കൊള്ളുംമൂർച്ച
വാൾത്തലക്കറിവീല
　　വേദനവെട്ടും നേരം!

കൊടികൾ കണ്ടിട്ടില്ല
തങ്ങൾതൻ നെഞ്ചിൻതാഴെ
പിടയും കരളിന്റെ
ചാവലും പിറക്കലും

കൊടികൾക്കറിയാത്ത പലതും മനുഷ്യജീവിതത്തിന്റെ ആഴത്തിലെവിടെയോ ഉണ്ടെന്ന് തിരിച്ചറിയുന്ന ഭാസ്കരൻ മനുഷ്യവികാരമാണ് കാവ്യാത്മകതയ്ക്ക് ഹേതുവെന്ന് മനസ്സിലാക്കുന്നുണ്ട്. കാല്പനിക വൈകാരികത രാഷ്ട്രീയവൈകാരികതയ്ക്ക് വഴിമാറികൊടുക്കുന്നതിനെ പ്രമേയപരമായ മാറ്റമായി വ്യാഖ്യാനിച്ച ആ കാലഘട്ടത്തിലെ ആസ്വാദകർ, പക്ഷേ, കാല്പനികതയെ നിഷേധിച്ചില്ല. എന്നാൽ ഘടനാപരമായും ഭാഷാപരമായും കവിത കാല്പനികതയിൽ ഒതുങ്ങിപ്പോയി. അതൊരു പരാതിയായി നാം ഉയർത്തിക്കൊണ്ടുവരേണ്ടതുണ്ടോ? വാസ്തവമെന്താണ്? വർഗ്ഗസമരവും കമ്മ്യൂണിസത്തിന്റെ സാമൂഹ്യതലവും സ്വീകരിച്ചതുവഴി സാമുദായിക പരിവർത്തനം ലക്ഷ്യമാക്കുന്ന കവികൾക്ക്, തങ്ങൾക്കു ചുറ്റുമുള്ള കാല്പനികവലയത്തിൽനിന്ന് മോചിതരാവാൻ കഴിഞ്ഞില്ല എന്നതാണ് പരമാർത്ഥം. അല്ലെങ്കിൽ ചങ്ങമ്പുഴക്കവിതയോടുള്ള അടുപ്പമോ ആധർമ്മണ്യമോ ആകാം ഉള്ളിൽ രാഷ്ട്രീയവും അത് ആവിഷ്ക്കരിക്കാൻ തീർത്തും യോജ്യമല്ലാത്ത കാല്പനികഭാഷയും ചേർത്തുവെക്കാൻ കാരണമായത്.

മലയാളത്തിലെ വിപ്ലവഗായകർ കൊണ്ടുവന്ന ഈ ചേരുവ തിരഞ്ഞെടുത്തത് ചങ്ങമ്പുഴക്കവിതയുടെ ബാഹ്യരൂപത്തെയാണ്. ആ കിന്നരിച്ചാർത്ത് വിപ്ലവകവിതയുടെ ചട്ടക്കൂടായി എന്നഭിപ്രായപ്പെടുന്ന എം.പി. നാരായണപിള്ള ഇത്രയുംകൂടി പറയുന്നു: തൊഴിലാളി വർഗ്ഗ സാഹിത്യത്തിന്റെ പ്രതീതി സൃഷ്ടിക്കുന്ന ചില ബിംബങ്ങളും പദങ്ങളും ചങ്ങമ്പുഴക്കവിതയിൽ കൂട്ടിച്ചേർത്താൽ അത് 'വിപ്ലവാത്മക'മാവാമെന്ന ധാരണ നിലവിൽ വന്നു. ഈ യാഥാർത്ഥ്യം വേണ്ടത്ര വ്യക്തതയോടെയല്ലെങ്കിലും നിരൂപകനായ എം.ആർ ചന്ദ്രശേഖരൻ വിശദീകരിക്കുന്നുണ്ട്. പി. ഭാസ്കരനും വയലാറും ഒ.എൻ.വിയും കാവ്യരചനയിൽ ഏർപ്പെടാൻ തുടങ്ങിയ സന്ദർഭത്തിൽ കേരളത്തിന്റെ ഭാവുകത്വ പരിസരത്ത് പൊതുവെ ചങ്ങമ്പുഴ പ്രഭാവമാണ് ഉണ്ടായിരുന്നത്. ചെറുപ്പക്കാരുടെ ഒരു ആരാധനാപാത്രമായിരുന്നു ചങ്ങമ്പുഴ. അതുകൊണ്ടുതന്നെയാകാം കമ്മ്യൂണിസത്തിൽ ആകൃഷ്ടരായ കവികൾ തുടങ്ങിയത് ചങ്ങമ്പുഴയിൽ നിന്നായത്.

ഇംഗ്ലീഷ് കവിതയിലൂടെ ചങ്ങമ്പുഴക്കവിതയിലെത്തിയ കാല്പനികപ്രവണത, കമ്മ്യൂണിസവുമായി അതിരുകവിഞ്ഞ വിധേയത്വം കാണിച്ചതുമില്ല. കമ്മ്യൂണിസവും പാർട്ടിതാത്പര്യവും ആഖ്യാനത്തിൽ

മാറ്റം വരുത്തുമെന്ന് പ്രതീക്ഷിച്ചവർക്ക്, അത് മറ്റൊരു അനുഭവമാണ് സമ്മാനിച്ചത്. വയലാർ കവിത ഉദാഹരിക്കാം. ചങ്ങമ്പുഴയിൽ നിന്നാരംഭിക്കുകയും ചങ്ങമ്പുഴയെ മാതൃകയാക്കുകയും ചെയ്ത വയലാർ ആ സ്വാധീനത്തെപ്പറ്റി ആവർത്തിക്കുന്നതു കണ്ടിട്ടുണ്ട്. 'അങ്ങയെ ഓർക്കുമ്പോൾ' എന്ന കവിത സൂക്ഷ്മതയോടെ വായിച്ചവർക്ക് അത് എളുപ്പത്തിൽ മനസ്സിലാവും. ചങ്ങമ്പുഴ സൃഷ്ടിച്ച കാല്പനിക ഭാവുകത്വത്തിനും അപ്പുറം പോകാൻ ഈ കവിക്ക് പ്രയാസപ്പെടേണ്ടിവന്നു. ഭാവനകളുടെ ആധിക്യം വയലാർ കവിതകളിൽ കാണുന്നില്ല. ഒരു പക്ഷേ ആ സ്വാതന്ത്ര്യം സംസ്കൃതകാവ്യപാരമ്പര്യത്തോടുള്ള ബന്ധത്തിൽനിന്ന് ലഭിച്ചതായിരിക്കാനാണ് വഴി. ആ സംസ്കൃത സ്വാധീനം പ്രശ്നമാകുമെന്ന് തോന്നിയ ഘട്ടത്തിലെല്ലാം തരളമായ കാല്പനികത പെയ്തൊഴിയുമെന്ന വിചാരം വായനക്കാരിൽ അവശേഷിപ്പിക്കാൻ വയലാർ രാമവർമ്മയ്ക്കു കഴിഞ്ഞിട്ടുണ്ട്. ഒരു കമ്മ്യൂണിസ്റ്റ് കവി പഴമയെ എങ്ങനെയാണോ കണ്ടത്, അതിൽനിന്ന് ഭിന്നമായ കാഴ്ചയാണ് വയലാർ തെളിയിച്ചത്. പാരമ്പര്യത്തെ നിഷേധിച്ചും പരിഹസിച്ചും ഗൗരവത്തോടെ ചോദ്യം ചെയ്തും ഒരു പുതിയ കാലത്തെ അദ്ദേഹം ഭാവനചെയ്തു. 'കരവാളു വിറ്റ് മണിപ്പൊൻവീണ' വാങ്ങിക്കാനുള്ള കവിയുടെ താത്പര്യം പുറകെ നാം വായിച്ചറിയുന്നു. കവിയുടെ ആയുധം കൊടിയോ വാളോ അല്ല, മറിച്ച് വീണയാണെന്ന് വയലാർ ഉപദർശിക്കുമ്പോൾ, കവിതയുടെ സർഗ്ഗോഷ്മളത സംഗീതമാണ് എന്ന ഉപകാഴ്ചയാണ് നമുക്ക് ലഭിക്കുന്നത്.

അതായത് വിപ്ലവാത്മകത ചേർന്നുകിടക്കുന്ന കാല്പനിക പാരമ്പര്യം പ്രകടിപ്പിച്ച അച്ചടക്കംപോലും പ്രകടിപ്പിക്കാതെ കവിത നിശ്ചലമാവുകയാണ്. അത് കമ്മ്യൂണിസ്റ്റ് കാല്പനികത ഒടുവിൽ എത്തിച്ചേരുന്ന അനുഭവമാണ്. വയലാറിൽ നിന്ന് ഒ.എൻ.വിയിലെത്തുമ്പോൾ ആ ഭാവുകത്വത്തിന്റെ നേരായ വികാസമല്ല അഭിമുഖീകരിക്കേണ്ടിവരിക. അതെന്തുകൊണ്ട്? പി.ഭാസ്കരനെപ്പോലെയോ വയലാറിനെപ്പോലെയോ കരുത്തുള്ള ഒരു സർഗ്ഗാത്മകത ഒ.എൻ.വിയിൽ ഇല്ലാതെപോയതാണോ? ഈ കവി പ്രശസ്തനായത് പാട്ടുകവിയായിട്ടാണ്. ചങ്ങമ്പുഴയുടെ സ്വാധീനവലയത്തിൽനിന്നാണ് ഈ കവിയുടേയും ആരംഭം. ആദ്യകാല കവിതകൾ മുദ്രാവാക്യസഹജങ്ങളായിരുന്നുവെങ്കിലും സംഗീതമുണ്ടായിരുന്നു. അതിനാൽ ആ കവിതകൾ സമൂഹത്തെ ആകർഷിക്കാൻ പര്യാപ്തമായി. അതോടൊപ്പം ചോറൂണ്, ഗോതമ്പുമണികൾ പോലുള്ള കാല്പനിക ഭാവഗീതങ്ങളും ഒ.എൻ.വിയുടേതായി പുറത്തുവന്നു. എന്നാൽ ഒരു കാലഘട്ടത്തിന്റെ അധികാരമായിരുന്ന പൗരോഹിത്യത്തിനെതിരായി

തന്റെ വാങ്മയങ്ങളെ ആയുധവൽക്കരിച്ച വയലാറിനോടൊപ്പം ഒ.എൻ.വി.യെ ചേർത്തുനിർത്തി മനസ്സിലാക്കാൻ ശ്രമിക്കുന്നതിൽ ഒരു അഭംഗിയുണ്ട് എന്നു തോന്നിപ്പോവുന്നു. ഒരു പൗരോഹിത്യവിരുദ്ധമനസ്സ് ഒ.എൻ.വി കവിതകളിലില്ല. മതാത്മകമായ ചില മനോഭാവങ്ങൾ ഉണ്ടുതാനും. കമ്മ്യൂണിസ്റ്റുകാർക്ക് പ്രിയപ്പെട്ട വയലാർ എന്ന പ്രദേശത്തെ കാവ്യവിഷയമാക്കിയതുകൊണ്ടുമാത്രം കവിത വിപ്ലവാത്മകമാവും എന്നു വിചാരിക്കുന്നതിൽ ഒരു മൂഢതയുണ്ട്. ഒ.എൻ.വി കവിതയുടെ കെൽപ് ആ മൂഢത്വത്തിന് തുല്യമായ എന്തോ ഒന്നാണ്. കമ്മ്യൂണിസ്റ്റ് ആശയങ്ങളും വേദനിക്കുന്നവരുടെ മനഃസംഘർഷങ്ങളും മറ്റും ആ കവിതയിൽ പ്രമേയമാവുന്നുണ്ട്. എന്നാൽ ഈ കവിയെ പ്രശസ്തനാക്കിയത് ചലച്ചിത്രഗാനരചനകളാണ്. കവിതകളല്ല. കമ്മ്യൂണിസത്തോടാണ് ആഭിമുഖ്യമെങ്കിലും കാല്പനികതയെ നെഞ്ചോടുചേർത്തുവെച്ച ഭാസ്ക്കരനും വയലാറും ഒ.എൻ.വിയും സർഗ്ഗാത്മകതയെ കുടഞ്ഞുകളയുകയാണ് അവരുടെ നല്ല കാലത്ത് ചെയ്തത്. എന്നിട്ടും സാമൂഹ്യമായും രാഷ്ട്രീയമായും വായനക്കാരെ ഉദ്ബുദ്ധരാക്കുക എന്ന കമ്മ്യൂണിസ്റ്റ് ലക്ഷ്യം പോലും സാർത്ഥകമാക്കാൻ ഈ കവികൾക്ക് കഴിഞ്ഞില്ല.

എഴുപതുകളിൽ കവിതയിലുണ്ടായ സ്ഫോടനാത്മക പരിണാമങ്ങൾ വേണ്ടപോലെ ഉൾക്കൊണ്ടില്ല. പുതിയ കാലത്തിന്റെ കവിതകൾ തങ്ങളെ മറിക്കടക്കുമെന്നായപ്പോൾ, 'ഉജ്ജയിനി' പോലുള്ള കൃതികളെഴുതി കുമാരനാശാന്റെ പിൻതുടർച്ചാവകാശം പിടിച്ചുവാങ്ങാൻ പറ്റുമോ എന്നാരാഞ്ഞു. അതൊന്നും മലയാള കവിതാചരിത്രത്തിലെ വിപ്ലവമായിരുന്നില്ല. കവിതയുടെ ആഖ്യാന ചരിത്രവുമായി സാദൃശ്യപ്പെടുത്താൻ കഴിയാത്തവിധം വസ്തുതാപരമായ പിഴവുകളും ദൗർബല്യങ്ങളും ചരിത്രനിഷേധവുംകൊണ്ട് നിറഞ്ഞ കവിതയാണ് ഉജ്ജയിനി. കവിത പ്രഭാഷണപരമായി. കാളിദാസനെ പരിചയമുള്ള ഭാവുകന്മാർക്ക് ആ കവിതയിൽനിന്ന് ഉൾക്കനമുള്ളതൊന്നും ലഭിക്കാനിടയില്ല. എന്തിന്? കാളിദാസകവിയുടെ ഭേദപ്പെട്ട ഒന്നോ രണ്ടോ പ്രയോഗങ്ങളോടെങ്കിലും തുലനം ചെയ്യാവുന്ന ഒരു പ്രയോഗം പോലും ഉജ്ജയിനിയിൽ പരതിയാൽ കിട്ടില്ല.

ചങ്ങമ്പുഴക്കവിതയുടെ രൂപപ്പെടലിനു പ്രേരകമായ ഘടനകളുപയോഗിച്ച് തൊഴിലാളിവർഗ്ഗ താല്പര്യങ്ങൾ ആഖ്യാനം ചെയ്യാമെന്നതിലെ വൈരുധ്യം നമ്മുടെ മുന്നിലുള്ളപ്പോഴാണ്, ഒ.എൻ.വി. കുറുപ്പ് അതേ രൂപശില്പം ഉപയോഗിച്ച് പാരമ്പര്യത്തെ കീഴ്പ്പെടുത്താമോ എന്ന് ആലോചിച്ചത്. 'വിപ്ലവ'ത്തിൽനിന്ന് 'ക്ലാസിസിസ്സ'ത്തിലേക്കുള്ള ഈ പരിക്രമണം വലിയൊരു പിഴവായി മാറുന്നത് നാം കാണുന്നു. കാല്പനികതയുടെ അപചയകാലത്തിന്റെ ഭാഷ

ഉപയോഗിച്ചാണ് ക്ലാസിസിസ്സിസത്തിന്റെ രൂപതന്ത്രത്തിൽ ഒ.എൻ.വി. എത്തുന്നത്. അത് 'ഉജ്ജയിനി'യിൽ പാളിപ്പോകുന്നു. കാല്പനിക ശൈലിയും ഭാഷയും നിലനിർത്തി വിപ്ലവം പറയാൻ ശ്രമിച്ചതു പോലെ ഒരു പാഴ്ശ്രമം! അപചയകാല്പനികതയെ 'കോടമ്പാ'ക്കത്ത് കൊണ്ടെത്തിച്ച മേന്മമാത്രമേ ഒ.എൻ.വിക്കുള്ളൂ. വയലാറിന്റെ സർഗ്ഗ സംഗീതത്തിനും എത്ര താഴെയാണ് ഒ.എൻ.വി കവിത നിൽക്കുന്നത്. വളരെ താഴെ.

ആധുനികതാഭാവുകത്വം കാല്പനികതയുടെ ധ്വന്യാത്മകബന്ധങ്ങൾ

റൊമാന്റിസിസത്തിന്റെ സന്താനമാണ് ആധുനികതയെന്നു പറഞ്ഞാൽ പൊടുന്നനെ ആരും സമ്മതിച്ചുതരാൻ ഇടയില്ല. എന്നാൽ വസ്തുതയതാണ്. റൊമാന്റിസിസത്തിന് മലയാളത്തിലുണ്ടായ തുടർച്ചയിൽ നിന്നാണ് ആധുനികതയുടെ രൂപപ്പെടൽ നടന്നത്. റൊമാന്റിസിസത്തെ ഒരു സാഹിത്യപ്രവണത എന്ന നിലയിൽ നാം സ്വീകരിച്ചത് ആംഗലേയ സാഹിത്യവുമായുള്ള ബന്ധംകൊണ്ടാണ്. ആധുനികതയുടേയും പിറവി മറിച്ചല്ല. ഓർട്ടിഗോ, എലിയറ്റ്, സാർത്ര് എന്നിങ്ങനെ കുറെ ആളുകളുടെ പേരുകൾ ഉദ്ധരിച്ചുകൊണ്ടാണ് ആധുനികതയെ നിരൂപകർ വിശദീകരിച്ചത്.

ലോകസമൂഹത്തിലുണ്ടായ ആശാരഹിതമായ വ്യതിയാനങ്ങളും ലോകയുദ്ധങ്ങൾ സൃഷ്ടിച്ചെടുത്ത ദുരന്തങ്ങളുമാണ് പടിഞ്ഞാറൻ നാടുകളിലെ ആധുനികതയ്ക്ക് കാരണമായതെന്ന് ചൂണ്ടിക്കാണിക്കപ്പെടാറുണ്ട്. എന്നാൽ ആധുനികതയ്ക്കു മുമ്പുള്ള സാമൂഹ്യ-സാഹിത്യ സാഹചര്യങ്ങൾ പരിശോധിക്കുമ്പോൾ മറ്റു ചില അവബോധങ്ങൾകൂടി ലഭിച്ചുകൂടെന്നില്ല. ആധുനികത വരുന്നതിനുമുമ്പ് മലയാളത്തിൽ പ്രധാനപ്പെട്ട രണ്ടു പ്രവണതകൾ പ്രബലമായിരുന്നു. അവയിലൊന്ന് കാല്പനികതയാണ്. നേരത്തെ ചൂണ്ടിക്കാണിച്ചതുപോലെ വൈകാരികത നിറച്ച പ്രസ്താവനകളാൽ ആ കാല്പനികത പ്രസംഗപരമായി തീർന്നിരുന്നു. അതിന്റെ ഭാവുകത്വത്തെയാണ് രമണഭാവുകത്വം എന്ന് നാം വിളിച്ചുപോന്നത്. ആ ചങ്ങമ്പുഴ വഴക്കത്തിന്റെ പ്രാമുഖ്യത്തോടൊപ്പം റിയലിസവും പ്രബലമായിരുന്നു. യൂറോപ്യൻ സാഹിത്യവുമായുള്ള ആത്മബന്ധവും റഷ്യൻ ചായ്‌വും ചില എഴുത്തുകാരെ റിയലിസത്തോടടുപ്പിച്ചിട്ടുണ്ട്. ചെറുകഥകളിലും നോവലുകളിലുമാണ് റിയലിസം പ്രകടമായത്. അതിനാലാവണം ആധുനികതയെ വിശദീകരിക്കാൻ ശ്രമിച്ചിട്ടുള്ള നിരൂപകരിൽ ഭൂരിപക്ഷം

പേരും റിയലിസത്തോട് വിയോജിക്കാൻ തയ്യാറായത്. ഭാവുകത്വ വ്യതിയാനങ്ങളെക്കുറിച്ച് എഴുതുന്നതിനിടയിൽ നരേന്ദ്രപ്രസാദ് കുറിച്ചിട്ട ചില വരികൾ നോക്കുക.

'നാം ചുറ്റു കാണുന്നതോ ഈച്ചാടിപെണ്ണുങ്ങൾ പറഞ്ഞുപരത്തുന്നതോ ആയ സംഭവങ്ങൾ ഈ കാലത്തെ സാഹിത്യത്തിന്റെ പ്രധാനമായ അംശമേ അല്ല. റിപ്പോർട്ടുകളോ കോലാഹലങ്ങളോ സാഹിത്യമുണ്ടാക്കുകയില്ല. മുൻവിധിയില്ലാത്ത സങ്കേതനിഷ്ഠയില്ലാത്ത അനുസരണയില്ലാത്ത മൂല്യാന്വേഷണമാണ്, മൂല്യങ്ങൾ മരവിച്ച ഈ സാമൂഹ്യവ്യവസ്ഥയിലെ സാഹിത്യം. എഴുത്തുകാരന് അതുകൊണ്ടുതന്നെ ഒരു ചിന്തകനും തത്ത്വശസ്ത്രജ്ഞനും ആകാതെ വയ്യ. സമഗ്രവിജ്ഞാനത്തിനുവേണ്ടി അയാൾ അറിവിന്റെ എല്ലാ വാതിലുകളും മുട്ടിവിളിക്കേണ്ടിവരും. പ്രതീകങ്ങൾ തേടേണ്ടിവരും. പ്രാചീനേതിഹാസങ്ങളിൽ അലഞ്ഞുനടന്ന അശ്വത്ഥാമാവിനേയും ദിലീപിനേയും പുരൂരവസ്സിനേയും ഉപയോഗിക്കേണ്ടിവരും. സത്യത്തിന്റെ സൂക്ഷ്മവും അഗാധവുമായ ദർശത്തിനുവേണ്ടി എട്ടുകാലിയുടേയും ക്വാസിമാദോവിന്റേയും പുതിയ ജീവിതസന്ദർഭങ്ങൾ ആവിഷ്ക്കരിക്കേണ്ടി വരും. ഓരോ സൃഷ്ടിയും മൗലികമായ ദാർശനികപ്രശ്നങ്ങളിലേക്കുള്ള പാതയാകേണ്ടി വരും. ഓരോ സൃഷ്ടിയും യാഥാർത്ഥ്യത്തിന്റെ അന്തമില്ലാക്കയത്തിലേക്കുള്ള ഈ എടുത്തുചാട്ടത്തിൽ അയാൾ ഓളത്തേയും തീരത്തേയും മറക്കും. റിയലിസത്തിന്റെ പാളയിൽ സുഷിരങ്ങളുണ്ടാക്കി അയാൾ അഗാധവിതാനങ്ങളിലേക്ക് ഇഴഞ്ഞിറങ്ങുന്നു. റിയലിസമല്ല, റിയാലിറ്റിയാണ് അയാളുടെ പ്രശ്നം.'

റിയലിസത്തിൽനിന്നുള്ള പുതിയ സാഹിത്യത്തിന്റെ വ്യതിയാനം സൂചിപ്പിക്കുന്ന നരേന്ദ്രപ്രസാദ് മനുഷ്യാവസ്ഥയോടുചെയ്യുന്ന സമരമായി സാഹിത്യത്തെ തുടർന്നു വ്യാഖ്യാനിക്കുന്നു. ആധുനികപ്രവണതകളെ ഈ നിരൂപകൻ സ്വതന്ത്രമായി നേരിടുമ്പോൾ, ഓർട്ടിഗാ ഗാസറ്റിനെ കൂട്ടുപിടിച്ചുകൊണ്ടാണ് മറ്റൊരു നിരൂപകൻ ആധുനിക കലാകാരനെ വിശദീകരിക്കുന്നത്.

'രചനയിൽ ഭാവവൈപരീത്യം സൃഷ്ടിക്കുന്നതിലൂടെ അനുഭവിച്ച യാഥാർത്ഥ്യത്തിന്റെ സ്വഭാവം പൂർണ്ണമായും മാറ്റപ്പെടുന്നു. ഈ ആവിഷ്ക്കാരതന്ത്രങ്ങളിലൂടെയാണ് ആധുനിക കാലത്തിന്റേതായ ഒരു കലാശൈലി എഴുത്തുകാരൻ സൃഷ്ടിക്കുന്നത്. ഈ രീതി പൂർണ്ണമായും റിയലിസത്തിന്റെ നിഷേധമാണ്. റിയലിസത്തെ ഓർട്ടിഗാ അംഗീകരിക്കുന്നില്ല. അത് സൗന്ദര്യശാസ്ത്രത്തിന്റെ ചരിത്രത്തിൽ സംഭവിച്ച മൂഢവും വിലക്ഷണവുമായ ഒരാശയമാണെന്ന് അദ്ദേഹം വിശ്വസിക്കുന്നു.'

ഓർട്ടിഗായേയും അദ്ദേഹത്തെപ്പോലുള്ള പല എഴുത്തുകാരേയും വിശ്വാസത്തിലെടുത്ത് ആധുനികത പ്രകടിപ്പിച്ച വിശ്വാസത്തകർച്ചയെ നിരീക്ഷിക്കുന്ന കെ.പി. അപ്പൻ അധികവും സഞ്ചരിച്ചത് നോവൽ - കഥാരൂപങ്ങളിലൂടെയാണ്. കവികളായ ആധുനികർ കാവ്യസമ്പ്ര ദായങ്ങളിലൂണ്ടാവുന്ന സൂക്ഷ്മപരിണാമങ്ങളെപ്പോലും കാണാൻ ശ്രമിച്ചു. എന്നാൽ റിയലിസത്തിൽനിന്നുള്ള വേർപിരിയലായി ആധു നികതയെ അവർ കണ്ടില്ല. 'ആധുനിക കവിതയിൽ മോഹവും യുക്തിയുമുണ്ട്; യുഗത്തിന്റെ ധർമ്മസങ്കടത്തെ ഉൽപാദനവീര്യമാക്കി മാറ്റാനുള്ള യത്നമുണ്ട്' എന്നു പറയുന്ന സച്ചിദാനന്ദൻ, റൊമാന്റിക് ഭാവം തീരെ കവിതയിൽ നിന്ന് വിട്ടുപോകാത്തതിനെ കുറ്റപ്പെടു ത്തുകയും ചെയ്യുന്നു. അതേസമയം ചുരുക്കം ചില നിരൂപകർ ആധു നിക കവിതയുടെ രൂപവും ഭാവവും വിശകലനം ചെയ്യാൻ ശ്രമിച്ച തായും കാണാം. ഇവിടെ ഡോ. സുകുമാർ അഴീക്കോടിന്റെ ഒരു നിരീക്ഷണം പരിശോധിക്കുന്നതിൽ അർത്ഥമുണ്ട്. ആധുനിക കവി തയെ അദ്ദേഹം കണ്ടത് 'പിഴച്ച കാല'ത്തിന്റെ കവിതയായിട്ടാണ്. കാല്പനികതയുടെ ഉത്തരകാലത്തെ 'അപചയ'കാലമായി വിശദീ കരിച്ച അഴീക്കോട് തൊട്ടു പിറകെ വരുന്ന ആധുനികതയെ പിഴച്ച കാലമായി വിലയിരുത്തുന്നു.

മലയാള കവിതയിൽ ഈ നിരൂപകൻ കണ്ടെത്തുന്ന ഈ പരി ണാമത്തെ ആധുനികരായ നിരൂപകർ ആഴത്തിൽ നോക്കിക്കാണുക യുണ്ടായില്ല. ആധുനിക കവിത തികച്ചും 'കാലനിയമിത'മാണ് എന്ന നിരീക്ഷണത്തോട് യോജിക്കുന്നുണ്ടോയെന്നും വ്യക്തമാക്കുകയു ണ്ടായില്ല. എന്നാൽ സച്ചിദാനന്ദൻ 'രമണന്റെ ഇടയഗാനരൂപമായ ആഖ്യാനരീതിയും പുരോഗമന സാഹിത്യകാരന്മാരും ആധുനിക കവിതയ്ക്ക് അപ്രാപ്യമായ ഏതു പരിസര ബോധമാണ് പ്രദർശി പ്പിക്കുന്ന'തെന്നു ചോദിച്ചുകൊണ്ട്, വ്യത്യസ്തമായ ഒരു 'ഭാരതീയത്വം' ആധുനിക കവിതയിൽ ഉണ്ട് എന്ന് സ്ഥാപിക്കാൻ ശ്രമിച്ചു കാണു ന്നുണ്ട്.

റിയലിസത്തിൽ നിന്നുള്ള ഒരു വിച്ഛേദമെന്ന നിലയിൽ ആധു നികതയെ സമീപിക്കുകയും 'സമൂഹ'മെന്ന കാഴ്ചപ്പാടിനെ നിരാ കരിക്കുകയും ചെയ്തു. അങ്ങനെയാണ് ആധുനികതയെ സംബ ന്ധിക്കുന്ന പുതുമനോഭാവത്തിൽ യഥാതഥ്യതയും ആധുനിക മനസ്സും തമ്മിലുള്ള സമരം പ്രത്യക്ഷപ്പെട്ടത്. അത് രാഷ്ട്രീയമാനം തേടുന്നതും പിന്നീട് നാം കാണുകയുണ്ടായി. ഒരർത്ഥത്തിൽ ആധുനികത മലയാളത്തിൽ പ്രവേശിച്ചത്, അക്കാലത്ത് നിലനിന്നി രുന്ന റിയലിസ ആഖ്യാനങ്ങളെ അതിരുകളിലേക്ക് തള്ളിമാറ്റി ക്കൊണ്ടാണ്. അപരിചിതവൽക്കരിച്ചുകൊണ്ട് എന്നു പറയുന്നതാകും

കൂടുതൽ ശരി. 'റിയലിസമല്ല, റിയാലിറ്റി'യാണ് എന്ന നരേന്ദ്രപ്രസാദിന്റെ പ്രയോഗത്തിൽ ആധുനികതയുടെ ആ ആശയം ഉൾക്കൊണ്ടിരിക്കുന്നു. ആധുനിക കാലത്തിന്റെ കലാശൈലി പൂർണ്ണമായും റിയലിസത്തിന്റെ നിഷേധമാണെന്ന് കെ.പി. അപ്പനും പാശ്ചാത്യ ആധുനികതയുടെ സാരാംശം ഉൾക്കൊണ്ട് പ്രഖ്യാപിക്കുന്നു.

ആധുനിക കവി അശ്രദ്ധനാവുമ്പോൾ സംഭവിക്കുന്നത്

എന്നാൽ ആധുനികത റൊമാന്റിസിസത്തിന്റെ നിഷേധമായിരുന്നോ? അല്ലെന്നുള്ള വാദത്തിനായിരിക്കും കൂടുതൽ പിൻബലം ലഭിക്കുക. സൗന്ദര്യശാസ്ത്രപരമായ കടമകൾ എല്ലാ സാഹിത്യ പ്രസ്ഥാനങ്ങൾക്കും നിർവ്വഹിക്കേണ്ടതുണ്ട്. ആധുനികതയും അത് മലയാളത്തിൽ ചെയ്തുതീർത്തു. യൂറോപ്പിന്റെ 'ആത്മീയവും സദാചാരപരവുമായ' എല്ലാ അസ്വാസ്ഥ്യങ്ങളും ഉൾക്കൊള്ളാൻ നമ്മുടെ കവികൾ തയ്യാറായി. അതിനുമുമ്പേ അവർ റൊമാന്റിക്കുകളായിരുന്നു. അതിനാൽ സ്വാഭാവികമായും റൊമാന്റിസിസത്തെ കൈവെടിഞ്ഞുകൊണ്ട് അവർക്കു സംസാരിക്കാനായില്ല. റിയലിസത്തെ അപരിചിതവത്കരിച്ചപ്പോഴും ജീവിക്കുന്ന വർത്തമാനത്തിൽനിന്നു കൊണ്ട് മനുഷ്യന്റെ ഭാവനയേയും ജീവിതാവസ്ഥയേയും വ്യാഖ്യാനിച്ച്, കലയുടെ ശില്പതന്ത്രത്തിലും ഭാഷയിലും പുതിയ വെല്ലുവിളികൾ ഉയർത്തി. പ്രമേയത്തിനുവേണ്ടിയുള്ള അന്വേഷണത്തിൽ പുതിയ ശൈലി കണ്ടെത്തി. നിലവിലുള്ള കലാനിയമങ്ങളെ തിരസ്ക്കരിച്ച് മനുഷ്യസംസ്ക്കാരത്തിന്റെ അടിയന്തിര പ്രശ്നങ്ങൾക്ക് പരിഹാരം കാണുന്നതല്ല സാഹിത്യമെന്ന് പ്രഖ്യാപിച്ചു.

മനുഷ്യനെ നിയന്ത്രിക്കുന്ന, അവന്റെ സ്വാതന്ത്ര്യത്തെപ്പോലും ചോദ്യം ചെയ്യുന്ന, ആശയങ്ങൾ കലയുടെ വിഷയമാകണമെന്ന പൊതുപ്രശ്നം ഉന്നയിച്ചു. ജനനത്തിനും മരണത്തിനുമിടയിൽ മനുഷ്യൻ അനുഭവിക്കുന്ന പ്രയാസങ്ങൾക്കും വ്യസനങ്ങൾക്കും പുതിയ വ്യാഖ്യാനങ്ങൾ നൽകാനുള്ള ബാധ്യത അവർ ഏറ്റെടുത്തു. കവിതയിൽ ശുദ്ധ വികാരത്തിനുള്ള പ്രാധാന്യം എടുത്തുപറഞ്ഞു. അങ്ങനെ നോക്കുമ്പോൾ കാവ്യസൗന്ദര്യത്തിലും ആഖ്യാനത്തിന്റെ സ്വീകാര്യതയിലും വന്ന പ്രകടമായ മാറ്റങ്ങൾ ആധുനികതയെ മറ്റു സാഹിത്യപ്രവണതകളിൽനിന്നു മാറ്റിനിർത്തിയതായി കാണാം. റിയലിസവും റൊമാന്റിസിസവുമല്ല ആധുനികതയെന്നു പറഞ്ഞുപോന്നെങ്കിലും ആധുനികതയുടെ വേരുകൾ തേടിപ്പോവുമ്പോൾ സവിശേഷമായ അടിസ്ഥാനപ്രശ്നങ്ങളിലൊന്നിൽ നാം തടഞ്ഞുപോകും.

ആധുനികതയുടെ വേരുകൾ കൂടുതലായും റൊമാന്റിസിസത്തിലാണെന്നത് നിഷേധിക്കാനാവാത്ത യാഥാർത്ഥ്യമായിരിക്കും. ആധുനിക കവിതയെക്കുറിച്ച് ആദ്യകാലത്തെഴുതിയൊരു ലേഖനത്തിൽ കെ. സച്ചിദാനന്ദൻ ഇങ്ങനെ പറയുന്നു.

'റൊമാന്റിക് ശൈലി നമ്മുടെ കവിതയിൽ ചെലുത്തിയിട്ടുള്ള അനാരോഗ്യകരമായ സ്വാധീനം വേരറ്റുപോവാത്ത വിധം അഗാധമാണ്. ആധുനികകവി അശ്രദ്ധനാവുമ്പോഴൊക്കെ ചങ്ങമ്പുഴയുടെ ഉപരിപ്ലവസംഗീതം സ്വന്തം കവിതയിലും കടന്നുകൂടുക സ്വാഭാവികമാണ്. കാല്പനികത്വത്തിൽ കവിതയ്ക്കുതന്നെ മൗലികമായ ചില അന്തർഭാവങ്ങളുണ്ട്; അതിനാൽ റൊമാന്റിസിസത്തിൽനിന്നുള്ള പൂർണ്ണമായ വിമോചനം എന്ന പ്രശ്നം ഉദിക്കുന്നില്ല. രാഷ്ട്രീയ പാർട്ടികളെപ്പോലുള്ള സമരമനോഭാവം കവികളിൽ അനാശാസ്യമാണുതാനും.'

അനാരോഗ്യം, അശ്രദ്ധ എന്നീ പദങ്ങളിലൂടെ റൊമാന്റിസിസവുമായി ആധുനിക കവിക്കുണ്ടായിരിക്കേണ്ട സമീപനമാണ് വ്യക്തമാക്കപ്പെടുന്നത്. റൊമാന്റിസിസത്തിന്റെ അനാരോഗ്യകരമായ സ്വാധീനം കവിതയിലുണ്ട് എന്നു പറയുകയും ചങ്ങമ്പുഴയുടെ ഉപരിപ്ലവ സംഗീതം എന്നു പ്രയോഗിച്ച് അനാരോഗ്യകരമായത് ചങ്ങമ്പുഴ കാല്പനികതയാണ് എന്ന് ഭംഗ്യന്തരേണ ധ്വനിപ്പിക്കുകയും ചെയ്തിരിക്കുന്നു. അതുകൊണ്ട് ഒരാധുനികകവി അശ്രദ്ധനാവാൻ പാടില്ല. നേരിയ അശ്രദ്ധവന്നാൽ സ്വന്തം കവിതയിലേക്ക് ചേക്കേറുക ആ കാല്പനികജീർണ്ണതയായിരിക്കുമെന്നാണ് സച്ചിദാനന്ദന്റെ കാഴ്ചപ്പാട്. ആ ഉപരിപ്ലവതയിൽ നിന്നുള്ള മോചനമാണ് പുതിയ കാലത്തിന്റെ കവി ആഗ്രഹിക്കുന്നത്. ചങ്ങമ്പുഴക്കവിതയിൽ നിന്നുള്ള മോചനമായി അതിനെ കണ്ടാൽപ്പോലും റൊമാന്റിസിസത്തിൽ നിന്നുള്ള മോചനം പൂർണ്ണമാവില്ലെന്ന അഭിപ്രായവുമുണ്ട്. അതിനാൽ ആധുനിക കവി കാല്പനികതയുമായി സമരം ചെയ്യേണ്ടതില്ല. ചങ്ങമ്പുഴയുടെ മരണത്തോടുകൂടി മലയാളത്തിലെ കാല്പനികപ്രസ്ഥാനത്തിന്റെ നല്ല കാലം (?) തീർന്നുവെന്നു വിചാരിച്ചാൽപ്പോലും, ആധുനിക കവിക്ക് റൊമാന്റിസിസത്തെ ഭയപ്പെടേണ്ടതുണ്ട് എന്നാണോ സച്ചിദാനന്ദൻ വിവക്ഷിച്ചത്? ഈ സംശയത്തിൽ അടിസ്ഥാനപരമായ ചില ശരികളില്ലാതില്ല.

റൊമാന്റിസിസത്തിന്റെ ഒരു തുടർച്ച ആധുനിക ഭാവുകത്വത്തിലുണ്ടെന്ന് എല്ലാവരും സമ്മതിക്കുന്ന കാര്യമായി മാറിയിരിക്കുന്നു. ആധുനിക കവിതയുടെ വരവിനെ സ്വാഗതം ചെയ്ത കവികൾക്കെല്ലാം ഒരു റൊമാന്റിക് പാരമ്പര്യം അവകാശപ്പെടാനുണ്ടായത് കാല്പനികതയെ നിഷേധിക്കുന്നതിന് തടസ്സമായി. ആധുനിക കവികളാകട്ടെ

മിക്കവാറും ചങ്ങമ്പുഴക്കവിതയുടെ സ്വാധീനത ഉള്ളവരുമായിരുന്നു. അതുകൊണ്ടുതന്നെ ആധുനികതയെ ചങ്ങമ്പുഴകാല്പനികതയുടെ രൂപപരമായ പരിണാമമായി മാത്രമേ കാണാനാവുകയുള്ളൂ. ആധുനിക കവിതയെ ചങ്ങമ്പുഴക്കവിതയുടെ നിഷേധമായി പറയുന്നതിൽ വലിയ കാര്യമില്ലെന്നാണ് ഒരു നിരൂപകൻ അഭിപ്രായപ്പെട്ടത്. അദ്ദേഹം ഒന്നുകൂടി മുന്നോട്ടുപോയി, ചങ്ങമ്പുഴയുടെ ഒരു വിഭാഗം കവിതകളിലും തുടർന്നുവന്ന യഥാതഥമായ ഒരു വിഭാഗം കവിതകളിലും കാണാവുന്ന വ്യക്തിയുടെ വികസിച്ച രൂപമാണ് ആധുനികകവിതയിലുള്ളതെന്ന് പറയുകയുണ്ടായി. എന്നാൽ രൂപശില്പത്തിന്റെ കാര്യത്തിൽ ആധുനികകവിത ചങ്ങമ്പുഴക്കവിതയുടെ കേവല വികാസവുമല്ല. എന്നിട്ടും ആധുനികത പ്രകടിപ്പിക്കാൻ തുടങ്ങിയ പ്രവണതകൾ കൂടുതൽ വൈദേശികമാണ് എന്ന പ്രചാരണം വന്നതോടെ റൊമാന്റിക് കവിതയുമായുള്ള ആധുനികകവിതയുടെ താരതമ്യത്തിന്റെ പ്രസക്തി വർദ്ധിച്ചുവരികയും ചെയ്തു. ഈ പശ്ചാത്തലത്തിലായിരിക്കണം കെ. അയ്യപ്പപ്പണിക്കർ 'സമകാലിക മലയാളകവിതയിലെ ചില പ്രശ്നങ്ങൾ' എന്ന ലേഖനത്തിൽ ഇപ്രകാരം എഴുതിയത്: 'സി.വി. രാമൻപിള്ള, ചന്തുമേനോൻ തുടങ്ങിയ നോവലെഴുത്തുകാരിലും കുമാരനാശാൻ, ചങ്ങമ്പുഴ കൃഷ്ണപ്പിള്ള തുടങ്ങിയ കവികളിലും പ്രത്യക്ഷമാവുന്നതിൽ കൂടുതലായ വിദേശസ്വാധീനമൊന്നും നവീനകവിതയിൽ കാണാനില്ലതന്നെ'.

കാല്പനികകവിതയുടെ സ്വാഭാവികമായ തുടർച്ചയാണ് ആധുനികകവിത എന്നൊരർത്ഥം ആ വാക്കുകൾക്കിടയിൽ ഒളിഞ്ഞിരിക്കുന്നുണ്ടോ, എന്തോ? അല്ലെങ്കിൽ ആദ്യകാലകവിതകളിൽനിന്ന് 'കുരുക്ഷേത്ര'ത്തിലേക്കുള്ള പരിണാമത്തെ സൂചിപ്പിക്കാൻക്കൂടി ഈ പ്രകരണം ഉപയോഗിക്കുന്നതിൽ വിരോധമില്ലെന്നാണ് തോന്നുന്നത്. 'കാല്പനികകവിയുടേയും നവീനകവിയുടേയും സൗന്ദര്യബോധങ്ങൾ തമ്മിലുള്ള വ്യത്യാസം മൗലികമല്ല: വിശദാംശങ്ങളെ സംബന്ധിച്ച വ്യത്യാസം മാത്രമാണ്' എന്ന് കെ.എസ്. നാരായണപ്പിള്ള പറഞ്ഞതും ചേർത്ത് വെച്ചു വായിക്കേണ്ടതാണ്. വാസ്തവത്തിൽ കുരുക്ഷേത്രത്തിന് അനവധി പാഠങ്ങൾ ഉല്പാദിപ്പിക്കപ്പെട്ടിട്ടുണ്ടെങ്കിലും കാല്പനിക കവിതയുടെ രൂപപരവും ആന്തരികവുമായ ഘടകങ്ങളുമായി ഈ കവിത ഏതെങ്കിലും വിധത്തിൽ സ്പർശിക്കുന്നുണ്ടോ എന്ന് നിരൂപകരാരും പരിശോധിച്ചതായി തോന്നുന്നില്ല.

കുരുക്ഷേത്രം ശ്രദ്ധാപൂർവ്വം വായിച്ചവരിലെല്ലാം ചങ്ങമ്പുഴക്കവിതയുമായി ഒരു താരതമ്യം സ്വയം നടന്നിട്ടുണ്ടാകണം. ഒരു കവിതയ്ക്കും പൂർവ്വകാലകവിതയുമായി സംവദിക്കാതെ നിൽക്കാനാവില്ല. കുരുക്ഷേത്രത്തിന്റെ ശൈലീപരമായ പ്രത്യേകതകൾ നിരീക്ഷിച്ച കെ.എസ്

നാരായണപ്പിള്ള പറഞ്ഞത്; ചങ്ങമ്പുഴയുടെ കാലഘട്ടത്തിൽ മലയാളത്തിൽ പ്രചാരം നേടിയ അവ്യക്താർത്ഥപദപ്രയോഗം 'കുരുക്ഷേത്ര'ത്തിൽ വർജ്ജിക്കപ്പെട്ടിരിക്കുന്നുവെന്നാണ്. സമീപഭൂതകാലത്തെ കവിതയിൽനിന്ന് കുരുക്ഷേത്രത്തെ മാറ്റിനിർത്തിവായിക്കാനുള്ള ഒരു പ്രയോജനം വായനക്കാർക്ക് അത് ലഭ്യമാക്കുന്നു. 'അവ്യക്താർത്ഥപദപ്രയോഗം' കുരുക്ഷേത്രത്തിലോ ചങ്ങമ്പുഴക്കവിതയിലോ? പദവിന്യാസത്തിൽ ചങ്ങമ്പുഴ നേടിയിട്ടുള്ള 'കരവിരുതി'നെക്കുറിച്ച് ആവർത്തിച്ചുപറയാറുള്ള നിരൂപകനാണ് മേൽപ്പറഞ്ഞ വാക്യവും എഴുതിയിട്ടുള്ളത്. നാരായണപ്പിള്ളയുടെ നിരീക്ഷണത്തിലെ വൈരുദ്ധ്യം സ്വല്പനേരം മറന്നുകൊണ്ട്, 'കുരുക്ഷേത്രം' ഒന്നുകൂടി വായിച്ചു നോക്കൂ. ചങ്ങമ്പുഴക്കവിതയുടെ രൂപശില്പത്തെ അപരിചിതവൽക്കരിക്കാനുള്ള ആഖ്യാനതന്ത്രങ്ങൾ അന്വേഷിച്ചുപോവുന്ന ആധുനിക കവിയുടെ വ്യക്തിഭാഷ ചങ്ങമ്പുഴയുടെ വ്യക്തിഭാഷയുമായി അടുത്തു നിൽക്കുന്നതാണ്. കാല്പനിക ധ്വനിയുണർത്തുന്ന സരളപ്രയോഗങ്ങൾ ധാരാളം കുരുക്ഷേത്രത്തിലുണ്ട്.

> നീയുണരുക വാനിലീപ്പാരിന്റെ
> ചോരയൂറുവാൻ നാഢിതുടിക്കുവാൻ
> താഴെ നോക്കൂ,മജ്ജീവിതപ്രേമ-
> താരകമേ, യതാണെൻ പ്രപഞ്ചം.

എന്ന വരികളോടൊപ്പം, വെറുതേ, 'ക്ഷമാപണ'ത്തിലെ

> ആഗമിച്ചില്ലായിരുന്നു നീയെങ്കി,ലെ-
> ന്താശാരഹിതമായ് തീർന്നേനെ ജീവിതം!
> എന്നിട്ടുമൊറ്റയ്ക്കൊഴിച്ചുനിർത്തുന്നു , ഹാ,
> നിന്നെഞാൻ, -ഭദ്രേ, പൊറുക്കുകെൻ സാഹസം!

എന്നീ വരികൾകൂടി ചേർത്തുവെച്ചു വായിക്കുക. ഇവയിലേതാണ് സരളം? അവ്യക്തപ്രയോഗങ്ങൾ ഏതിലാണുള്ളത്? ആഖ്യാനഘടനയിൽ വ്യക്തിനിഷ്ഠമായ ചില വ്യതിയാനങ്ങൾ കാണാമെന്നല്ലാതെ, കാല്പനികതയുടെ ഭാവുകനിഷേധം രണ്ടിലുമില്ല. 'നിസ്സഹായത' എന്ന പ്രശ്നം ആധുനികനും കാല്പനികനും ഒരേപോലെ പങ്കുവെയ്ക്കുന്നുണ്ട്. തീർത്ഥാടനം, പാർക്കിൽ തുടങ്ങിയ കവിതകളെഴുതിയ എൻ.എൻ. കക്കാട് തന്റെ സാഹിത്യ ജീവിതത്തിനൊടുവിൽ 'സഫലമീയാത്ര'പോലുള്ള കാല്പനിക കവിതകൾക്ക് രൂപംകൊടുത്തത്, ആ കവി മികച്ച റൊമാന്റിക് ആയിരുന്നുവെന്നതിന് തെളിവായി മാറുന്നു. ഉറച്ച കാല്പനികഭാവുകനായിരിക്കെ പുരാവൃത്ത പാഠങ്ങളും ക്രൂരസ്വഭാവം കലർന്ന നാഗരികഭാവങ്ങളും ആഖ്യാനാംശങ്ങളായി മാറിയതിലെ പ്രത്യേകത കൊണ്ടുമാത്രം ഒരു കവി

ആധുനികനാകുമോ? നഗര-ഗ്രാമസംഘർഷം കക്കാട് കവിതയുടെ ഒരു പ്രത്യേകതയാണ്. അതിന്റെ ആന്തരിക ധ്വനികൾ കാവ്യപരമായ വിശേഷതകളെ സ്വീകരിക്കുമ്പോഴും നാമെന്തിന് കാല്പനികാതുരതയെ നിഷേധിക്കണം? ആദ്യകാലകാല്പനികതയുടെ ജ്ഞാനമൗലികതകൾ ഉള്ള ചില കവിതകളെങ്കിലും ആധുനികതയുടെ കാലത്ത് ആറ്റൂർ രവിവർമ്മയെപ്പോലുള്ള കവികൾ നമുക്ക് സമ്മാനിച്ചിട്ടുണ്ട്. ചങ്ങമ്പുഴയുടേതുമാത്രമായ കാല്പനിക ശീലങ്ങളെയാണ് ആധുനികകവികൾ ഉപേക്ഷിക്കാൻ ശ്രമിച്ചത്. അതായത് ആധുനികന്റെ പ്രധാന പ്രശ്നം ചങ്ങമ്പുഴയുടെ വർദ്ധിച്ച സ്വാധീനമായിരുന്നു. വലിയൊരു വിഭാഗം ആസ്വാദകരും ആ കവിതയ്ക്കുണ്ടായിരുന്നു. പൂർണ്ണമായും ചങ്ങമ്പുഴയുടെ സ്വാധീനത്തെ നിർമ്മാർജനം ചെയ്യാൻ അവർക്കായതുമില്ല. രൂപഘടനയുടെ കാര്യത്തിൽമാത്രമാണ് ആധുനികർ സ്വതന്ത്രമായത്. അല്ലെങ്കിൽ സംഗീതമൊഴിച്ചുള്ള ചങ്ങമ്പുഴക്കവിതയുടെ മറ്റുപ്രത്യേകതകൾ എല്ലാം ആധുനികകവിത മടിയില്ലാമനസ്സോടെ സ്വീകരിച്ചാദരിക്കുകയും ചെയ്തു എന്നതാണ് വസ്തുത.

ഈ മനോഭാവം ആദ്യമലട്ടിയത് നിരൂപകരേയും വ്യാഖ്യാതാക്കളേയുമാണ്. ആധുനിക നാഗരികതയും കാവ്യപരമായ പുതുപ്രവണതകളും പ്രത്യക്ഷപ്പെട്ടപ്പോൾ, അതിന്റെ ആദ്യപ്രതിനിധിയെ കണ്ടെത്താനുള്ള തിടുക്കം നിരൂപകരിൽ ചിലർ പ്രകടിപ്പിക്കുകയുണ്ടായി. അത് തങ്ങളുടെ ചുമതലാബോധമാണ് എന്ന മട്ടിലാണ് അവർ പെരുമാറിയത്. എന്നാൽ അത്ഭുതമെന്നു പറയട്ടെ, ആധുനിക സംവേദനക്ഷമതയുടെ ആദ്യപ്രതിനിധിയെത്തേടി അവർ ചെന്നത് തൊട്ടുമുമ്പത്തെ കാവ്യപാരമ്പര്യത്തിൽതന്നെയാണ്. അതായത് ആധുനികത ഏത് പാരമ്പര്യത്തെയാണോ അപരിചിതവത്ക്കരിക്കാൻ ആലോചിച്ചത് ആ പാരമ്പര്യത്തിൽ എന്നർത്ഥം. ചുരുക്കത്തിൽ ഇടപ്പള്ളി രാഘവൻപ്പിള്ള, ചങ്ങമ്പുഴ കൃഷ്ണപ്പിള്ള എന്നീ കവികളെ നമ്മുടെ ആധുനിക നിരൂപകർക്ക് ആശ്രയിക്കേണ്ടിവന്നുവെന്ന് സാരം.

ജീവിതപരാജയബോധവും ഏകാകിതയും മരണത്തോടുള്ള ആഭിമുഖ്യവും അർത്ഥശൂന്യതയും പുതിയ കാവ്യസംവേദനത്തിന്റെ തത്ത്വങ്ങളായും വിശദീകരിക്കപ്പെടുകയുണ്ടായി. ആൽബർട്ട് കമ്യൂവും ഷെനെയും യെനസ്കോയും കാഫ്ക്കെയും എല്ലാം പ്രതിനിധികളായി വന്നു. ഇവരെല്ലാം പാശ്ചാത്യഭാവുകത്വത്തിന്റെ പ്രതിനിധികളായിരുന്നു. അങ്ങനെയാണെങ്കിൽ ആധുനിക സംവേദനത്തിന്റെ മലയാളത്തിന്റെ പ്രതിനിധി ആരായിരിക്കണം? കെ.പി. അപ്പൻ ആദ്യം തൊടുന്നത് ഇടപ്പള്ളി രാഘവൻപ്പിള്ളയെയാണ്. 'കാല്പനികവാദിയായ അന്യൻ' എന്ന് ഇടപ്പള്ളിയെ വിശേഷിപ്പിച്ചുകൊണ്ട്, ആത്മഹത്യയിലെ തത്ത്വചിന്താപരമായ പ്രശ്നങ്ങൾ അദ്ദേഹം ആരായുന്നു. ഈ നൂറ്റാണ്ടിലെ

ഏറ്റവും പ്രധാനപ്പെട്ട തത്വചിന്താപരമായ പ്രശ്നം ആത്മഹത്യയാണെന്ന കമ്യൂവിന്റെ ആശയം അദ്ദേഹത്തിനു കൂട്ടിനായുണ്ട്. 'അപരിചിതനായി കഴിയാൻ ശപിക്കപ്പെട്ട ഏകാകി' എന്നാണ് ഇടപ്പള്ളിയെ വി. രാജകൃഷ്ണൻ വിശേഷിപ്പിച്ചത്. ഇടപ്പള്ളി ഗോത്രത്തിൽപ്പെട്ട കവികൾ തമ്മിലുള്ള അടുപ്പത്തെ മറ്റൊരു പ്രകരണത്തിൽ അദ്ദേഹം ഇപ്രകാരം സൂചിപ്പിക്കുന്നു:

'അനുഭവങ്ങളെ ആദർശവൽക്കരിക്കുന്നതിലൂടെ തന്റെ കൂടപ്പിറപ്പായ ഏതോ നഷ്ടഭീതിയിൽനിന്ന് തടിതപ്പാനുള്ള ചങ്ങമ്പുഴയുടെ പ്രവണതയ്ക്ക് ഒരുപക്ഷേ അദ്ദേഹത്തിന്റെ വ്യക്തിജീവിതത്തിന്റെ ചില പ്രത്യേക സാഹചര്യങ്ങളിൽ അടിസ്ഥാനം കണ്ടെത്തുക സാധ്യമായിരിക്കും. ചങ്ങമ്പുഴയുടെ മാത്രമല്ല ഇടപ്പള്ളി പ്രസ്ഥാനത്തിന്റെ ആകെയുള്ള സർഗ്ഗസംഭാവനയിൽ പലായന മനഃസ്ഥിതിയും മനുഷ്യാവബോധവും ഏതളവിൽ സമരസപ്പെട്ടുപോകുന്നുവെന്ന് കണ്ടെത്താനുള്ള വിമർശനയത്നം ഇനിയും ഇവിടെ ഉണ്ടാകേണ്ടിയിരിക്കുന്നു.'

ആ യത്നം ഇടപ്പള്ളി ഗോത്രത്തിൽ മാത്രം മതിയോ? കവിതയെ പുതുദിശയിലേക്ക് നോക്കാൻ പ്രേരിപ്പിച്ച കവികളുടെ കാര്യത്തിലുമാകാമല്ലോ ആ അന്വേഷണം. നഷ്ടബോധവും പലായനമനഃസ്ഥിതിയും ഏകാകിതയും ഇടപ്പള്ളി പ്രസ്ഥാനകവികൾ അനുഭവിച്ചതിനേക്കാൾ കൂടുതലായി ആധുനികകവികൾ അനുഭവിച്ചിട്ടുണ്ടോ? 'അസ്തിത്വം' അയ്യപ്പപ്പണിക്കർക്ക് ഒരു മുറിവാണെന്ന് ചൂണ്ടിക്കാണിച്ചവരുണ്ട്. പുരോഗമനകവിതയുടെ വളർച്ചയും സാമൂഹികകവിതയെക്കുറിച്ചുള്ള സങ്കല്പങ്ങളും വർദ്ധിച്ച കാലത്ത് നിരൂപകന്മാർക്കിടയിൽ മുഴങ്ങിക്കേട്ട പദമായിരുന്നു സമൂഹം. ആ പദത്തിനുപകരം മറ്റൊരുപദം സംവേദനലോകത്തിലേക്ക് പ്രവേശിക്കുന്നതാണ് നാം കണ്ടത്. 'അസ്തിത്വം' പുതിയ കാവ്യസംസ്കാരത്തെ പ്രചോദിപ്പിച്ച ഒരു പദബോധമായിട്ടാണ് പ്രത്യക്ഷപ്പെട്ടത്. അങ്ങനെ അസ്തിത്വവും അതുമായി ബന്ധപ്പെട്ട അനേകം വസ്തുതകളും കവിതയുടെ ഉള്ളടക്കമായി. ശൂന്യതാബോധം അതിലൊന്നാണ്. മറ്റൊരു പ്രമേയപദമാണ് നിസ്സംഗത.

ഏകാകിതയും നഷ്ടസങ്കല്പവും കാവ്യവിചാരണകളിലെ ഇഷ്ടപദങ്ങളായി പ്രത്യക്ഷപ്പെടാനും ഇടയായി. എന്നാൽ ഈ കവികൾ തീർത്തും നിസ്സംഗരും ശൂന്യതാവാദികളുമായിരുന്നോ? അല്ലെന്നാണ് ആധുനികകവികളിൽ പ്രമുഖനായ സച്ചിദാനന്ദൻ പറയുന്നത്. 'ഹേ ഗഗാറിൻ', 'കുരുക്ഷേത്രം' തുടങ്ങിയ പണിക്കർകവിതകളിൽ ശക്തിയും മോഹവുമുണ്ട്. ഒരു പരിത്യാഗം വരെയെത്തുന്ന നിസ്സംഗതയ്ക്കുദാഹരണമായി മൃത്യുപൂജ ചൂണ്ടിക്കാണിക്കാം. മാധവൻ അയ്യപ്പത്തിന്റെ കവിതകളിൽ പ്രത്യാശയുടെ നനുത്ത പ്രകാശമുണ്ട്.

ഇതൊക്കെയാണെങ്കിലും ആധുനികരായ കവികളിൽ പലരും റൊമാന്റിക് ഭാവം വിട്ടുപോരാത്തവരാണെന്ന് സച്ചിദാനന്ദൻ അടിവരയിടുന്നുമുണ്ട്. ഒരുപക്ഷേ വിട്ടുപോകാത്ത ഈ റൊമാന്റിക് താല്പര്യം ആകാം ആധുനിക കവിതയെ നിർവ്വചിക്കാൻ ശ്രമിച്ച നിരൂപകരെ ഇടപ്പള്ളിയിലും ചങ്ങമ്പുഴയിലും എത്തിച്ചത്. ആർ. രാമചന്ദ്രന്റെ കവിതയിലെ 'ഒന്നുമില്ലാ'യ്മയെക്കുറിച്ചെഴുതുന്നതിനിടയിൽ, ഒന്നുമില്ലായ്മയുടെ ക്രൂരധ്വനികൾ നമ്മെ അനുഭവിപ്പിക്കുന്നതിൽ രാമചന്ദ്രൻ വേണ്ടുവോളം വിജയിക്കാത്തതിനുകാരണം, ആ വിശ്വാസത്തിന് ഇടപ്പള്ളിക്കവികൾ നല്കിയതിൽനിന്ന് വ്യത്യസ്തമായൊരടിസ്ഥാനം കണ്ടെത്താൻ ശ്രമിക്കാതെ അതിന്റെ ധ്രുവപ്രകാശത്തെ അദ്ദേഹം മോഹിതനായി പിൻതുടർന്നതായിരിക്കുമോ, എന്ന് രാജകൃഷ്ണൻ സംശയിച്ചത് വെറുതെയാകാൻ ഇടയില്ല.

വിപ്ലവകവിത

ആധുനികതയുടെ ആദ്യഘട്ടത്തിൽ അനുഭവിച്ച പ്രശ്നങ്ങളും പരിമിതികളും പിന്നീടെപ്പോഴാണ് പരിഹരിക്കപ്പെട്ടത്? ഈ ചോദ്യം ഉന്നയിച്ച് ആധുനിക കവിതയെ വീണ്ടും പരിശോധിക്കാൻ മിനക്കെടുമ്പോഴായിരിക്കും മറ്റൊരു വേർതിരിയലിന്റെ സ്വരം ഈ കവിതയിൽ എഴുപതുകളോടെ സംഭവിച്ചുവെന്ന ബോധ്യപ്പെടലായി എത്തുക. അറുപതുകളിൽ പിറവികൊണ്ട ആധുനിക കവിത, കവികൾക്കുവേണ്ടി കവികളെഴുതിയ കവിതയായിരുന്നുവെന്നും റൊമാന്റിക് കവിതയുടെ ജീർണ്ണിച്ച അംശങ്ങൾ ഉപേക്ഷിച്ച് കാല്പനികതയ്ക്ക് പുതിയ ഗൗരവവും ചൈതന്യവും നല്കാൻ ചില കാവ്യസ്നേഹികൾ ചെയ്ത പ്രയത്നമായിരുന്നുവെന്നും സച്ചിദാനന്ദൻ ചൂണ്ടിക്കാണിക്കുകയുണ്ടായി. ബി. രാജീവനാകട്ടെ, ആധുനിക കവിതയെ പ്രച്ഛന്നകാല്പനികതയെന്നാണ് വിശേഷിപ്പിച്ചത്. 'ആത്മഗീത' പ്രച്ഛന്നകാല്പനികതയ്ക്ക് ഉദാഹരിക്കാമോ എന്നറിഞ്ഞുകൂടാ. അതെന്തായാലും ആധുനികകവികളുടെ ഒരു കുറ്റസമ്മതമായി വേണം സച്ചിദാനന്ദനിരീക്ഷണത്തെ കാണേണ്ടത്. ഛന്ദസ്സിനെ നിരാകരിച്ചും വൃത്തത്തെ നിഷേധിച്ചും ബിംബങ്ങൾക്ക് പ്രാധാന്യം നൽകിയും ആധുനികത നേടിയെടുത്ത വിശ്വാസത്തെ, അതു നേടിയവർതന്നെ സംശയത്തോടെ വീക്ഷിക്കാൻ തുടങ്ങിയതിന്റെ സൂചനകളാണിതെല്ലാം.

സച്ചിദാനന്ദൻ എഴുതുന്നു: 'സമൂഹോന്മുഖവും ഭാവനാത്മകവുമായ ഒരു പുതിയ യാഥാർത്ഥ്യത്തിന് തുടക്കമിട്ടിരുന്ന കവികളിൽ നിന്നു മുന്നോട്ടുപോവുകയും അറുപതുകളിലെ കവിതയുടെ ഹതാശമായ വ്യക്തിനിഷ്ഠതയെ പ്രതിരോധിക്കുകയും ചെയ്യുന്ന ഒരു പുതിയ നൈതികതയും പുതിയ കാവ്യസംസ്ക്കാരവും സൃഷ്ടിക്കാനുള്ള യത്നമാണ് എഴുപതുകളിലെ നവകവിത'. ആധുനികത ഒരു പുതിയ

യാഥാർത്ഥ്യമാണെന്ന് സമ്മതിച്ചുകൊണ്ടുതന്നെയാണ് ആധുനിക തയ്ക്ക് മുനവച്ചുവരുന്ന പുതിയ സംസ്കാരത്തെ നിർവ്വചിക്കുന്നത്. തനിക്കുകൂടി പങ്കുള്ള കവിതയായി ആ നവകവിതയെ സച്ചിദാനന്ദൻ വിശദീകരിക്കുന്നു. അസ്തിത്വത്തിലും വ്യക്തിവാദത്തിലും ഊന്നി ക്കൊണ്ടുള്ള ഭാവാത്മകമായ അന്വേഷണത്തിന്റെ കവിത ഒരു രാഷ്ട്രീയ മുഖം തേടുകയാണ്. ആധുനികർ കണ്ട ജീവിതം യഥാർത്ഥ ജീവിത മായിരുന്നില്ല എന്നും അവർ ജീവിതത്തോട് യാന്ത്രികമായി കവി തയെ ബന്ധിപ്പിച്ചുനിർത്തിയെന്നും സ്വന്തം മിഥ്യാസങ്കൽപങ്ങളുടെ കേന്ദ്രത്തിലാണ് കവിതയെ പ്രതിഷ്ഠിച്ചതെന്നുമുള്ള ഒരു വാദഗതി പശ്ചാത്തലമായുണ്ട്. 'പ്രച്ഛന്ന കാല്പനികത'യെ മറികടക്കുന്ന പുതിയ കവിതയുടെ തുടക്കം കെ.ജി. ശങ്കരപ്പിള്ളയുടെ 'ബംഗാ ളിൽ' നിന്നാണെന്ന് ഒരു അഭിമുഖസംഭാഷണത്തിൽ ഇടതുപക്ഷ നിരൂപകനായ രാജീവൻ അഭിപ്രായപ്പെട്ടത് ഇവിടെ ഓർമ്മിക്കാം. കൂട്ടത്തിൽ ആറ്റൂർ രവിവർമ്മയുടെ സത്യവാങ്മൂലം, പനി, ആശുപത്രി തുടങ്ങിയ കവിതകളും കടമ്മനിട്ടയുടെ കണ്ണൂർകോട്ട, കുറത്തി തുട ങ്ങിയ കവിതകളും സച്ചിദാനന്ദൻ ചേർത്തുവെക്കുന്നുമുണ്ട്. പുതി യൊരു ജനകീയാഭിമുഖ്യം ആധുനികകവിതയിൽ വർദ്ധിച്ചുവരുന്ന തിന്റെ സൂചനകളാണത്രെ ഈ കവിതകൾ. ആ കവിതകളിലെ രാഷ്ട്രീയധ്വനിയാകട്ടെ, ജനകീയകവിതയെക്കുറിച്ചുള്ള പ്രശ്നങ്ങൾ അവതരിപ്പിക്കുന്നവയാണെന്ന് സച്ചിദാനന്ദൻ എടുത്തുപറയുന്നു. മലയാള കവിതയിലെ ആ വിപ്ലവാഭിമുഖ്യം ഗുണപരമായ ഒരു മാറ്റ മായിരുന്നോ? അല്ലെന്നാണ് നരേന്ദ്രപ്രസാദ് പറയുന്നത്.

'പി. ഭാസ്കരൻ, വയലാർ, ഒ.എൻ.വി എന്നീ കവികൾക്ക് രാഷ്ട്രീയം ഒരു ദൂരകാഴ്ച്ചയായിരുന്നു. പ്രത്യേകിച്ചും 1950ന് ശേഷം. രാഷ്ട്രീയത്തോടുള്ള പ്രതിബദ്ധത അവരെ സംബന്ധിച്ചിടത്തോളം പിൽക്കാലത്ത് അവർതന്നെ പ്രയോഗിക്കാൻ തുടങ്ങിയ കച്ചവട ത്തോടുള്ള പ്രതിബദ്ധതപ്പോലെത്തന്നെ ബാഹ്യതലസ്പർശിയാ യിരുന്നു. ഏതു വീക്ഷണവും അവതരിപ്പിക്കാവുന്ന രീതിയിൽ കാല്പനികപദങ്ങളും മറ്റും ഉപയോഗിച്ച് സ്വയം ഒരു പരസ്യപ്പലക യായി മാറിയ അവരുടെ കാവ്യരീതി, കാല്പനികതയുടെ വാലായി രുന്നു. കഴിഞ്ഞ തലമുറയിൽ ഈ കാല്പനിക-വിപ്ലവ-പരസ്യക വികൾക്കുണ്ടായ ഗതികേട് ആവർത്തിക്കാമെന്ന് സച്ചിദാനന്ദൻ കെ.ജി.ശങ്കരപ്പിള്ള തുടങ്ങിയവർ തീരുമാനിച്ചതായി തോന്നുന്നു.'

ആധുനികകവിതയിലെ പുതിയ നൈതികനാമ്പിനെക്കുറിച്ചുള്ള നിരീക്ഷണം വിപുലമായ അന്വേഷണം ആവശ്യപ്പെടുന്നതാണ്. ആധുനികതാശൈലി ഉപയോഗിച്ച് വിപ്ലവ കവിതകളെഴുതാമെന്ന് വിചാരിക്കുന്നതിൽ വലിയൊരു തെറ്റുണ്ടെന്നാണ് നിരൂപകൻ പറ യുന്നത്. അത് കവിതാചരിത്രത്തിലെ വലിയൊരാവർത്തനമാകും.

റൊമാന്റിസിസത്തിന്റെ ഉത്തരകാലഘട്ടത്തിൽ കാല്പനികശൈലി ഉപയോഗിച്ച് വിപ്ലവം ആഖ്യാനം ചെയ്യാമെന്ന് വിശ്വസിച്ച ഒരു തലമുറയെ നാം കണ്ടു. ഹതാശമായ വ്യക്തിനിഷ്ഠതയെ പ്രതിരോധിക്കാൻ ഒരു പുതിയ സംസ്കാരത്തെ വിഭാവനം ചെയ്യുന്ന കവികൾ, ആധുനികതയുടെ ശൈലി ഉപയോഗിച്ചാണ് വിപ്ലവാവേശം കുറിച്ചിടുന്നത്. ഈ പ്രവർത്തനത്തെ വിമർശനാത്മകമായി സമീപിക്കുന്ന നരേന്ദ്ര പ്രസാദ് വിപ്ലവത്തിന്റെ ഭാവുകത്വം ആധുനികതയുടെ വാലാകുന്നതിൽ അർത്ഥമില്ലെന്ന വാദം അവതരിപ്പിക്കുന്നു. അദ്ദേഹം വിപ്ലവത്തിനെതിരല്ല. വിപ്ലവകവിത ഉണ്ടാകണമെന്ന ആഗ്രഹവുമുണ്ട്. പ്രത്യയശാസ്ത്രം നിവേദിക്കാനുള്ള പാത്രമാവുമ്പോൾ കല അധഃപതിക്കുന്നുവെന്നാണ് അദ്ദേഹമുയർത്തുന്ന പ്രശ്നം. ഇവിടെ ചൂണ്ടിക്കാണിക്കപ്പെടുന്ന പുതിയ നൈതികത നമ്മുടെ സെൻസിബിലിറ്റിയിൽ വഴുക്കലുണ്ടാക്കി എന്ന വസ്തുത മറച്ചുവെക്കാനുമാകില്ല. എന്നാലത് എത്രമാത്രം സെൻസിബിലിറ്റിയെ പുതുക്കിനിർമ്മിച്ചു?

'വിപ്ലവകവിത' ആധുനികതയുടെ വാലായിട്ടാണ് പ്രത്യക്ഷപ്പെട്ടതെങ്കിലും പലരുമത് സ്വീകരിക്കാൻ മടിക്കുകയുണ്ടായി. എന്നാൽ മാർക്സിസവുമായി ബന്ധപ്പെട്ട് നവീനമായ ഒരാശയവാദം കവിതയിൽ കൊണ്ടുവന്നുവെന്നത് നേരാണ്. അത് പുരോഗമന കവിതയുടെ നട്ടെല്ലൊടിക്കുകയും ചെയ്തു. വിപ്ലവപരമായ ആശയങ്ങളുടെ പ്രചാരണത്തിൽ ആ കവിത എത്രമാത്രം വിജയിച്ചുവെന്നത് മറ്റൊരു പ്രശ്നമാണ്. ചില പുതുമകൾ കണ്ടെത്തി. വർഗ്ഗസമരം എന്ന പദബോധത്തിനുപകരം ആത്മബോധം എന്നു പ്രയോഗിച്ചുകൊണ്ട് വ്യത്യസ്ഥമായ ഒരു രാഷ്ട്രീയ നൈതികതയെ അന്വേഷിച്ചുപോയി. ആധുനികതയുടെ ഭാവപരിസരങ്ങളെ പൂർണ്ണമായും കവിത ഉപേക്ഷിച്ചുവെന്നൊന്നും ഇതിനർത്ഥമില്ല. കമ്മ്യൂണിസ്റ്റ് ശൂന്യതാവാദം എന്നു വിളിക്കാവുന്ന ഒരാശയമാണ് അവതരിപ്പിക്കപ്പെട്ടത്.

ബംഗാളിൽ നിന്നു തുടങ്ങുന്നു അതിന്റെ ധ്വനികൾ. കുരുക്ഷേത്രത്തിലും ആത്മഗീതയിലും പ്രകടീഭവിച്ച മനസ്സല്ല ബംഗാൾ പുറത്തുവന്നതിനുശേഷം കെ.ജി. ശങ്കരപ്പിള്ളയും കെ. സച്ചിദാനന്ദനും കടമ്മനിട്ടയുമൊക്കെ എഴുതിയ കവിതകളിൽ നാം കാണുന്നത്. കവിത ചലനാത്മകമാവുന്നത് നാം അഭിമുഖീകരിക്കുന്നു. വ്യക്ത്യാനുഭവങ്ങൾത്തന്നെ സാമൂഹ്യമായി പ്രവർത്തിക്കുന്നത് അനുഭവിച്ചറിയുന്നു. വരും വരും എന്ന പ്രതീക്ഷ പോലുള്ള കവിതയിൽ വിപ്ലവസ്വപ്നങ്ങളുടെ കാഴ്ചയുണ്ട് എന്നു പറഞ്ഞാൽപ്പോലും കെ.ജി. ശങ്കരപ്പിള്ള രൂപപ്പെടുത്തിയെടുത്ത കാവ്യഘടനയിലും സംസാരിച്ചുകൊണ്ടിരുന്നത് വ്യക്തിയാണ്. അയാൾ കാണുന്ന യാഥാർത്ഥ്യങ്ങൾക്ക് പ്രസക്തിയും പ്രാധാന്യവും വർദ്ധിക്കുകയും ചെയ്യുന്നു.

ഇന്നുഞാനന്വേഷിക്കുന്നു; എന്താണ് നിശ്ശബ്ദത?
നട്ടുച്ചയ്ക്ക് കിടന്നുറങ്ങുന്ന കുഞ്ഞുങ്ങളാണോ
ഗ്രാമങ്ങളാണോ
പുണ്യപുരാതന വൈദിക സംസ്ക്കാരമാണോ
കേദാരനാഥിലെ ശിവലിംഗമാണോ
സ്വാതന്ത്ര്യമാണോ
കാരണമില്ലാതെ തടവിലാക്കപ്പെട്ട ചെറുപ്പക്കാരാണോ
അഹിംസയുടെ കമ്മിബജറ്റാണോ
ചത്തകുഞ്ഞിന്റെ പങ്കുകഞ്ഞിക്ക്
'ക്യൂ' നിൽക്കുന്ന അമ്മയാണോ
ബുക്ക്ഷെൽഫിലെ ഭഗവത്ഗീതയാണോ
- ഇന്ത്യക്കാരന്റെ ഏതഭിമാനമാണ് നിശ്ശബ്ദത?

ജീവിതത്തിന്റെ സമഗ്രതിയിലിടപെടുമ്പോൾ വ്യക്തിയിൽ രൂപപ്പെടുന്ന ത്രസനമാണ് കവിതയെന്ന് പറയാവുന്ന വിധത്തിലുള്ള ഒരു ഘടന ആകൃതിപ്പെട്ടുവരുന്നു. ഇവിടെ പ്രവർത്തിക്കുന്നത് സമൂഹമോ വർഗ്ഗബോധമോ അല്ല; ഒരു രാഷ്ട്രീയകക്ഷിയും കവിതയിലെ പ്രഭാഷകനിലൂടെ സംസാരിക്കുന്ന അനുഭവമില്ല. പക്ഷേ വർത്തമാനകാലത്തിന്റെ ധ്വനനരൂപമാകുന്ന രീതിയിൽ വാക്കുകൾ വിന്യസിക്കപ്പെടുകയും അതിലൂടെ സംസാരശേഷിയുള്ള അസാധാരണ മൂല്യങ്ങൾ സംരക്ഷിക്കപ്പെടുകയും ചെയ്യുന്നു. വാക്കുകൾക്കകത്തുനിന്ന് വികാരങ്ങളെ ചോർത്തിയെടുത്ത് പുറത്തെറിഞ്ഞതിനുശേഷം, അതേ വാക്കുകൾ പ്രയോഗിച്ചുതുടങ്ങുമ്പോൾ വൈകാരികതയ്ക്കു പകരം വരണ്ട ദർശനപരുഷതയാണ് കൈവരുന്നത്. അത് കവി ചരിത്രവുമായും വ്യക്തിയുമായും കാലവുമായും സ്ഥലവുമായും സംവദിച്ചുണ്ടാക്കുന്ന ഭാവപ്രകാശമാണ്. അതുകൊണ്ടുതന്നെ നിഷേധിക്കാനാവാത്ത ഒരു കാല്പനികാന്തരികത കവിതയെ ഘടനാപരമായി സാന്ദ്രമാക്കുന്നുണ്ട്. അതായത് 'ബംഗാൾ' മുതൽ 'കൊച്ചിയിലെ വൃക്ഷങ്ങൾ'വരെയുള്ള രചനകൾ വായനയിൽ ഉത്പാദിപ്പിക്കുന്നത് വ്യത്യസ്തങ്ങളായ അനുഭവങ്ങളാണ്. ആ അനുഭവങ്ങൾ പരിചിതങ്ങളാകാം. ചിലർക്കത് അപരിചിതമായി തോന്നുകയുമാകാം. എന്നാൽ കവിതയുടെ ആശയലോകം നിർദ്ധാരണം ചെയ്യപ്പെടുന്നത് ആ അനുഭവഘടനയ്ക്കകത്തുവെച്ചാണ്. സൂക്ഷ്മത്തിൽ കാല്പനികതയുടെ നല്ല വശങ്ങളുമായി ആധുനികത സംവദിച്ചുണ്ടാക്കുന്ന ഒരു അനുഭവഘടന കവിതയിലുണ്ട്.

ഇതിന്റെ ഒരു തുടർച്ച പിന്നീട് മലയാളകവിതയിലുണ്ടായോ? വിപ്ലവ കവിതയുടെ അനുഭൂതിമണ്ഡലത്തെ സ്വാംശീകരിക്കാൻ ശ്രമിച്ച സമകാലികരും അല്ലാത്തവരുമായ കവികളെ ചരിത്രത്തിൽ നിന്ന് തേടിപ്പിടിച്ച് അവതരിപ്പിക്കാം. സച്ചിദാനന്ദൻ കടമ്മനിട്ട, ആറ്റൂർ

രവിവർമ്മ, ബാലചന്ദ്രൻ ചുള്ളിക്കാട്, എ. അയ്യപ്പൻ തുടങ്ങി എത്ര പേരെ വേണമെങ്കിലും. എന്നാൽ നരേന്ദ്രപ്രസാദിന് പറയാനുള്ളത് വിപ്ലവകവിതയ്ക്കുണ്ടായ ഒരു സൗന്ദര്യശാസ്ത്രപ്രതിസന്ധിയെക്കുറിച്ചാണ്. നോക്കുക:

''ആധുനികതയുടെ സംവേദനരീതിയും വിപ്ലവത്തെക്കുറിച്ചുള്ള ആശയങ്ങളും തമ്മിൽ കോർത്തുവെയ്ക്കുന്ന കൃതികളിൽ രൂപം ഭാവത്തിൽനിന്നു വേർപ്പെടുന്നു. ആന്തരികമായ ഒരു ഘടന കൃതിക്കില്ലാതായിത്തീരുന്നു. പൊതുവായ ഒരു അപചയത്തിന്റെ കാലഘട്ടത്തിനുള്ള മുഖമുദ്രകളായി ഇത്തരം കൃതികൾ മാറുകയാണ്? അതെന്തായാലും ശരി, ഈ അപചയകൃതികൾക്കു പിന്നിലുള്ള മാനസികാവസ്ഥകളെപ്പറ്റി അല്പം ആലോചിക്കുന്നതിൽ തെറ്റില്ല'.

'വിപ്ലവബോധത്തിന്റെ പകർത്തിവെയ്ക്കൽ' കവിതയിൽ സൗന്ദര്യശാസ്ത്രപരമായ അപചയമാണ് ക്ഷണിച്ചുവരുത്തുകയെന്ന് വ്യക്തമാകുന്നു. ആധുനികകവിതയിലെ ഈ പുതിയ വഴുക്കൽ കവിതയെ സംബന്ധിക്കുന്ന യഥാർത്ഥ മൂല്യത്തെ വിസ്മൃതിയിൽ കൊണ്ടെത്തിക്കും. ഭാവരൂപപ്പൊരുത്തമില്ലാത്ത കവിതയുണ്ടോ? ഭാവവും രൂപവും തമ്മിൽ പൊരുത്തമില്ലെങ്കിൽ കവിതയ്ക്ക് കവിതയായിരിക്കാൻ ആവില്ല. ആ വാദം സൗന്ദര്യശാസ്ത്ര നിരീക്ഷണത്തിൽ നിന്ന് അകന്നുപോയ ആധുനിക കാവ്യനിരൂപണസമ്പ്രദായത്തെ തിരിച്ചുകൊണ്ടുവരാനുള്ള സന്ദർഭമൊരുക്കി. കവിയുടെ വ്യാഖ്യാനങ്ങൾക്കൊപ്പം നിരൂപകനും അനുസരണയോടെ നീങ്ങണമെന്നുള്ള ശാഠ്യം അതോടെ തകർന്നു. സ്വതന്ത്രമായി കവിതയെ സമീപിക്കാമെന്നുവന്നു. അത് ആധുനിക കവിതയുടെ വിപ്ലവകവിതയിലേക്കുള്ള രൂപപരിണാമത്തിനിടയിൽ മുഴങ്ങിക്കേട്ട വലിയൊരു വാർത്തയായിരുന്നു. ഏതായാലും അതോടെ സ്വതന്ത്രമനസ്സുകൾ ചില യാഥാർത്ഥ്യങ്ങൾ കണ്ടെത്തി.

1. ആധുനികതയുടെ പ്രമേയ സന്ദർഭങ്ങളിൽവെച്ച് വർത്തമാനകാലയാഥാർത്ഥ്യങ്ങളെ കാല്പനികഭാവുകത്വത്തോടുചേർത്തി വായിച്ചെടുക്കുന്ന രീതിയും അതിന്റെ ഘടനയുമാണ് ആധുനിക കവിതയ്ക്കുള്ളത്.

2. ആദ്യമൊക്കെ രാഷ്ട്രീയ വിശ്വാസങ്ങളെ കരിമ്പടം പുതപ്പിച്ച് ആധുനികതയെ ശിരസ്സിലേറ്റിയവർ റൊമാന്റിസിസത്തെ പ്രതിരോധിക്കുന്ന മട്ടിലാണ് പെരുമാറിയതെങ്കിലും, കുടുവിട്ട് കൂടുമാറാൻ കഴിയാതെ വ്യാകുലപ്പെട്ടതിന്റെ ദൃഷ്ടാന്തമാണ് വിപ്ലവകവിത.

3. പാശ്ചാത്യമാതൃകകളും ആവിഷ്കാരസമ്പ്രദായങ്ങളും പരീക്ഷിക്കപ്പെട്ടെങ്കിലും മലയാളത്തിന്റേതായ ആധുനികകാവ്യസംസ്കാരം റൊമാന്റിസിസത്തോട് കടപ്പെട്ടിരിക്കുന്നതായി ബോധ്യപ്പെട്ടു.

ആധുനികതാഭാവുകത്വം സോഷ്യൽ റൊമാന്റിസിസത്തിന്റെ വഴികൾ

ആധുനിക കവിതയുടെ 'നിഷ്ക്രിയമായ അവസ്ഥയെ' ചോദ്യം ചെയ്തുകൊണ്ട് വ്യത്യസ്തമായ ഒരു കാവ്യരൂപത്തിന് ആകൃതി സങ്കല്പിച്ചെടുത്തത് കെ.ജി. ശങ്കരപ്പിള്ളയും സച്ചിദാനന്ദനുമടങ്ങുന്ന കവികളാണ്. തങ്ങൾകൂടി ഉൾപ്പെട്ടിരുന്ന ആധുനികത, ജീവിതത്തിൽ നിന്ന് അകന്നുപോയത് അവർ സ്വയം വിമർശനത്തോടെ എടുത്തു പറഞ്ഞു. അങ്ങനെ യഥാർത്ഥ കവിത ജീവിതത്തിലേക്ക് നോക്കാൻ പ്രാപ്തമാവേണ്ടതിന്റെ അനിവാര്യത വിശദീകരിക്കപ്പെട്ടു. 'സാമൂഹികതയെ ഒഴിച്ചുനിർത്തുന്ന സ്വകാര്യകവിതയ്ക്ക് മഹത്വമില്ല; വ്യക്തിപരതയെ പൂർണ്ണമായും ഒഴിച്ചുനിർത്തുന്ന സാമൂഹിക കവിതയിലാകട്ടെ, സത്യവുമില്ലാ'യെന്ന് ചൂണ്ടിക്കാണിക്കപ്പെട്ടു. സാമൂഹികതയും വ്യക്തിപരതയും തമ്മിൽ യുക്തിപരമായ ബന്ധമുണ്ടെന്നും അതുണ്ടായാൽ മാത്രമേ കവിതയ്ക്ക് മനുഷ്യർക്കിടയിൽ മഹത്വമുണ്ടാവുകയുള്ളൂവെന്നും വ്യവഹരിക്കപ്പെട്ടത്, ചില കേന്ദ്രങ്ങളിൽ നിന്ന് എതിർപ്പുകൾ വിളിച്ചുവരുത്തുകയും ചെയ്തിരുന്നു.

ആധുനിക കവിതയിലുണ്ടാകുന്ന വലിയൊരപചയമായിട്ടാണ് ഈ മനോഭാവത്തെ, വിപ്ലവബോധത്തെ അംഗീകരിക്കുകയും അതേസമയം ആധുനികതയിൽനിന്നു മാറാൻ വിസമ്മതിക്കുകയും ചെയ്ത നിരൂപകർ ചൂണ്ടിക്കാണിച്ചത്. കവിതയും ജീവിതവും തമ്മിലുള്ള ഐക്യവും ആന്തരവും ഒരുമിക്കുന്നതായി ആ നൈതികബോധത്തെ മുൻനിർത്തി വേറെ ചിലർ അഭിപ്രായപ്പെട്ടു. ആധുനികതയ്ക്ക് കൈവന്ന രാഷ്ട്രീയമുഖത്തെ 'കാല്പനികശൈലിയിൽ വാർത്തെടുക്കപ്പെട്ട അനുകർത്താക്കൾക്ക് വീണുകിട്ടിയ വിഷയം' എന്ന മട്ടിൽ വിമർശനാത്മകമായി സമീപിച്ചവരെ എതിർവശത്തുനിർത്തിക്കൊണ്ട് ബി. രാജീവൻ ഇപ്രകാരം പറഞ്ഞു: 'യാന്ത്രികതയെയും കാല്പനികതയെയും അതിജീവിക്കുന്ന, എപ്പിക്കും ലിറിക്കും തമ്മിലുള്ള വൈരുദ്ധ്യത്തെ തരണം ചെയ്യുന്ന, കവിതയും ജീവിതവും തമ്മിലുള്ള

ഐക്യവും ആന്തരികവും ഒരുമിക്കുന്ന, ആ പുതിയ കാവ്യധാരയെ അവഗണിക്കാനുള്ള വിഫലശ്രമമാണ് ഈ ആധുനികോത്തര നാട്യം'. ആധുനികത രണ്ടായി വേർപിരിയുന്നതിന്റെ സൂചനയാണ് ഈ പ്രസ്താവന നൽകുന്നത്. ആധുനിക കവിതയ്ക്ക് കിളിർത്തുവരുന്ന ചുവപ്പുരാശിയെക്കുറിച്ച് നാം വേണ്ടത്ര വിശദീകരിച്ചുകഴിഞ്ഞിരിക്കുന്നു.

എന്നാൽ ഈ പ്രകരണത്തിൽ ശ്രദ്ധിക്കേണ്ട മറ്റൊരു സംഗതിയുണ്ട്. കെ.ജി. ശങ്കരപ്പിള്ള, കെ. സച്ചിദാനന്ദൻ എന്നിവർക്കു പിറകെ ശക്തമായ ചില രചനകളുമായെത്തിയ ബാലചന്ദ്രൻ ചുള്ളിക്കാട്, എ. അയ്യപ്പൻ തുടങ്ങിയ ചെറുപ്പക്കാരായ പ്രതിഭകൾ ആധുനിക കവിതയ്ക്കുണ്ടായ ഏതു ചേരിയുമായിട്ടാണ് രാജിയായത്? ആധുനികത അതിന്റെ തുടക്കത്തിൽ പ്രകടിപ്പിച്ച പ്രവണതകളോടാണോ? അല്ലെങ്കിൽ അതിടയ്ക്ക് വെച്ച് ഉയർത്തിപിടിക്കാൻ ശ്രമിച്ച വർഗ്ഗ കവിതയോടോ? ആധുനികത പ്രകടിപ്പിച്ച മറ്റൊരു ഉണർവ്വിലേക്കായിരിക്കും ഈ അന്വേഷണം നമ്മെ കൂട്ടിക്കൊണ്ടുപോവുന്നത്.

ആധുനികതയുടെ ലാവണ്യനീതിയും പ്രത്യയശാസ്ത്രപരിസരവും ഉപേക്ഷിച്ച് കാല്പനികതയുമായി ചേരാനുള്ള ഒരു തലമുറയുടെ പാടുപെടലിന് വേണ്ടത്ര ന്യായീകരണങ്ങളൊന്നുമില്ല. എന്നാൽ ആധുനികരോ ഉത്തരാധുനികരോ വ്യവഹരിച്ച കവികർമ്മമല്ല യഥാർത്ഥ കവികർമ്മമെന്ന് വിളിച്ചുപറയാൻ തയ്യാറായ ചില കവികളെങ്കിലും ഉണ്ട്. അവർ കവിതയെ കണ്ടത് സ്വാതന്ത്ര്യത്തിന്റെ വലിയൊരു രൂപമായിട്ടാണ്. പ്രത്യയശാസ്ത്രപരമോ, സൗന്ദര്യശാസ്ത്രപരമോ ആയ അടിമമനോഭാവത്തെ ഘടനാപരമായി നേരിട്ട കവികളായി വേണം അവരെ കാണാൻ. അവരുടെ സ്വാതന്ത്ര്യബോധം മലയാളത്തിന്റെ ഭാവുകത്വത്തിൽ സൃഷ്ടിച്ചത് ചെറിയതോതിലുള്ള അസ്വാസ്ഥ്യങ്ങളല്ല. മുതിർന്ന കവികൾ ആ അസ്വാസ്ഥ്യങ്ങളെ നിർവ്വചിച്ചത് ഉത്ക്കണ്ഠകളായിട്ടാണ്.

ബാലചന്ദ്രൻ ചുള്ളിക്കാടിന്റെ കവിതകളിന്മേൽ കവി സച്ചിദാനന്ദൻ നടത്തുന്ന നിരീക്ഷണങ്ങൾ ശ്രദ്ധാപൂർവ്വം പരിശോധിച്ചു നോക്കുക. വ്യത്യസ്തമായ ആഖ്യാനകൗശലവും സ്വരവൈചിത്ര്യവും ഭാഷാസാന്ദ്രതയുമെല്ലാം ആ കവിതയുടെ പ്രത്യേകതകളായി അംഗീകരിക്കുമ്പോഴും എഴുത്തച്ഛൻ കവിത മുതൽക്കിങ്ങോട്ടുള്ള കാവ്യസംസ്ക്കാരങ്ങളുമായി ആ കവിത സംവദിക്കുകയോ ഇടപെടുകയോ ചെയ്യുന്നുണ്ടെന്ന് വെളിപ്പെടുത്താൻ സച്ചിദാനന്ദൻ പ്രത്യേകമായി ശ്രദ്ധവെക്കുന്നു. ബാലചന്ദ്രനിൽ അനവധി 'അപരസ്വീകാര'ങ്ങളുണ്ട് എന്നാണ് ധ്വനി. അതെല്ലാം സൂക്ഷ്മമായി നിരീക്ഷിക്കുന്ന നിഷ്ക്കളങ്കനായ വായനക്കാരൻ സ്വാഭാവികമായും ചോദിച്ചുപോകും;

ബാലചന്ദ്രൻ ചുള്ളിക്കാടിന്റെ കാവ്യപരമായ വ്യക്തിത്വമെന്ത്? അനുവാചകർക്ക് അതിനു മറുപടിപറയാനുള്ള അവകാശമുണ്ട്. എന്നാൽ ആ ചോദ്യത്തിന് യുക്തമായ മറുപടി കൊടുക്കാനുള്ള ബാധ്യത ആ കവിതയ്ക്കുതന്നെയുള്ളതാണ്. കവിതയ്ക്ക് എല്ലാ കാലത്തുമുണ്ടാകുന്ന സ്വീകാര-തിരസ്കാര വിചാരങ്ങളെ ഭേദിച്ചുനിൽക്കാൻ കഴിയുമ്പോഴാണ് കവിതയുടെ ശരിയായ കരുത്ത് തിരിച്ചറിയപ്പെടുക. അംഗീകാരങ്ങളും ആശീർവാദങ്ങളും കവിതയെ അതിനുള്ളിലേക്കുതന്നെ ലയിപ്പിക്കാനും നിഷ്പ്രഭമാക്കാനുമുള്ള സാധ്യതയും തള്ളിക്കളയാനാവില്ല. അതുകൊണ്ടായിരിക്കണം ഒരു സമൂഹം എല്ലാ നിലയ്ക്കും അംഗീകരിക്കപ്പെട്ട കവി, പൊടുന്നനെ ഒരു ദിവസം വിസ്മൃതനായിപ്പോവുന്നത്. അന്ധവും അടിസ്ഥാനരഹിതവുമായ വിമർശനങ്ങൾ കവിതയ്ക്ക് ദോഷകരമായിത്തീരാനുമുള്ള സാധ്യതകളും കാണുന്നു. പക്ഷേ അത്തരം കവിതകൾ, അവയുടെ സുപ്രധാനമായ ഒരു ഘട്ടം കഴിയുമ്പോൾ ഉയർത്തെഴുന്നേറ്റുവരുന്നതും അത്ഭുതത്തോടെ നമുക്ക് നോക്കിക്കാണേണ്ടിവരാനിടയുണ്ട്. ഈ സാഹചര്യത്തെ ഭാവനചെയ്യാമെങ്കിൽ ആഹ്ലാദ-നിരാഹ്ലാദ സന്ദർഭങ്ങളെ മറികടന്ന് നിലനിൽക്കാനുള്ള അപൂർവ്വമായ ഭാഷണശക്തി, ബാലചന്ദ്രൻ ചുള്ളിക്കാടിന്റെ കവിതയിൽ കണ്ടെത്താൻ പ്രയാസമില്ല.

കവി സച്ചിദാനന്ദൻ നടത്തുന്ന സുപ്രധാനമായ ഒരു നിരീക്ഷണത്തിലേക്ക് മടങ്ങിവരാം. ആധുനിക കാവ്യസംസ്ക്കാരം പക്വമാവുന്നതിനിടയിൽ, മലയാളത്തിന്റെ യുവകവിത എങ്ങിനെ ഊർജ്ജദായകമായി എന്നാരായുകയാണ് സച്ചിദാനന്ദൻ. ബാലചന്ദ്രന്റെ കവിതയിൽ കാണുന്നൊരു പ്രത്യേകത അദ്ദേഹം ചൂണ്ടിക്കാണിക്കുന്നു. 'കാല്പനികതയുടെ ഊർജ്ജത്താൽ ഭാവനിർഭരമാക്കപ്പെട്ട ആധുനികതയെന്നോ, ആധുനിക രൂപബോധത്താൽ സംസ്കരിക്കപ്പെട്ട കാല്പനികതയെന്നോ' ബാലചന്ദ്രന്റെ കാവ്യരീതിയെ നിർവ്വചിക്കാമെന്നാണ് കണ്ടെത്തൽ. ഇത് സൂക്ഷ്മമമായി വിശകലനം ചെയ്യേണ്ട കാര്യമാണ്. കാല്പനികതയുടെ ഊർജ്ജപ്രസരവും ആധുനികതയുടെ ഭാവബോധവും ആ കവിതയിൽ ഏതുമട്ടിലാണ് ചേർന്നുകിടക്കുന്നത്? കാല്പനികതയെ ഉപേക്ഷിക്കാതെയുള്ള ആധുനികതയുടെ രൂപഘടനയാണ് ബാലചന്ദ്രന്റെ കവിതയിൽ അനുവാചകരിൽ എത്തിച്ച ഒരു പ്രധാന ഘടകം. ഈ വിശദീകരണമാകട്ടെ, ബാലചന്ദ്രൻ ചുള്ളിക്കാട് ഏതു കാവ്യപാരമ്പര്യത്തിന്റെ തുടർച്ചയായിരിക്കുമെന്ന അന്വേഷണത്തിലേക്ക് വായനക്കാരെ കൂട്ടിക്കൊണ്ടുപോവുക സ്വാഭാവികമാണ്. ശിഥിലമായിക്കൊണ്ടിരിക്കുന്ന ആധുനികതാഭാവുകത്വത്തിന് സവിശേഷമായ ഒരു ലക്ഷ്യബോധം പ്രദാനം

ചെയ്ത് അതിനെ രാഷ്ട്രീയവത്കരിക്കാൻ ആധുനികകവികൾ നടത്തിയ ശ്രമങ്ങളാണ് വീണ്ടും ശ്രദ്ധയിലെത്തുന്നത്. ചരിത്രത്തിന്റെ ചില അപൂർവ്വ ഘട്ടങ്ങളിൽ വാർന്നുവീഴുന്ന അനുഭവങ്ങളാണ്, ആ കാലഘട്ടത്തിന്റെ ഭാവുകത്വമായി പരിണമിക്കാറുള്ളത്. കവിത ഒരു കലാരൂപമെന്ന നിലയിൽ പരാജയപ്പെട്ടതിന്റെ പ്രതിഷേധമായിട്ടാണ് ആധുനികകവിത ആവിർഭവിച്ചതെന്ന് പൊതുവെ ഒരു വിശ്വാസമുണ്ട്. അത് ഗുണപരമല്ലാതായി എന്നു തോന്നിയപ്പോൾ കവികൾക്കിടയിൽത്തന്നെയുള്ള മനോഭാവത്തിൽ വ്യതിയാനമുണ്ടായതായും അതിന്റെ അടയാളമായി വേറൊരു ഭാവുകത്വം രൂപപ്പെടാൻ ഇടയായതായും കാണുന്നു. ആ ഭാവുകത്വത്തിന്റെ ആകൃതിപ്പെടൽ സംഭവിക്കുന്നതിനിടയിലാണ് 'മാപ്പുസാക്ഷി'യും 'യാത്രാമൊഴി'യുമൊക്കെ എഴുതപ്പെടുന്നത്. വളരെപ്പെട്ടെന്ന് ബഹുജനങ്ങളിലെത്തിയ ആ കവിതകൾ, അനുഭവിക്കാനുള്ളതാണ് കവിത എന്ന പ്രഖ്യാപനത്തെ സാക്ഷ്യപ്പെടുത്തുന്നു. ബാലചന്ദ്രന്റെ കവിതകളിലെ രാഷ്ട്രീയ നീതിബോധം അഭിസംബോധന ചെയ്യുന്നത് ആധുനികതയുടെ ആദ്യഘട്ടത്തിന്റെ സ്വരവ്യതിയാനങ്ങളെയായിരുന്നോ? അല്ലെങ്കിൽ കഷണ്ടി, ചൂണ്ടുവിരൽ, ബംഗാൾ തുടങ്ങിയ കവിതകളിലൂടെ പ്രസരിച്ച ജനകീയ പക്ഷപാതങ്ങളേയോ? ഈ രണ്ടു ലാവണ്യ സംസ്കാരങ്ങളോടും തന്റേതായ അകലങ്ങൾ പാലിച്ചുകൊണ്ടാണ് ബാലചന്ദ്രൻ അനുഭവങ്ങളെ ഭാവനയ്ക്ക് വിധേയമാക്കിയത്. കവിതയുടെ എല്ലാവിധ പാരമ്പര്യങ്ങളും തനിക്കവകാശപ്പെട്ടതാണെന്നും ഈ കവി വിശ്വസിച്ചിരുന്നു. അതുകൊണ്ടാവാം രചനയിൽ കൂടുതൽ സ്വതന്ത്രമാവാൻ ബാലചന്ദ്രന് സാധ്യമായത്.

ബാലചന്ദ്രന്റെ കവിതകളിലെ അനുഭവപരമായ സ്വാധീനം ജനകീയ സാംസ്കാരിക വേദിയുമായുള്ള ബന്ധത്തിന്റേതാണെന്ന് ചൂണ്ടിക്കാണിക്കാറുണ്ട്. രോഗാതുരമായ സമൂഹത്തിന്റേയും വ്യക്തിപരമായ ദുര്യോഗങ്ങളുടേയും പശ്ചാത്തലവും ആ കവിതയ്ക്കുണ്ട്. നിലനിൽക്കുന്ന സാമൂഹ്യവ്യവസ്ഥകളോടുള്ള പ്രതിഷേധവും ധാർമ്മികത നിറഞ്ഞ ഉത്കണ്ഠകളും ആഖ്യാനത്തെ ബാധിച്ചിരിക്കണം. കവിതയിലെ വിചിത്രബിംബങ്ങൾ പ്രയോഗരീതികൾ എന്നിവ ആ മനോഭാവത്തിന്റെ പ്രകടനപത്രികകളാണ്. ജീവിതത്തെ ആത്മഹത്യയ്ക്കും കൊലയ്ക്കുമിടയിലെ 'ആർത്തനാദ'മായി നിർവ്വചിക്കുന്നു. കാലം ക്രോധംപോലെയാണ് വളരുന്നതെന്ന് അമർഷത്തോടെ പ്രസ്താവിക്കുന്നു. മനസ്സിന്റെ അടിത്തട്ടിൽനിന്നുയർന്നുവരുന്ന പ്രതിഷേധത്തിന്റെ മുനവെച്ച വാങ്മയങ്ങളായി കവിതകൾ പരിണമിക്കുകയും ചെയ്യുന്നു. മനുഷ്യജീവിതത്തിലപ്പാടെ ദുഃശ്ശകുനത്തിന്റെ വ്യാപനമുണ്ടെന്ന് കവി തിരിച്ചറിയുന്നു.

ലോറിക്കടിപ്പെട്ട കുഞ്ഞുങ്ങൾ വ-
ന്നൂതിക്കെടുത്തുന്നു പാതവിളക്കുകൾ
മന്ത്രങ്ങളും പരേതാത്മാക്കളും നിറ-
ച്ചന്ധകാരത്തിന്റെ തീവണ്ടിയെത്തുന്നു.
ദൂരെനിന്നേതോ, മരണമകുടിതൻ
ഭീകരസംഗീതപീഡയിൽ, നാഡിക-
ളൂരിയിഴഞ്ഞ് തെരുവിലേക്കോടുന്നു
വാടകക്കാർ വിഷംതിന്നു മരിച്ചൊരു
ഭൂതകാലത്തിൻ സ്മരണാലയങ്ങളിൽ
കൊട്ടിത്തുറക്കുന്നുഞാൻ മുഴുഭ്രാന്തിന്റെ
കത്തും ജനാലകൾ, നട്ടുച്ചനേരത്ത്
കൂട്ടക്കരച്ചിലിൻ പ്രേതസഞ്ചാരങ്ങ-
ളെത്തുന്നു ചാമ്പലും എല്ലും ജലവുമായ്

വിപ്ലവകാരിയും തടവുകാരനുമായ ജോസഫിനു സമർപ്പിക്കുന്ന മാപ്പുസാക്ഷി വ്യക്തിവേദനകളുടെ കവിതയാണ്. എന്നാൽ ജോസഫിനും തനിക്കുമിടയിലുള്ള ജീവിതത്തെ അപനിർമ്മിച്ചുനോക്കുന്ന കവി കണ്ടെത്തുന്ന അവസ്ഥകളെ വിവരിക്കാൻ കണ്ടെടുക്കുന്ന ബിംബാവലികളും പദങ്ങളും സൂക്ഷ്മമായ പഠനം ആവശ്യപ്പെടുന്നവയാണ്. അടിപ്പെട്ട കുഞ്ഞുങ്ങൾ, പരേതാത്മാക്കൾ, അന്ധകാരം, മരണ മകുടി, സംഗീതപീഡ, തെരുവ്, വിഷം തിന്നുമരിച്ച ഭൂതകാലം, മുഴുഭ്രാന്ത്, കരച്ചിൽ, പ്രേതസഞ്ചാരം, ചാമ്പലുമെല്ലും തുടങ്ങിയ പദങ്ങൾ കൂടിച്ചേരുമ്പോൾ ദാരുണവും വിഹ്വലവുമായ അനുഭവലോകമാണ് ഇതൾ വിടരുന്നത്. ഒരു ദുശ്ശകുനത്തിന്റെ നീതിയെന്ന് ഈ മനുഷ്യാവസ്ഥയെ നിർവ്വചിക്കാൻ തോന്നിപ്പോകുന്നു. എല്ലാം കറുത്ത പദങ്ങളാണ്. പേടിസ്വപ്നത്തിന്റേയും ഒറ്റപ്പെടലിന്റേയും പീഡനത്തിന്റേയും കറുത്ത വ്യവഹാരങ്ങളെന്നും പറയാം.

ക്ഷുഭിതയൗവ്വനത്തിന്റെ ആഴമേറിയ വ്യസനങ്ങളും രോഷപ്രകടനങ്ങളും പരാതികളുമെല്ലാം പദചോദനകളായി പ്രത്യക്ഷപ്പെടുന്നു. പ്രേതസ്മരണകളും കൊലയ്ക്കും ആത്മഹത്യയ്ക്കുമിടയിലെ ജീവിതോർമ്മകളും ആഭിചാരത്തിന്റേയും ബലിയുടേയും ഭീകരസന്ദർഭങ്ങളും ബാലചന്ദ്രന്റെ കവിതകളിൽ കല്പനകളായി ആവർത്തിക്കപ്പെടുന്നു. കവിയുടെ നിത്യജീവിതാനുഭവങ്ങളിൽ നിന്നാണ് കല്പനകളും പദങ്ങളുമെല്ലാം ആർജ്ജവം സ്വീകരിക്കുന്നത്. വേഡ്സ്വെർത്ത് ആണ് പറഞ്ഞത്; നിത്യജീവിതത്തിനും ഭാഷയ്ക്കും കവിതയിൽ സ്ഥാനമില്ലെങ്കിൽ കവിതയ്ക്കു ജീവിക്കുവാൻ അവകാശമില്ലെന്ന്. അത് എത്രമാത്രം ശരിയാണെന്ന് ബോധ്യപ്പെടുക ബാലചന്ദ്രൻ

ചുള്ളിക്കാടിന്റെ കവിതകൾ വായിക്കുമ്പോഴാണ്. കവി ജീവിക്കുന്നതു കൊണ്ട്; കവിത ജീവിക്കണമെന്നില്ല, കവിത ജീവിക്കുന്നുണ്ടെങ്കിൽ മാത്രമേ കവി ജീവിക്കുന്നുള്ളൂവെന്ന് വായനക്കാർക്ക് ബോധ്യപ്പെട്ടു. ബാലചന്ദ്രന്റെ കവിത ജീവിക്കുന്നുവെന്ന ബോധ്യപ്പെടലാണ് ഈ കവി ഏതു പാരമ്പര്യത്തിന്റെ തുടർച്ചയാണെന്ന് വീണ്ടുമാരായാൻ പ്രേരണയാവുന്നത്.

കെ.ജി. ശങ്കരപ്പിള്ളയും സച്ചിദാനന്ദനും ഭാവന ചെയ്ത വിപ്ലവ കവിതയിൽ നിന്നാണോ ബാലചന്ദ്രൻ തുടങ്ങുന്നത്? അല്ലെങ്കിൽ അവരുടെ തന്നെ ആദ്യകാല കവിതയോട് ഏതെങ്കിലും വിധത്തി ലുള്ള ബന്ധം ഈ കവി വെച്ചുപുലർത്തിയിരുന്നോ? ആദ്യകാല കവിതകളിലെ രാഷ്ട്രീയ നൈതികതയെ മുൻനിർത്തി ആ രീതി യിലുള്ള വിലയിരുത്തലിന് ചിലരൊക്കെ മുതിർന്നിട്ടുണ്ട്. യൗവന ത്തിൽ രൂപപ്പെട്ട വിപ്ലവബോധം ഭാഷയിലാവാഹിക്കാൻ ബാലചന്ദ്രന് കഴിയുകയുണ്ടായെന്ന് നരേന്ദ്രപ്രസാദ് ചൂണ്ടിക്കാണിക്കുന്നു. അതേ സമയം 'വിപ്ലവ കവിത'യുടെ തുടർച്ചയായി ആ കവിതയെ നിരീ ക്ഷിക്കാൻ തയ്യാറാവുന്നില്ല. ആ വിപ്ലവബോധം ആത്യന്തികമായി 'ആധ്യാത്മിക'മാണെന്ന പക്ഷക്കാരനാണ് അദ്ദേഹം. സച്ചിദാനന്ദനും സംഘവും 'ദുരുപയോഗപ്പെടുത്തിയ ഏകാന്തമായ ഉച്ചശ്രുതി' അനുക രിച്ചുപോരുന്നുണ്ട് എന്നും പറയുന്ന നരേന്ദ്രപ്രസാദ്, ഇത്രയും കൂടി എഴുതുന്നു.

'മലയാളം ഒഴുകുന്ന ഭാഷയാണ്, അതിന്റെ ഈണം പദ്യത്തി ലാണ്, ഏറ്റവും അധികം തനിമ ആർജ്ജിക്കുന്നത്. ഗദ്യത്തിൽ ആ ഒഴുക്ക് നിലനിർത്തുന്നതിന് വളരെ കുറച്ചു കവികൾക്ക്; വളരെ കുറച്ചു കവിതകളിലേ കഴിഞ്ഞിട്ടുള്ളൂ. ബാലചന്ദ്രന്റെ ശക്തി പദ്യ ത്തിൽ തന്നെയാണ് അനർഗ്ഗളം പ്രവഹിക്കുന്നത്. മലയാള കവിത യുടെ ആംഗലീകരണം സച്ചിദാനന്ദനും മറ്റും നിർവ്വഹിക്കുന്നു. അതാണല്ലോ നല്ല കവിതകളെഴുതുമ്പോൾ സച്ചിദാനന്ദൻ പദ്യ ത്തിലേക്ക് മാറുന്നത്. സച്ചിദാനന്ദനെകൂടാതെ വിനയചന്ദ്രനും ആറ്റൂർ രവിവർമ്മയും കടമ്മനിട്ടയും ചില കവിതകളിൽ നിഴലി ക്കുന്നു. ഒന്നുണ്ട്; ഇവ ഈ കവിയുടെ ആദ്യകാല കവിതകളാ ണല്ലോ. അനുകരണമല്ല, അറിയാത്ത സ്വാധീനമാണ് ഇവിടെ കാണു ന്നത്.'

ബാലചന്ദ്രൻ ചുള്ളിക്കാടിന്റെ പ്രഥമ കവിതാ സമാഹാരമായ പതിനെട്ടുകവിതകൾക്കെഴുതിയ നിരൂപണത്തിൽ നിന്നാണ് ഈ വരികൾ. ഈ കവിയുടേതായ ഭാവുകത്വം രൂപപ്പെട്ടുവരുന്നതേയുള്ളൂ. അതിനുമുമ്പ് എഴുതിയതിന്റെ പ്രശ്നങ്ങൾ ആ കവിതകളിലുണ്ടു താനും. എങ്കിലും നരേന്ദ്രപ്രസാദ് സച്ചിദാനന്ദന്റെ കവിതയെക്കുറിച്ച്

ചൂണ്ടിക്കാണിക്കുന്ന 'ആംഗലീകരണം' എന്ന മൂല്യം പൊതുവെ ആധുനിക മലയാളകവിതയെ മുൻനിർത്തി ചർച്ച ചെയ്യപ്പെടാതെ പോയ വസ്തുതയാണ്. അതൊരു പൊതുപ്രശ്നമായി രൂപപ്പെടുന്നതിനുമുമ്പേ സച്ചിദാനന്ദനും കൂട്ടരും വിപ്ലവഭാവുകത്വത്തിന്റെ ചേരീസംവാദത്തിലേക്ക് മാറിപ്പോയിരുന്നല്ലോ. ഒരുപക്ഷേ ഇവരുടെ കവിതയുടെ സ്വാധീനതാംശങ്ങൾ അക്കാലത്ത് ബാലചന്ദ്രനെഴുതിയ കവിതകളിൽ വന്നിരിക്കാനിടയുണ്ട്. അതിനത്ര ഗൗരവം കല്പിച്ചുകൊടുക്കേണ്ടതില്ല. ഒരു തുടക്കക്കാരനായ കവിയിൽ തന്റെ തൊട്ടുമുമ്പത്തെ കാവ്യസംസ്കാരം സ്വാധീനമായില്ലെങ്കിലേ അത്ഭുതപ്പെടേണ്ടതുള്ളൂ. ആധുനികത അതിന്റെ ഉച്ചയിൽ പ്രവേശിക്കുന്നതിനുമുമ്പേ, അതിന്റെ പ്രത്യയശാസ്ത്രപരിസരം കലുഷമാവുകയും അല്പം വ്യക്തിവാദവും അല്പം ശൂന്യതാവാദവും ബാക്കിവെച്ച്, മറ്റൊരു സ്വാതന്ത്ര്യത്തിലേക്ക് കവിത വഴിമാറി ചലിക്കാൻ തുടങ്ങുകയും ചെയ്ത ഘട്ടത്തിലാണ് ബാലചന്ദ്രൻ കവിതയിൽ പ്രവേശിക്കുന്നതു തന്നെ. അതായത് ഭാവുകത്വപരമായ ഒരു രൂപാന്തരീകരണത്തെ അഭിമുഖീകരിക്കുന്ന കവിതയ്ക്ക്, ആ സാക്ഷാത്ക്കാരവുമായി സംവദിക്കാതെ വയ്യല്ലോ? ബാലചന്ദ്രൻ തന്റെ സമീപ ഭൂതകാല കവിതയുമായി സംവദിച്ചതിന്റെ പൂർത്തീകരണം ആംഗലീകരണത്തിന്റെ ഒഴിവാക്കലിലൂടെയാണ് പ്രഖ്യാപിച്ചത്. ഒരു കാവ്യപ്രവണതയുടെ പൊതു ദോഷമല്ല ആ കവിതയെ സ്വാധീനിച്ചത്. ആധുനികതയ്ക്ക് ചുവന്ന വാൽ കിളിർത്ത് തുടങ്ങിയതറിയാതെയല്ല ബാലചന്ദ്രൻ വിപ്ലവവികാരത്തെ സ്വീകരിച്ചത്. മാർക്സിന്റെ മാനിഫെസ്റ്റോയുടെ അടിസ്ഥാനത്തിലല്ല ഈ കവി വിപ്ലവം പറഞ്ഞത് എന്നാണ് മനസ്സിലാക്കേണ്ടത്. തീക്ഷ്ണമായ അനുഭവങ്ങളെ വ്യാഖ്യാനിക്കാൻ തയ്യാറായതിന്റെ സ്വാഭാവികമായ ഉദീരണമായിരുന്നു ആ മനോഭാവം. അതുകൊണ്ടുതന്നെ അതു കെ. സച്ചിദാനന്ദന്റെ രാഷ്ട്രീയ വിശകലന രീതിയോട് പൊരുത്തപ്പെടുന്നില്ല. ഒറ്റപ്പെട്ട കവിതയായി ബാലചന്ദ്രന്റെ കവിത രൂപപ്പെടാൻ ഇടയാവുകയും ചെയ്തു.

'വിപ്ലവകവിത'യുടെ രൂപീകരണം ആധുനിക കവിതയിലുണ്ടായ ആദ്യത്തെ പിളർപ്പിന്റെ ഉദാഹരണമാണ്. എന്നാൽ അവശേഷിച്ച ആധുനികകവിതാഭാവുകത്വം അതേ മട്ടിൽത്തന്നെ തുടർന്നു പോവുകയുണ്ടായില്ല. അസ്തിത്വത്തെ നിലനിർത്തിക്കൊണ്ട് ആ കവിത കാല്പനികതയിലേക്കും സാമൂഹികതയിലേക്കും തുല്യമായി സഞ്ചരിച്ചു. സാമൂഹികയാഥാർത്ഥ്യങ്ങൾ ആധുനികതാ ഭാവുകത്വവുമായി സംവദിക്കുന്ന ഒരു കാല്പനിക ഭാഷ കണ്ടെത്തിയ പുതു കവിതയായി അത് പരിണമിക്കാൻ തുടങ്ങി. അങ്ങനെ ആധുനികതയും കാല്പനികതയും സാമൂഹികതയും പരസ്പരം വിനിമയം ചെയ്യുന്ന

ഒരു ആന്തരികഭാവം കവിതയ്ക്ക് കൈവരാനുമിടയായി. ചങ്ങമ്പുഴ കവിതയ്ക്കകത്തെ കാല്പനികതയുമായി ഈ ആന്തരികതയെ താരതമ്യം ചെയ്യേണ്ടതില്ല. ചങ്ങമ്പുഴയുടേത് സാമൂഹികതയിലേക്ക് തുറന്നുവെച്ച കാല്പനികതയായിരുന്നില്ല. കാല്പനികതയുടെ ജീർണ്ണമായ ഭാവുകത്വത്തിൽ ഉടക്കിനിൽക്കാതെ സാമൂഹ്യബോധ്യങ്ങളിലേക്ക് തുറന്നുവെച്ച ഒരു ജ്ഞാനമണ്ഡലം കവിതയിൽ പ്രകാശിതമാവുകയും കാല്പനികതയിലേക്കും സാമൂഹികതയിലേക്കും മാറി മാറി സഞ്ചരിക്കുന്ന ദർശനസംശയങ്ങൾ രൂപപ്പെടുകയും ചെയ്തതിന്റെ കാലത്തെ, വായനക്കാർ തൊട്ടറിയാൻ തുടങ്ങി.

ആ വഴിതിരിയലിലാണ് ബാലചന്ദ്രന്റെ കവിത നാടകീയമായി പ്രത്യക്ഷപ്പെടുന്നത്. മലയാള കവിത ആശാനുശേഷം അനുഭവങ്ങളോടുള്ള ഉത്തരവാദിത്വത്തിലേക്ക് തിരിച്ചുവരുന്നതിന്റെ അടയാളമായത് ബാലചന്ദ്രന്റെ കവിതകളാണ്. കവിയരങ്ങുകളിൽ വായിക്കുകയെന്ന പ്രയോഗമൂല്യത്തെക്കൂടി ഉൾക്കൊണ്ടതോടെ, ശബ്ദത്തിന് പ്രാധാന്യം കൈവരികയും ചെയ്തു. ഉച്ചത്തിൽ പ്രയോഗിച്ചാൽ മാത്രം ഫലവത്താകുന്ന വികാരപ്രകടനങ്ങൾകൊണ്ടും ഭാഷാപ്രയോഗങ്ങൾകൊണ്ടും ആ കവിത ബഹുജനങ്ങളിലെത്തി. ആസ്വാദകർക്കൊപ്പം കവിത പ്രേക്ഷകരേയും സൃഷ്ടിച്ചത്, കവിതയുടെ ആഖ്യാനഘടനയെ പൂർണ്ണമായും മാറ്റിമറിക്കാൻ ഹേതുവായി. വിചിത്രപ്രയോഗങ്ങളും ബിംബങ്ങളും സംഗീതവും വ്യക്തിനിഷ്ട വികാരങ്ങളുടെ അനുഭൂതിപരമായ വിശ്വാസവും കവിതയെ സമ്പന്നമാക്കി.

വിധിയുടേയും ദുശ്ശകുനങ്ങളുടേയും ലോകവുമായി കവിത സല്ലപിക്കാനിടയായി. തട്ടിൻപുറങ്ങളിലെ ഇരുട്ടിൽ ശവച്ചെണ്ട കൊട്ടിയുറയുന്നതും വിലങ്ങിട്ട കൈകൾ കിലുക്കിയലറുന്ന പിതൃക്കളുടെ സാന്നിധ്യവും മന്ത്രങ്ങളും പരേതാത്മാക്കളും നിറഞ്ഞതന്ധകാരവും മകൻ ആട്ടവിളക്ക് ഊതിക്കെടുത്തുമ്പോഴുള്ള നടുക്കവും- ഇങ്ങനെ അനേകം ചിത്രങ്ങൾ കവിതകളിൽ പ്രത്യക്ഷപ്പെട്ടു. പഴമയുടെ ഓർമ്മകളേയും വിധിബോധത്തെയും നേരിടുന്ന കവി ദുരന്തങ്ങൾ അനുഭവിക്കുന്ന മനുഷ്യനെ അഭിസംബോധന ചെയ്യുന്നു. 'മനുഷ്യപീഡനത്തിന്റെ സാമൂഹ്യമായ വേരുകൾ' ആ കവിത അന്വേഷിക്കാൻ തുടങ്ങി. ആ അന്വേഷണത്തിലൂടെ കവി കണ്ടെടുക്കുന്ന ആത്മസംഘർഷങ്ങളും വികാരവിക്ഷുബ്ധതകളും കവിതയുടെ ആന്തരിക സംഘർഷമാകുന്നതോടെ ബാലചന്ദ്രന്റെ കവിത വായനക്കാരുടെ വാഗ്മിതയായി. അതിലെ ഭാവന സാമൂഹികവുമായി.

സോഷ്യൽ റൊമാന്റിസിസമെന്ന് വിശേഷിപ്പിക്കാവുന്ന അനുഭവമെന്നാണ് ഈ മനോഭാവത്തെ വിലയിരുത്തേണ്ടത്. ആധുനികതയ്ക്ക്

മറ്റൊരുമുഖം ആകൃതിപ്പെട്ടുവരുന്നതിന്റെ ലക്ഷണങ്ങൾ പ്രകടിപ്പിച്ച കവിത എന്ന നിലയിലാണ്, ബാലചന്ദ്രന്റെ കവിതയെ സമീപിക്കേണ്ടിവരുന്നത്. ആ മനോഭാവം പക്ഷേ, ആ കവിതയിൽ തന്നെ ഒടുങ്ങുകയും ചെയ്തു.

പിതൃ-പുത്ര സംഘർഷത്തിന്റെ ഭാഷണഘടന

'അമാവാസി' എന്ന കവിതയിൽ പിതൃസ്പർശമുള്ള ഒരു പ്രയോഗമുണ്ട്.

വഴിയിൽ വിഷംതീണ്ടി
വീണപെണ്ണിന് ശവ-
പ്പുടവകൊടുത്താദ്യചുബനം
കൊളുത്തുമ്പോൾ,
തോലുരിച്ചോരു പോത്തിൻ
മുതുകിൽ കുരുക്കുമാ-
യാരുനിൽക്കുന്നൂപിന്നിൽ!
അച്ഛനോ, ആരാച്ചാരോ?

ബാലചന്ദ്രൻ ചുള്ളിക്കാടിന്റെ പ്രധാനപ്പെട്ട കവിതകളിലൊന്നായി ചൂണ്ടിക്കാണിക്കാറുള്ള കവിതയാണ് 'അമാവാസി'. അച്ഛനോ, ആരാച്ചാരോ എന്ന പ്രയോഗത്തിലൂടെ ഭാവപരമായ ഒരു താരതമ്യത കവി ചുരത്തിയെടുക്കുന്നുണ്ട്. ആരാച്ചാരുമായി പിതാവിനെ താരതമ്യം ചെയ്യുകയാണ്. തന്നെ കൊല്ലാൻ നില്ക്കുന്ന കാലന്റെ രൂപമാണ് പിതാവിന് കവി നല്കുന്നത്. കവിയെ സംബന്ധിച്ചിടത്തോളം പിതാവ് ഒരു എതിർബിംബമാണ്. അമ്മയുമായുള്ള താരതമ്യതയിലൂടെയാണ് ആ പിതൃബിംബം എഴുന്ന് വരുന്നത്. കവിയുടെ കുടുംബചിത്രം കൂടി ഈ ബിംബാഖ്യാനത്തിലൂടെ ചിത്രണം ചെയ്യപ്പെടുന്നുണ്ട്. ബാലചന്ദ്രന്റെ കവിതയിലുടനീളം ത്രസിച്ചുനിൽക്കുന്ന ഈ പിതൃരൂപം കവിതയുടെ ആഭ്യന്തരസംഘർഷത്തിന്റെ അടയാളമായി മാറുകയും ചെയ്യുന്നു. തന്നെ കവിയാക്കിയത് ഈ അച്ഛനാണ് എന്നും കവിക്കഭിപ്രായമുണ്ടെന്ന് തോന്നിപ്പോകുന്നു. അതായത് തന്റെ ജീവിതത്തിൽ ഒരു എതിർബിംബമായി പിതൃപക്ഷം സജ്ജീവമായി നിലനിന്നതുകൊണ്ടുമാത്രമാകണം ബാലചന്ദ്രൻ എന്ന കവി പിറന്നത്. ആ പിതൃതിരസ്കാരത്തിന്റെ ആത്മഭാവത്തിൽ നിന്നാണ് ബാലചന്ദ്രന്റെ കവിത പിറക്കുന്നതും ഭാവപൗരുഷം സമാർജ്ജിക്കുന്നതെന്നും തോന്നിപ്പോകുന്നു. ഈ വാസ്തവത്തിലെത്തണമെങ്കിൽ ആ കവിതയിലെ പിതൃരൂപത്തെയും മാതൃരൂപത്തെയും വേർതിരിച്ചെടുത്ത് പരിശോധിക്കേണ്ടതുണ്ട്.

പിതൃരൂപകവിതകൾ

തേർവാഴ്ച

ഒരു പ്രണയഗീതം

ജന്മദിനം

അമാവാസി

പിറക്കാത്ത മകന്

അർത്ഥം

താതവാക്യം

ഈ കവിതകളിലൂടെ ആകൃതിപ്പെടുന്ന പിതൃരൂപത്തിന് കവി കൊടുക്കുന്ന മുഖച്ഛായ സാരള്യത്തിന്റേതല്ല. ക്രൂരവും ഗർവ്വും നിറഞ്ഞ രൂപമാണ് പിതാവിന്റേത്. അച്ഛനെ മകൻ നോക്കിക്കാണുകയാണ്. അമാവാസിയിൽ കാലരൂപിയായി പിതാവ് പ്രത്യക്ഷപ്പെടുന്നു. കൊമ്പും കുലചിഹ്നവും കൊടുങ്കാറ്റ് കുലച്ച കടലിന്റെ പേശിയും പ്രതാപവും ആർജ്ജിച്ചുനിൽക്കുന്നു. ഇവിടെ അയാൾ ഒരു അധികാരചിഹ്നമാണ്. പാഴാവുന്ന ജന്മത്തെക്കുറിച്ചോർത്ത്, നരകാഗ്നിയാകുന്ന പുരുഷാർത്ഥമോർത്ത് ആ പിതാവിന്റെ മുമ്പിൽ പാപിയായ മകന് വിലപിക്കേണ്ടിവരുന്നു. യമചിഹ്നമായി മാറുന്ന ആ അച്ഛനിൽനിന്ന് പുത്രൻ സ്വതന്ത്രനാവുന്നു. എന്നാൽ അതേ പിതാവ് 'താതവാക്യ'ത്തിൽ പ്രേതമായിവന്ന് പുത്രനെ കുറ്റപ്പെടുത്തുന്നു. തന്റെ കഠിനമായ പദപ്രശ്നം അച്ഛനാണെന്ന് കവി മറ്റൊരു കവിതയിൽ പറയുന്നു. സ്നേഹത്തിന്റെ അച്ഛൻ ഏതു ബലിമൃഗം എന്നുചോദിക്കുന്നുമുണ്ട്. ബാല്യകാലം മുതൽ തനിക്ക് ലഭ്യമായ പിതൃത്വാനുഭവങ്ങൾ കവി പങ്കുവെക്കുകയാണ്. ആ അനുഭവങ്ങളെ മന്ത്രവാദത്തിന്റേയും മരണത്തിന്റേയും പരേതാത്മാക്കളുടേയും അന്തരീക്ഷത്തിൽവെച്ചാണ് വിശദീകരിക്കുന്നത്.

മുണ്ടകപ്പാടങ്ങൾക്കുമക്കരെനിന്നുംപറ-
ച്ചെണ്ടനൊന്തിരമ്പുന്ന രാത്രിയിൽ നിയേ പണ്ട്
മന്ത്രമാരണം ചെയ്ത മോതിരം കെട്ടിത്തന്നും
അമ്പലപ്രാവിൻ ചങ്കും കുടലും വിളമ്പിയും
കാഞ്ഞിരത്തിന്മേലെന്നെ കൂച്ചുചങ്ങലക്കിട്ടു
കാഞ്ഞവെയിലിലും, കോടമഞ്ഞിലും മഴയിലും

ഈ ഓർമ്മയിലേക്ക് പിതൃസ്മരണ പിൻപറ്റുന്നു. ആ പിതൃരൂപമാണ് 'താതഭൂത'മായി; 'മൊട്ടും വടിച്ചുമുടലാകെ മലംപുരണ്ടും വട്ടച്ച കണ്ണുകളിൽ നിന്ന് നിണം ചുരന്നും ബോധങ്ങളൊക്കെയബോധ

തമസ്സമുദ്രം ബാധിച്ച് മുങ്ങിമറയുംപടി', പ്രത്യക്ഷനാവുന്നത്. പിതാവ് എക്കാലത്തും ഒരു നടുക്കമായിരുന്നുവെന്നും പിതാവിനോടുള്ള യുദ്ധത്തിന്റേതായിരുന്നു തന്റെ ജീവിതമെന്നും ബാലചന്ദ്രന്റെ കവിതയിലെ പുത്ര കഥാപാത്രം ആവർത്തിച്ചുപറയുന്നു. ഈ പിതൃസ്മരണയ്ക്ക് തീവച്ചുകൊള്ളാൻ പിതാവ് സമ്മതിക്കുന്നുമുണ്ട്. 'ചോടും പിഴച്ച്, പദമൊക്ക മറന്ന്, താളം കൂടിപ്പിഴച്ച് മകനാട്ടവിളക്കുപോലു മൂതികെടുത്തുവത് കണ്ടുനടുങ്ങി ശത്രുലോകം വെടിഞ്ഞ് പരലോകമണഞ്ഞുപോയ' പിതാവിന് വേറെന്തു ചെയ്യാനാവും.

പുത്രനെ സംബന്ധിച്ചിടത്തോളം പിതാവ് ശത്രുപക്ഷത്താണ്. തന്റെ ദുരന്തങ്ങൾക്കും അപചയങ്ങൾക്കും ഹേതുഭൂതൻ അദ്ദേഹമത്രെ. പിതാവ് തന്റെ സ്വാതന്ത്ര്യത്തിന് കൈവിലങ്ങിട്ടതായി മകൻ സൂചിപ്പിക്കുന്നു. ഈയൊരു ആത്മരോഷത്തിൽനിന്നു രൂപപ്പെട്ടുവരുന്ന ഒരു ദുരന്തഘടന ബാലചന്ദ്രന്റെ പിതൃരൂപകവിതകളിൽ ഉടനീളമുണ്ട്. മനുഷ്യനായി പിതാവിനെ കാണാൻ കഴിയുന്നില്ല. അമ്മയുടെ സ്ഥാനം മകൻ പിതാവിനു കൊടുക്കുന്നില്ല. അയാൾ ഒരു ദുർമൂർത്തിയായി, പ്രാകൃതബിംബമായി, പ്രേതമായി കവിതയിൽ ഉണർത്തപ്പെടുന്നു. അങ്ങനെയൊരു പിതാവ് എതിർബിംബമായി രൂപപ്പെട്ടില്ലായിരുന്നുവെങ്കിൽ, ബാലചന്ദ്രന്റെ കവിതയിലെ ആന്തരിക സംഘർഷം എന്നേ നഷ്ടമായേനെ? നിത്യേന കുറ്റമായി മാറുന്ന ജീവിത തൃഷ്ണകൾ മാത്രമാണ് പൈതൃകാവകാശമായി ലഭിച്ചത്. ആ തൃഷ്ണയിൽനിന്നുതന്നെയാണ് കവിതയുടെ സമാരംഭവും. അതുകൊണ്ടുതന്നെ പിതൃബോധത്തെ മുൻനിർത്തി കവി സംശയിക്കുന്നു.

ഓട്ടുകിണ്ടിയിൽ കണ്ണീർ
മുട്ടിയബാല്യം തൊട്ടേ
രാപ്പകലുകളെന്റെ
ചോരയെക്കടയുമ്പോൾ
പൊന്തിയവാളും
ജ്വാലാകുംഭവും
മണ്ണിൻ കറകാച്ചിയവാക്കും
ആദികവിയും നീയാണല്ലോ

തന്റെ കവിതയ്ക്ക് വേരുകളുണ്ടാക്കിയത് പിതൃക്രൂരതതന്നെയാണെന്ന് കവി വിശ്വസിക്കുന്നുണ്ടാവണം. ഒരു പക്ഷെ എല്ലാ അമർഷങ്ങളും വാക്കുകളിലേക്കാവാഹിച്ചുകഴിഞ്ഞതോടെ ബാലചന്ദ്രന്റെ കാവ്യസ്രോതസ്സിന് ഭംഗം വന്നുവോ? അമ്മരൂപ കവിതകൾകൂടി പരിശോധിക്കാം.

അമ്മരൂപകവിതകൾ

തേർവാഴ്ച

ഒരു പ്രണയഗീതം

ജന്മദിനം

യാത്രാമൊഴി

മാപ്പുസാക്ഷി

ഒരു മറുകഥനം എന്ന നിലയിലാണ് 'അമ്മ' കവിതയിൽ വരുന്നത്. പിതാവ് സ്വാതന്ത്ര്യത്തെ നിഹനിച്ചപ്പോൾ സ്വാന്ത്വനമായത് അമ്മയാണ്. ആഹ്ലാദത്തിന്റേയും സാന്ത്വനത്തിന്റേയും രൂപമാണ്, ബാലചന്ദ്രന്റെ കവിതയിലെ അമ്മരൂപം. അമ്മ ഒരു പദപ്രശ്നമായില്ല. അവർ ചൂടുള്ള ഹൃദയമാണ്. വർത്തമാനകാലത്തിന്റെ പരുക്കൻ യാഥാർത്ഥ്യങ്ങളുമായി ഇടപെടുമ്പോഴൊക്കെ അമ്മയുടെ സ്മരണ കവിഹൃദയത്തിൽ ഉറയുന്നുണ്ട്. താരാട്ടായും തണവിരലിന്റെ തരിക്കും സ്പർശമായും ഇരുട്ടിൻ കമ്പിളിപ്പുതപ്പായും അമ്മ വന്നു തിരിച്ചു പോവാറുണ്ടെന്ന് കവി ഓർക്കുന്നു. അതായത് പിതാവ് ഒരു സംഘർഷമായിരുന്നപ്പോൾ അമ്മ ഒരു സാന്ത്വനമായിരുന്നു. ഈ രണ്ടറ്റങ്ങൾക്കുമിടയിൽപ്പെട്ട് ചകിതനും വിഹ്വലനും പാപിയും എല്ലാമായി മാറുന്ന മകൻ ഒരു തിരിച്ചറിവിന്റെ ബിംബമായി കവിതയിൽ വളരുന്നത്, ബാലചന്ദ്രന്റെ ഒടുവിലെ രചനകളിലെത്തുമ്പോൾ നാം തിരിച്ചറിയുകതന്നെ ചെയ്യും.

സമൂഹം അനുവദിച്ചിട്ടുള്ള സദാചാരത്തിന്റെ സമസ്ത മേഖലകളേയും മറന്നുകൊണ്ടാണ് കവി പിതാവിനെ തുറന്നുകാണിക്കുന്നത്. കരാളരൂപമെന്നും താതഭൂതമെന്നും ആരാച്ചാരെന്നുമൊക്കെ അച്ഛനെ വിശേഷിപ്പിക്കാൻ യാതൊരു മടിയും കാണിക്കാത്ത കഥാപാത്രം, രചനയിൽ അതിസ്വാതന്ത്ര്യം എടുക്കുന്നുവെന്ന ഒരു പരാതിക്കിടമുണ്ട്. പക്ഷേ അമ്മയെ തൊടുമ്പോൾ മറ്റൊരു മനസ്സിന്റെ സാന്നിധ്യം അനുഭവിപ്പിച്ചുകൊണ്ട് വായനക്കാരെ പിതാവിനും മകനുമിടയിലുള്ള ഇടനിലക്കാരനാക്കി മാറ്റാനും കഴിയുന്നു. അമ്മ രൂപനിർമ്മിതിയിൽ സദാചാരപരമായ ഉല്ലംഘനമില്ല. ഒരു കാര്യം തീർച്ചയാണ്; ബാലചന്ദ്രന്റെ കവിതയിലെ ദുരന്താനുഭവസാമീപ്യം പിതൃ-പുത്ര സംഘർഷത്തിൽനിന്ന് ഉടലെടുത്തതത്രെ.

ആധിയും വ്യാധിയും അരുളി
എന്നെ അനുഗ്രഹിച്ചത് ആർ?
തോരാത്ത മഴയും
കെടാത്ത നെരിപ്പോടും
തന്നത് ആർ?

'അച്ഛനെ'ന്നാകാം കവിയുത്തരം. വിലക്കും വിലങ്ങുമുള്ള തന്റെ ജന്മത്തിന് കവി കൊടുക്കുന്ന മറുപടികൂടിയാണ്, അനുഭൂതികൾകൊണ്ട് കവിതയിൽ നടത്തുന്ന ധൂർത്ത്. ആ ധൂർത്തുകൊണ്ടാണ് ബാല്യം മുതലേയുള്ള ശത്രുതയെ നേരിടുന്നത്. അനുഭൂതികൾകൊണ്ട് ധൂർത്തടിക്കാനുള്ള കവിയുടെ കരുത്ത് എപ്പോഴെങ്കിലും നിലച്ച തായി അനുഭവപ്പെടുകയുണ്ടായോ? എങ്കിൽ തന്നെ എക്കാലത്തും പ്രതികാരദാഹിയാക്കിമാറ്റിയ 'ഫണം തീർത്ത പുല്ലിംഗം' തിരോഭ വിച്ചു എന്നാണ് കരുതേണ്ടത്.

ഒരു നരജന്മഗാഥ

'മാനസാന്തരം' എന്ന കവിതയിലെത്തുമ്പോൾ ഒരു വീണ്ടു വിചാരം സംഭവിക്കുന്നതായി ബോധ്യപ്പെടാനിടയുണ്ട്. കവി അനു ഭവിച്ച അഗാധമായ സംഘർഷങ്ങൾക്കൊടുവിൽ വന്നുപെടുന്നത്, ആത്യന്തികമായ ഒരു ജീവിതസത്തയിലാണെന്ന് ആ കവിത ബോധ്യ പ്പെടുത്തുന്നു. അത് ബാലചന്ദ്രന്റെ മികച്ച കവിതയൊന്നുമല്ല. എങ്കിലും മാനസാന്തരത്തെ ജീവിതത്തിലേക്കുള്ള തിരിച്ചെത്തലിന്റെ ഗാഥ യായി വിശേഷിപ്പിക്കാം. 'നരജന്മ'ത്തെക്കുറിച്ചുള്ള ഒരു വീണ്ടുവിചാ രവും ആ കവിതയിലുണ്ട്.

'അനിവാര്യമായ ഒരന്ത്യരംഗം' എല്ലാവർക്കുമുണ്ട്. 'അതുവേഗം കഴിയുന്നതുത്തമ'മെന്ന് കവി പ്രഖ്യാപിക്കുന്നു. മരണത്തോടുള്ള കവിയുടെ ആഭിമുഖ്യമാണ് ആ പ്രയോഗങ്ങളിലൂടെ തെളിയുന്ന തെങ്കിലും ഇടപ്പള്ളിയെപ്പോലെ ആത്മഹത്യയുടെ വക്കിലേക്ക് ആ വിശ്വാസം കവിയെക്കൊണ്ടെത്തിക്കുന്നില്ല. ബലി, ആത്മഹത്യ, കൊല തുടങ്ങി മരണവുമായി ബന്ധപ്പെട്ടതും മരണവുമായി അടുത്തു നിൽക്കുന്നതുമായ രൂപങ്ങളിലൂടെ മൃതിഭാവം ബാലചന്ദ്രന്റെ കവിത കളിൽ ധാരാളമായി പ്രത്യക്ഷപ്പെടുന്നുണ്ട്. എന്നാലത് ബാലചന്ദ്രനെ കൊണ്ടെത്തിക്കുന്ന പരിണാമമേതാണ്? മരണബാധയിൽ സ്നാനം ചെയ്തുനിൽക്കുന്ന കവി, 'മരിക്കണേ വേഗം മരിക്കണേ'യെന്ന്, വിളിച്ചുകേഴുമ്പോഴും 'മരിച്ചാലും മരിക്കാറി'ല്ലെന്ന തീർച്ചയിലേക്ക് പതുക്കെ ചെല്ലുന്നു. അവ്യക്തതയോടെ, മരണത്തിന്റെ പിറകിൽ ഒരു ജീവിതചിന്ത ഒളിഞ്ഞിരിക്കയാണെന്നു പറയാമോ? 'തനിക്ക് താൻ തന്നെ കാവലിരിക്കുന്നത് ഒഴിവാക്കി, വിഷം കഴിച്ചിവിടത്തന്നെ പിടഞ്ഞൊടുങ്ങണോ?' എന്നു സന്ദേഹിക്കുന്ന കവി, നരജന്മമെന്ന അനിവാര്യതയെ കൺമുമ്പിൽ കാണുകയാണ്. 'സിഗരറ്റു കണക്കെ എരിഞ്ഞുപോം നരജന്മം' ചുടുചാമ്പൽ മാത്രമാണ് പരിശിഷ്ടമാ ക്കുന്നത്. ഭൂതലകോടിയിൽ അതും തണുത്തലിഞ്ഞിഴയും. അതു കൊണ്ട് കവി ആലോചിച്ചുറപ്പിച്ച് പ്രഖ്യാപിക്കുന്നു; നിരർത്ഥകമാം

സ്വയംഹത്യ എന്നും. ആത്മഹത്യ വേണ്ട; തന്റെ ജീവിതം പണ്ടേ ഹതമായിരിക്കേ എന്നുകൂടി ആത്മഗതം ചെയ്യുന്നു. അത് കവിയുടെ സ്വയംബോധ്യമാണ്. തന്റെ ആത്മസംഘർഷങ്ങളിൽ നിന്ന് ഒരു പുതിയ തിരിച്ചറിവുനേടിയതിന്റെ ലക്ഷണവുമുണ്ട്. ഇടപ്പള്ളിയുടെ ദുരന്തപ്രസ്താവനപോലെയല്ല തന്റെ ദുരന്തപ്രസ്താവനയെന്ന് ബോധ്യപ്പെടുത്തലാണോ കവിലക്ഷ്യം? തന്റെ അന്ത്യരംഗത്തെക്കുറിച്ച് ഇടപ്പള്ളി ഭാവനചെയ്യുന്നുണ്ട്, മണിനാദത്തിൽ. ആ കവിത എഴുതിയതിനു തൊട്ടടുത്ത ദിവസങ്ങളിലൊന്നിൽ ഇടപ്പള്ളി ആത്മഹത്യ ചെയ്യുകയുമുണ്ടായി. ജീവിതത്തെക്കുറിച്ചുള്ള സന്ദേഹങ്ങൾക്ക് അർത്ഥവ്യാപ്തി കൈവന്നത് ഈ കവിതയിലൂടെയാണെന്ന് വി. രാജകൃഷ്ണൻ അഭിപ്രായപ്പെട്ടത് ഓർത്തുപോവുകയാണ്. പ്രണയ പരാജയത്തിന്റെ അനുഭവമാണ് ഇടപ്പള്ളിയുടെ ആത്മസംഘർഷവും മറ്റും. സ്വയം കുറ്റപ്പെടുത്തുന്ന ഒരു മനഃസ്ഥിതിയും ആ കവിതയിലുണ്ട്. ബാലചന്ദ്രന്റെ കവിതകളിൽ രേഖപ്പെടുത്തപ്പെട്ടുകഴിഞ്ഞ സംഘർഷങ്ങളുടെ കാരണങ്ങൾ വ്യത്യസ്ഥമാണെങ്കിലും കാല്പനികകവികളിൽ കാണുന്നതുപോലുള്ള വിഷാദവും ആധുനികന്റേതായ അസ്തിത്വസംത്രാസവും ആ കവിതകളിലുണ്ട്.

അപകർഷതാബോധവും വിശപ്പും അന്യതാചിന്തയുമെല്ലാം ബാലചന്ദ്രനിലും ഇടപ്പള്ളിയിലും പ്രകടമാണ്. രണ്ടു കവികളും വിശകലനം ചെയ്യുന്നത് അവരവരുടെ നിലപാടുകളും സ്വത്വപരമായ പ്രശ്നങ്ങളുമാണ്. തവിടുപോലെ തകരുന്ന മാനസികാവസ്ഥ ഇടപ്പള്ളിയിലുണ്ട്; ബാലചന്ദ്രനിലുമുണ്ട്. 'നിണമണിച്ചിലിലെ'ത്തിയ പ്രണയനാടകമാണ് പൂർവ്വകവിയുടെ മാനസികസ്വാസ്ഥ്യം കെടുത്തിയത്. 'മുട്ടൻ വടികൊണ്ടടിച്ച് പുറം പൊളിച്ചട്ടഹസിച്ച കോപിഷ്ടനാം' അച്ഛൻ സൃഷ്ടിച്ച ശത്രുതാഭാവമാണ് ബാലചന്ദ്രൻ എന്ന കവിയെ ജീവിതത്തിന്റെ പുറമ്പോക്കിലെത്തിച്ചത്. അയാൾ അനാഥനായി. നരക തീർത്ഥം മുന്നിൽ കണ്ടു. ശവമുറിയിൽ അകപ്പെട്ട പോലെയായി. 'മൃതിയുടെ തിമിരഗൃഹത്തിലേക്കെത്രയിണ്ടിനിദൂരം' എന്നു ചോദിക്കുന്ന കവി, 'ഞാൻ പോകട്ടെ പാതവിളക്കുകളൊക്കെയും കെട്ടു' എന്ന യാഥാർത്ഥ്യം അറിയുന്നു. അതുകൊണ്ടായിരിക്കണം മൃതിയിലേക്കുള്ള യാത്ര മതിയാക്കി. 'തെളിഞ്ഞു മാനസം നില കൊള്ളേണമേ കൊലകുരുക്കിറുക്കുമ്പൊഴും' എന്നു ദൈവത്തെ ആണയിട്ടു പ്രാർത്ഥിച്ചതും.

കവി വീട്ടിലേക്ക് തിരിച്ചെത്തുകയാണ്. ആധുനികതയുടെ ഒരു ഘട്ടത്തെ പ്രതിനിധാനം ചെയ്യുന്ന എഴുത്തുകാർ വീടുവിട്ടുപോയവരായിരുന്നു. മലയാളത്തിലെ കാഥികരും കവികളുമെല്ലാം വീട്ടിൽ നിന്ന് പുറത്തുകടന്ന് അലയുകയും അസ്ഥിത്വവ്യഥയുടെ അലങ്കാര

മണിഞ്ഞ് ജീവിതത്തിന്റെ മൂകതയിൽ പങ്കുചേരുകയും ചെയ്തവരാണ്. അതേ കാലഘട്ടത്തിന്റെ കവിയായതിനാൽ ബാലചന്ദ്രൻ ചുള്ളിക്കാട് ധൂർത്തജീവിതത്തിലേക്ക് ഇറങ്ങിനടന്നു. എന്നാൽ ആ യാത്രയ്ക്ക് ഒരു പ്രത്യേകതയുണ്ടായിരുന്നു. 'പിൻവിളി വിളിക്കാതെ, മിഴിനാരുകൊണ്ടെന്റെ കഴലുകെട്ടാതെ, പടി പാതിചാരി തിരിച്ചു പൊയ്ക്കൊള്ളൂ' എന്ന് അമ്മയോട് അപേക്ഷിച്ചുകൊണ്ടായിരുന്നു യാത്ര. ആ 'പടി' കവിയെ സംബന്ധിച്ചിടത്തോളം കരളാണ്. മാതാവിൽനിന്ന് വിടുമ്പോൾ ഒരു ജന്മത്തെയാണ് ഉപേക്ഷിക്കുന്നതെന്ന് കവിക്കറിയാം. അതുണ്ടാക്കുന്ന സംത്രാസം യാത്രാമൊഴി മുതൽക്കിങ്ങോട്ടുള്ള കവിതകളിൽ കടൽക്കോളായി വർത്തിക്കുന്നുമുണ്ട്. പിതാവിന്റെ ക്രൂരതകൾ സഹിക്കാനാവാതെ പുറത്തുകടന്ന കവി എത്തിപ്പെട്ടത് ധൂർത്തമായ ജീവിതത്തിലാണ്.

പുരനാരികളെ പുണർന്നവൻ
പരദാരങ്ങളെയാസ്വദിച്ചവൻ
പരപീഡനമാത്മലീലയായ്-
പരിശീലിച്ച പരസ്വഹാരി

എന്ന് കവി സ്വയം വിശേഷിപ്പിക്കുന്നു. ഈ ധൂർത്ത ജീവിതത്തിൽനിന്നുള്ള മോചനാകാംഷ, ഏതോ ഒരു അസാധാരണ നിമിഷത്തിൽ കവിയിൽ ഉണർന്നുണ്ടായതാണ്. അതിനാധാരം അനുഭവങ്ങൾ തന്നെയാകണം. അതുവരെ വിചിത്രമായ ഒരു ഭാവബദ്ധതയായി മരണത്തെ ഉപാസിച്ചുനടന്നിരുന്ന കവി വീട്ടിലേക്കു തിരിച്ചുവരാൻ ആഗ്രഹിച്ചുപോയി. 'മൃഗവാസനാബല'ത്തിൽ ഗുരുനിന്ദ ചെയ്തു കൊണ്ടുണ്ടായ ദുഷ്ചെയ്തികൾക്കെല്ലാം അവധികൊടുക്കാനുള്ള കവിവാഞ്ജ, അമ്മയിലേക്കുള്ള തിരിച്ചെത്തലിന് പ്രേരകമാവുന്നു. 'മകനേ നരകത്തിലെണ്ണയിൽ പൊരിയും നീ; പരപീഡ ചെയ്കൊലാ' എന്ന മാതൃമൊഴി ഒരു നിമിത്തമായതാണോ? ആത്മഹത്യയെ പ്രാപിക്കുകയോ മരണത്തെ ഒരു ഭാവബദ്ധതയായി കൊണ്ടുനടക്കുകയോ ചെയ്തിട്ടുള്ള കവികൾ ഇത്തരം ഏറ്റുപറച്ചിലുകൾ നടത്തിയിരുന്നതായി ആധുനിക നിരൂപകർ ചൂണ്ടിക്കാണിച്ചിട്ടുണ്ട്. ഒരു പ്രായശ്ചിത്തം എന്ന അടിസ്ഥാനത്തിൽ നാം അതിനെ മനസ്സിലാക്കേണ്ടതില്ല.

ഏറ്റുപറച്ചിൽ ഒരു കാല്പനിക ഭാവബദ്ധതയുടെ രൂപമാണ്. ഒരു കാല്പനികകവി തന്റെ സ്വത്വത്തിന്റെ ഒരു മിത്തോളജി ആവിഷ്ക്കരിക്കാൻ ശ്രമിക്കാറുണ്ടെന്നതിന് അത് ഉദാഹരിക്കാം. ഇടപ്പള്ളി രാഘവൻപിള്ള തന്റെ അന്ത്യരംഗത്തെക്കുറിച്ചെഴുതുമ്പോൾ, തന്റെ സ്വത്വത്തെ വികാരപരമായി അനാവരണം ചെയ്യാൻ മാത്രമല്ല

വാക്കുകൾ ഉപയോഗിച്ചത്. കവിയുടെ സ്വത്വം തന്നെയാണ് യഥാർത്ഥ സാമൂഹികസ്വത്വമെന്ന് ഭംഗ്യന്തരേണ ചൂണ്ടിക്കാണിക്കുകയായിരുന്നില്ലേ? അതേപോലെ കവി ഏറ്റെടുക്കുന്ന ഒരു സ്വത്വമുണ്ട്. അതു പ്രവർത്തിച്ചുതുടങ്ങുമ്പോൾ കവിയുടെ ആത്മവത്ത ഒരു പക്ഷേ നിഷ്പ്രഭമായേക്കും. അത് കവിയുടെ മരണമാണ് എന്ന് വിശ്വസിച്ചു പോകുന്ന കവി മറ്റൊന്നുമാലോചിക്കാതെ മരണത്തിലേക്കു പോകും. അനുഭവങ്ങൾ ഉപയോഗിച്ച് കവിതയിൽ ധൂർത്ത് സൃഷ്ടിക്കാൻ കഴിയാതെ വരുമ്പോഴാണ് അതു സംഭവിക്കുന്നത്.

കാല്പനിക കവികളുടെ ജീവിതചോദനകളും ഭാവകാമനകളുമായി ബന്ധപ്പെടുന്ന അനേകം ധാരണകൾ ബാലചന്ദ്രന്റെ കാവ്യനിർമ്മിതിയിലുണ്ട്. എന്നാൽ ആ കവിത ആവശ്യപ്പെടുന്നത് എതിർ ദിശയിലുള്ള ഒരു വായനയാണ്. കവിതയിൽ ബാലചന്ദ്രൻ ഒരുക്കിയെടുക്കുന്ന ഭാഷണഘടനയാണ് അതിന്ന് പ്രധാന ഹേതുവാകുന്നത്. കവിതയ്ക്കകത്ത് ഒരു ഗദ്യം നിറച്ചുവച്ചുകൊണ്ടു ഈ കവി സൃഷ്ടിക്കുന്ന വ്യാവഹാരികതയാണ് വായനക്കാരെ അടുപ്പിച്ചു നിർത്തുന്ന ഘടകം. ഗദ്യത്തിന്റെ അമിതമായ സന്നിവേശം കവിതയെ കവിയെക്കുറിച്ചുള്ള വർത്തമാനമാക്കിമാറ്റുന്നു. ബാലചന്ദ്രന്റെ കവിതകൾ മിക്കതും കവിയെക്കുറിച്ചുള്ള വർത്തമാനങ്ങളാണ്. കവിതയിൽ ആത്മകഥയെഴുന്ന ഈ രീതി, കവി തന്റെ സ്വത്വത്തിന്റെ മിത്തോളജി ആഗ്രഹിക്കുന്നുവെന്നതിന്റെ സൂചനയാണ്. താതവാക്യത്തിൽ പിതാവിന്റേതായി കവി എഴുതുന്ന ഒരു ഖണ്ഡം നിങ്ങൾ വായിക്കുക.

ആശിച്ച വേഷമൊരുനാളുമരങ്ങിലാടാ-
നാകാതെ വീണ നടനാം ഭടനെങ്കിലും ഞാൻ
ആശിച്ചുപോയി മകനൊന്നിനി മർത്ത്യവേഷ-
മാടിത്തിളങ്ങുവതുകണ്ട് കഴിഞ്ഞുറങ്ങാൻ.

ഭാഗം രണ്ട്

അമ്മരൂപം

അറുപതുകളിൽ മലയാളകവിത ഒരു വ്യതിയാനത്തിന്റെ സൂചനകൾ നൽകിക്കൊണ്ട്, പുതിയൊരു കാലത്തിന്റെ കാലൊച്ചകൾക്കായി കാതോർത്തിരിക്കുകയായിരുന്നു. സ്വാതന്ത്ര്യലബ്ധിക്കു ശേഷം പാകപ്പെട്ടുവന്ന രാഷ്ട്രീയാന്തരീക്ഷം വേറൊരർത്ഥത്തിൽ അരാജകമാവുന്നത്, എഴുത്തുകാരെ വല്ലാതെ പ്രകോപിപ്പിക്കുകയുണ്ടായി. വ്യക്തിചേതനകൾക്കൊപ്പം മലയാളകവിതയേയും മാറ്റിപാർപ്പിക്കാൻ അത് സഹായകമായി എന്ന് കരുതണം. അക്കാലത്തു നിലനിന്നിരുന്ന റൊമാന്റിക് കാലാവസ്ഥ ആകെ മാറുമെന്ന് പ്രതീക്ഷിച്ചവർക്കാണ് പിന്നീട് അബദ്ധം പിണഞ്ഞത്. സ്വാതന്ത്ര്യത്തിന്റെ പ്രശാന്തമായ ആരവങ്ങൾക്കൊപ്പം കൗതുകത്തോടെ പച്ചപ്പരിഷ്കാരങ്ങൾ കടന്നുവരികയും ആധുനികമായ ഭ്രമങ്ങൾ വലിയൊരു വൈരുദ്ധ്യത്തിന് വാതിൽ തുറന്നിട്ടു കൊടുക്കുകയുമുണ്ടായി. നേരിയതോതിൽ മാർക്സിസത്തിന്റേയും തീവ്രവാദരാഷ്ട്രീയത്തിന്റേയും പനിച്ചുരുളുകൾ അക്കാലത്ത് പ്രത്യക്ഷപ്പെടാനും തുടങ്ങിയിരുന്നു. ഈ വിപരീതങ്ങളിൽ കണ്ണുപായിച്ചുകൊണ്ടു, പി. കുഞ്ഞിരാമൻനായർ ഇങ്ങനെ നെടുവീർപ്പിട്ടു.

> പറമ്പിലന്യൻ വന്ന്
> കയ്യേറിയപ്പോ,ളാണായ്
> പിറന്ന നീയെമ്മട്ട് കണ്ടു നിന്നതെൻ വത്സ?
> വ്യാജമായാരു ചോർത്തിക്കൊണ്ടു
> പോയ്, വീട്ടിൽ പണ്ടേ
> പൂജിച്ചു പോന്ന തങ്കപ്പൊൻ
> വെള്ളിക്കിരീടങ്ങൾ?
> ഒട്ടൊട്ടായ് ദ്രവിച്ചുവോ;
> കുങ്കുമപ്പുലരികൾ
> തൊട്ടു വന്ദിക്കുമങ്കക്കച്ചയും
> പടവാളും?
>
> *(പുകയുന്ന തറവാട്)*

പി. കുഞ്ഞിരാമൻനായർ ഈ വരികളെഴുതുന്നതിന് മുമ്പേ തന്നെ, അദ്ദേഹം സൂചിപ്പിക്കുന്ന നഷ്ടപ്പെടലിന്റെ ദർശനം മലയാളകവിതയിലെ പ്രധാനപ്പെട്ട ഒരനുഭൂതിയായി മാറിക്കഴിഞ്ഞിരുന്നു. ഇരുപതാം നൂറ്റാണ്ടിന്റെ ഉത്തരപകുതിയിൽ നമ്മുടെ റൊമാന്റിക് കവികളുടെ ഭാവനയെ പ്രകോപിപ്പിച്ചത് ഏതാണ്ട് തുല്യമായ സങ്കല്പനിരാസത്തിന്റെ അനുഭവഘടനകളായിരുന്നുവെന്ന് കാണാം. വളരെ വ്യത്യസ്തമായ കേരളീയ സാഹചര്യത്തിൽ പി. കുഞ്ഞിരാമൻ നായരിലും പിറകെവന്ന ചിലരുടെ കവിതകളിലും ഈ മോഹനിഷ്ഫലതയുടെ ശ്രുതികൾ ശ്രവണീയമായിരുന്നു. റൊമാന്റിക് കവിതയുടെ ചൂടും ചൂരും വറ്റിപ്പോയെന്ന് ധരിച്ചുവശായ ചില കവികൾ, വ്യക്തിമനസ്സിലെ സ്വകാര്യതകളിൽ അഭിരമിക്കാൻ തയ്യാറാവുകയും വ്യാപകമായ ഉൽകണ്ഠകളിലേക്ക് നിപതിക്കുകയും ചെയ്തു. 'മീതെ പകച്ചു നിൽക്കുമീയംബരം മാത്രം, താഴെ മരുഭൂമിയും' എന്ന് പാടിയ ആർ. രാമചന്ദ്രൻ ഈ തലമുറയിൽപ്പെട്ട ഒരു കവിയായിരുന്നല്ലോ. വേറൊരു ഭാഗത്ത് തീവ്രവാദരാഷ്ട്രീയത്തിന്റെ നേർത്ത ചലനങ്ങളും കണ്ടുതുടങ്ങിയിരുന്നു. എന്നാൽ പി. കുഞ്ഞിരാമൻ നായരാകട്ടെ, ഇതിലൊന്നും ഉൾപ്പെട്ടില്ല. ആർജ്ജിതമായ ആഖ്യാനകൗശലമുപയോഗിച്ചുകൊണ്ട്, കാവ്യരചന നടത്തിപ്പോരുക മാത്രമാണ് അദ്ദേഹം ചെയ്തത്. ഭാവനയുടെ ജന്മാവകാശമായ രൂപകല്പനകളിൽ അടയിരുന്നുകൊണ്ട്, കാവ്യജീവിതാരംഭത്തിലേ തുടങ്ങി വച്ച കർമ്മപദ്ധതി താത്പര്യപൂർവ്വം പൂർത്തീകരിക്കാനാണ് അദ്ദേഹം പരിശ്രമിച്ചത്.

ഭൗതികവും ആത്മീയവുമായ അനുഭവങ്ങളിലൂടെ കടന്നുപോവുമ്പോൾ പി. യെ അലട്ടിയിരുന്നത്, തനിക്ക് സൗന്ദര്യം പകർന്നുനൽകിയിരുന്ന വസ്തുതകളുടെ നിരാലംബതയായിരുന്നുവെന്ന് കാണാനാവും. ഒരു കാല്പനിക കവിയുടെ ജീവിതം ശരിയായ തോതിൽ ജീവിച്ചുതീർത്ത കവി പി. കുഞ്ഞിരാമൻനായരാണ്. മേലും കീഴും ശ്രദ്ധിക്കാതെ ജീവിതത്തെ ധൂർത്തടിച്ച ഈ പ്രതിഭാശാലി ചിലപ്പോഴെല്ലാം പിന്നിട്ടുപോന്ന വഴികളിൽ കണ്ണോടിക്കുകയും അനുഭവങ്ങളുടെ ദാരുണച്ഛായയിൽ നെടുവീർപ്പിടുകയും ചെയ്തിരുന്നു. അതേസമയം ചുറ്റുപാടുകളുടെ സങ്കീർണ്ണതകളും അവയെ നിയന്ത്രിച്ചുപോന്നിരുന്ന രാഷ്ട്രീയ കാലാവസ്ഥയും ശ്രദ്ധാപൂർവ്വം നോക്കിക്കാണുകയും ചെയ്തു എന്നത് കൗതുകമുണർത്തുന്ന ഒരു വസ്തുതയാണ്. അത്തരം വേളകളിൽ അപൂർവ്വമായി സംഭവിക്കാനിടയുള്ള തിരിച്ചറിവുകൾക്കിടയിൽ പി. കുഞ്ഞിരാമൻനായരിൽ നിന്നും ലഭിച്ച രണ്ടു രചനകളാണ് 'നരബലിയും പുകയുന്ന തറവാടും'. സത്യാവസ്ഥകൾ കണ്ടെത്താനുള്ള ഒരു താർക്കികന്റെ മനോഘടനയാണ് 'പുകയുന്ന തറവാട്' എന്ന കവിതയിൽ നാം അഭിമുഖീകരിക്കുന്നത്.

'പുകയുന്ന തറവാട്' എന്ന കൽപനയിൽ പതിയിരിക്കുന്ന ആഭിജാത്യത്തിൽ സംഭവിക്കുന്ന നേരെ കുത്തനെയുള്ളപതനം കുഞ്ഞിരാമൻനായരിലെ കവിയെ പ്രലോഭിപ്പിച്ച ആശയമാണ്. 'ചില്ലറ മാറുന്ന മുഴു വെള്ളി നാണയം പോലെ' തന്റെ തറവാടിനെ തെല്ലുനേരംകൊണ്ട് ഇല്ലാതാക്കിയെന്ന് അദ്ദേഹം 'സുഭദ്ര'യിൽ വേദനിക്കുന്നതു ശ്രദ്ധയിൽ തടയേണ്ട വസ്തുതയാണ് ഐശ്വര്യവും സമൃദ്ധിയും വീരനിപുണതയും തറവാടിന്റെ മഹത്വനീതികളാണെന്ന് നാം മനസ്സിലാക്കിവച്ചിരുന്നല്ലോ. ധർമ്മയുദ്ധങ്ങളുടേയും ആദർശങ്ങളുടേയും ഒട്ടേറെ കഥകൾ ആ തറവാടിന് പറയാനുണ്ടാവും. എന്നാൽ തറവാട് പുകഞ്ഞു തുടങ്ങിയതായി കവി കണ്ടെത്തുന്നു. പഴയ ത്യാഗത്തിന്റെ പ്രതിമ ദ്രവിക്കുകയും വൃത്തിഹീനമാവുകയുമാണോ? പട്ടിണികിടന്നും ഈശനെ ഭജിച്ചും സത്യത്തിന്റെ കെടാദീപം സ്നേഹത്തിൽ തെളിയിച്ചും സൃഷ്ടിച്ചെടുത്ത മഹഹത്ചേതനയുടെ മങ്ങൽ ആരെയും വേദനിപ്പിക്കുന്നില്ലെന്നാണോ?

മകന്റെ പിറവി ആധുനികമായ ഒരു സംസ്കാരത്തിന്റെ ആവിർഭാവത്തിന് കാരണമാവുകയും പഴയതിനെയെല്ലാം ഉടച്ചു വാർക്കണമെന്ന ഉറച്ച വിശ്വാസത്തിന്റെ വാൾത്തലകൾ മിന്നാൻ തുടങ്ങുകയും ചെയ്തത് കവിയെ വേദനിപ്പിക്കുന്നുണ്ട്. ധനമാനസ്ഥാനതൃപ്തനായ പുത്രന്റെ ചെയ്തികൾ, ദുരന്തങ്ങൾ കണ്ടും കേട്ടും വളർന്ന അമ്മയ്ക്ക് തീർത്തും സഹിക്കാനാവാത്തതുമാണ്. തറവാട് തകരുകയാണ് എന്ന തോന്നൽ പക്ഷേ കവിക്കില്ല. അന്യോന്യം മനസ്സിലാക്കാനാവാതെ പോവുന്നതിന്റെ നിഴലുകൾ മാതാവിനും പുത്രനുമിടയിൽ സൃഷ്ടിക്കുന്ന വിടവ്, പുതിയ അർത്ഥങ്ങളിലൂടെ വ്യാഖ്യാനിക്കുകയാണ് കവി ചെയ്യുന്നത്. എതിർ ധ്രുവങ്ങളിൽ നിൽക്കുന്ന രണ്ടു മനോഭാവങ്ങൾ തമ്മിൽ ഇടതട്ടിച്ച്, വസ്തുതകൾ തിരിച്ചറിയുന്ന ഘടനാരീതിയാണ് 'പുകയുന്ന തറവാട്' എന്ന കവിതയിൽ പി. കുഞ്ഞിരാമൻനായർ അവലംബിച്ചു കാണുന്നത്. പ്രാർത്ഥനാത്മകമായ ഒരു ജീവിതത്തിലേക്കു തള്ളിയിട്ടുകൊണ്ടു അമ്മയിൽ നിന്ന് അകന്നു പോവുന്നതും പുതുസംസ്കാരത്തിന്റെ ബംഗ്ലാവ് പണിയാനുള്ള ആഗ്രഹം പ്രകടിപ്പിക്കുന്നതും അമ്മയെ ഖിന്നയും ക്ലാന്തയുമാക്കിത്തീർക്കുന്നു.

സ്വാതന്ത്ര്യാനന്തര ഇന്ത്യയുടെ സാംസ്കാരികഗാത്രത്തിൽ മുറിവേല്പിച്ചുകൊണ്ടിരിക്കുന്ന അനേകം സംഭവങ്ങളിൽ ഒന്നു മാത്രമായിരുന്നുവോ, ഇത്? രണ്ടുമൂന്നാനകളും മാൻമുഖം പതിച്ചചുമരുകളും തുടങ്ങി എല്ലാവിധ പ്രശസ്തിയും പ്രൗഢിയുമുള്ള ഇല്ലത്തു നിന്ന് ഒരു ചെറുപ്പക്കാരൻ ഇറങ്ങിപ്പോയത്, സമകാലികനായ ഒരു കവി നമുക്ക് കാണിച്ചു തരികയുണ്ടായി. എന്നാലിതിന് എതിർദിശയിലാണ് പി. കുഞ്ഞിരാമൻനായരുടെ കാഴ്ച ചെല്ലുന്നത്. തറവാടിന്റെ

ദാരുണമായ അവസ്ഥയിൽ നൊന്ത് ജോലി തേടിപ്പോവുന്ന മകനല്ല ഇവിടെ കഥാപാത്രം. പൈതൃകത്തിന്റെയും ശക്തിയുടെയും ചിഹ്നമായ അമ്മയെ നിശ്ശബ്ദയാക്കി, തറവാടുതന്നെ തട്ടിത്തീർക്കുന്ന പുത്രനാണ് പുകയുന്ന തറവാട്ടിലെ അധികാരിയാവുന്നത്. അക്കിത്തത്തിന്റെ കവിതയിൽ ദൃശ്യമല്ലാത്ത ഒരു നിഗൂഢത ഈ കവിതയിലുണ്ട്. എന്നാൽ വിശപ്പും വിശ്വാസവും തമ്മിലുള്ള ഏറ്റുമുട്ടൽ ഈ കവിതയിലില്ല. സ്വാതന്ത്ര്യ പ്രാപ്തിക്കുശേഷം ഉണർന്ന പുതിയ നഷ്ടപ്പെടലിനെ പി. കുഞ്ഞിരാമൻനായർ നോക്കിക്കാണുന്നത് രണ്ടു വൈരുദ്ധ്യങ്ങൾക്കിടയിൽ നിന്നാണെന്ന് നമുക്ക് പതുക്കെ ബോധ്യപ്പെടും. അദ്ദേഹത്തിന്റെ രാഷ്ട്രബോധം വ്യത്യസ്തമായ ഒരു മേഖലയിലേക്ക് ചടുലമായി മാറിയത് ബോധ്യപ്പെടുന്ന സന്ദർഭമാണിത്. സമൂഹത്തിന്റെ മാർഗ്ഗഭ്രംശങ്ങളെയും നൈരാശ്യങ്ങളെയും വൈയക്തിക തലത്തിൽ വിശദീകരിച്ചു പോവുന്ന ഭാവകവിതയുടെ രീതി പ്രകടമായിട്ടല്ലെങ്കിലും പി. കുഞ്ഞിരാമൻനായർ ഉപേക്ഷിക്കുകയാണോ എന്ന് സംശയിക്കാൻ ഈ കവിതയുടെ അനുഭവഘടന നമ്മെ പ്രേരിപ്പിക്കുന്നില്ലേ? അറുപതുകളിൽ എഴുതിയ മിക്ക കവിതകളിലും ഈയൊരു ഉപേക്ഷയുടെ അംശമുണ്ട്. ആത്മീയജീവിതം മാത്രമല്ല, ഭൗതിക പരിണാമങ്ങൾ ഒരുക്കുന്ന ധർമോൽക്കണ്ഠകൾകൂടി ഈ കവിയെ അസ്വാസ്ഥ്യപ്പെടുത്തിയിരുന്നു എന്നതാണ് നേര്.

കുടുംബിനിയായ അമ്മയുടെ തേങ്ങലുകൾക്ക് കൂടുതൽ ഊന്നൽ സമ്മാനിച്ചുകൊണ്ടാണ് കവിതയെഴുതപ്പെട്ടിരിക്കുന്നത്. അതേ സമയം അവർ വൈകാരികമായി അനുഭവിക്കുന്ന നിരവധി സംഘർഷങ്ങളുടെ കഥ ഈ കവിതയിൽ കോറിയിടുന്നുമുണ്ട്. 'നരച്ച തലക്കെന്തിനീ ലോക ചിന്താഭാരം' എന്നും 'ജപമാലയുമെടുത്ത് മോളിലെപ്പൂജാമുറിയിൽ കഴിഞ്ഞോളൂ' എന്നും മകൻ ആവർത്തിച്ച് പറയുന്നത് കേട്ട അമ്മ വല്ലാത്ത ധർമ്മസങ്കടത്തിലേക്ക് വഴുതി വീഴുകയാണ്. പഴഞ്ചൻ തത്ത്വജ്ഞാനം ഒരു പ്രേതകഥ മാത്രമാണെന്ന അവന്റെ വെളിപാട്, അവരുടെ വീര്യങ്ങളെ ചോർത്തിക്കളയുന്നു. എന്നിട്ടും ആദർശബിംബങ്ങൾക്കു മുൻപിൽ സാഷ്ടാംഗം പ്രണമിക്കുന്ന അമ്മയെയാണ് പി. കുഞ്ഞിരാമൻനായർ കാട്ടിത്തരുന്നത്. അവൾക്ക് യാതൊരു പശ്ചാത്താപവുമില്ലെന്നോ? അർണ്ണവങ്ങളുടെ തൊഴി കണ്ട ഹിമാലയം പോലെ 'പുകയുന്ന തറവാടി'ലെ അമ്മ ഭാവനാ ജീവിതത്തെ കീഴ്പ്പെടുത്തി നിൽക്കുകയാണ്. തന്നെ കീഴ്പ്പെടുത്താനായുള്ള ധർഷണം മൂലം കരയുന്ന അവരുടെ കണ്ണുനീർ ഭൂമിയിൽ വടുക്കെട്ടിയിട്ടുമുണ്ട്.

അതുവരെ മലയാളകവിതയിൽ രൂപപ്പെട്ടുവന്ന മാതൃഭാവങ്ങളിൽ നിന്നും വിഭിന്നമാണ് പി. കുഞ്ഞിരാമൻനായരുടെ ഈ അമ്മരൂപം

(Mother figure) വാത്സല്യം മാത്രം അമ്മയിൽ നിന്ന് കണ്ടുമടുത്ത മലയാളകാല്പനികകവിത, ഇവിടെ വ്യത്യസ്തമായ ഒരന്തരീക്ഷ ത്തിലേക്ക് വ്യാപിച്ചു നിൽക്കുന്നു. അമർഷത്തിന്റെ അഗ്നിയാണ് നാം നേരിടുന്നത്. മകനുമായി അമ്മ നടത്തുന്ന സംവാദത്തിന്റെ രൂപത്തിൽ ആണ് കവിതയുടെ രചന നിർവ്വഹിക്കപ്പെട്ടിട്ടുള്ളത്. ധനമാനസ്ഥനായിത്തീർന്ന പുത്രന്, അവന്റെ ജീവിതവൃത്തിയിലും പൊതുവെ കുടുംബകാര്യങ്ങളിലും അമ്മ ഇടപെടുന്നത് ഇഷ്ടപ്പെ ടുന്നില്ല. 'വീതഭാഗ്യരായ് കൂകും കൂട്ടരൊക്കെയും സ്വയം ജാതകം തിരുത്തട്ടെ' എന്നാണ് അവന്റെ ഭാഷ്യം. പഴയ തറവാട് തട്ടിത്തീർത്ത് തൽസ്ഥാനത്ത് പുതിയത് പണിയാൻ അയാൾ തീരുമാനമെടുക്കുന്നു. മച്ചിൽ സൂക്ഷിച്ചുവച്ചിട്ടുള്ള സുവർണ്ണമായ ശ്രീചക്രങ്ങളെടുത്ത് പണ്ടങ്ങൾ തീർക്കാനുള്ള മകന്റെ ഭാര്യയുടെ വ്യാമോഹത്തിലും അമ്മ സംതൃപ്തയല്ല.

മുട്ടോളമെത്തും തോർത്തുടുത്ത് പട്ടിണികിടന്നും സത്യദീപം തെളിയിച്ചും വീണ്ടെടുത്ത പുരാതനമായ ഭൂമിയുടേയും തറവാടി ന്റേയും മാനംവിറ്റ് കാശാക്കുന്നതിൽ വ്യാപൃതനാവുന്നവന്റെ ഗർവ്വിൽ വീരയായ അമ്മ ദുഃഖിക്കുകയാണ്. പഴമയുടെ കരുത്തും ആർജ്ജവവും ശീലിച്ചറിഞ്ഞ തലമുറയുടെ അവശേഷിക്കുന്ന പ്രതിനിധിയാണവർ. പുതിയ പരിഷ്ക്കാരങ്ങൾക്ക് വേണ്ടിയുള്ള പുതിയവരുടെ കീഴടങ്ങ ലുകളിൽ നോവുന്ന മനസ്സാണ് അമ്മയുടേത്. പുരാതനമായ ഒരു നായർ തറവാടിന്റെ ഓർമ്മയുണർത്തുമെങ്കിലും ഈ കവിതയിൽ നിറഞ്ഞു നിൽക്കുന്നത്, അതിനപ്പുറം വികസിച്ചുനിൽക്കുന്ന ഒരു രാഷ്ട്രീയ പരിസരമാണെന്ന് കവിതയുടെ ഒടുവിലെത്തുമ്പോൾ നാമറിയുന്നു.

അമ്പതുകളിലും അറുപതുകളിലും നമ്മുടെ രാഷ്ട്രീയ പരിസ രങ്ങളിൽ ചർച്ച ചെയ്യപ്പെട്ടുപോന്നിരുന്ന ഒരു വാസ്തവമുണ്ട്. കമ്മ്യൂ ണിസം വ്യാപിച്ചു കഴിഞ്ഞ യൂറോപ്പിനേയും ഇന്ത്യയേയും താരതമ്യം ചെയ്ത് കൊണ്ടിരിക്കുക എന്നത് അക്കാലത്തെ ബുദ്ധിജീവികളുടെ ഒരു ശീലമായിരുന്നു. കവിതകളിലും കഥകളിലുമെല്ലാം കമ്മ്യൂണി സത്തിന്റെ വിജയവും മറ്റധികാരപതനങ്ങളും പ്രമേയവൽക്കരിക്ക പ്പെടാൻ തുടങ്ങിയത് ഈ കാലഘട്ടത്തിലായിരുന്നു. റോമാന്റിക് കവിതയുടെ രൂപഭാവങ്ങളിലൂന്നി സഞ്ചരിക്കുമ്പോഴും രാഷ്ട്രീയ ത്തിലെ ഈ വക പ്രശ്നങ്ങൾ പി. കുഞ്ഞിരാമൻനായർ ശ്രദ്ധാ പൂർവ്വം നോക്കിക്കണ്ടിരുന്നുവെന്ന് പുകയുന്ന തറവാട്, നരബലി എന്നിങ്ങനെയുള്ള കവിതകൾ ഉദാഹരിക്കുന്നു. പുതിയ തലമുറയുടെ സ്വരവ്യതിയാനങ്ങൾ വിവരിക്കാൻ ശ്രമിക്കുന്ന സന്ദർഭത്തിൽ ആരെ യൊക്കെ അന്ധമായി അനുകൂലിച്ചാലും 'ഇന്ത്യയും യൂറോപ്പുമല്ലാത്ത

ഒരു നവഗേഹം' നാളെ പൊന്തിവരാനിടയുണ്ടെന്ന് കവി സന്ദേഹിക്കുന്നു. അനുകരണം വ്യക്തമായ ഒരു ദിശാബോധത്തിലും നമ്മെ കൊണ്ടെത്തിക്കുകയില്ലല്ലോ എന്നാവാം കവി ഉൽക്കണ്ഠപ്പെടുന്നത്.

പുരാതന സംസ്കാരത്തിന്റെ എതിർഭാഗത്തു നിർത്തി മകനെ പി.കുഞ്ഞിരാമൻനായർ അവതരിപ്പിക്കുന്നത് നോക്കാം. തൊടിയിൽ കാറ്റ് പ്രവേശിക്കുന്നില്ലെന്ന് പറഞ്ഞ്, പറമ്പിലെ കവുങ്ങും തെങ്ങും പിലാവും എല്ലാം അയാൾ വെട്ടിക്കളഞ്ഞു. പകരം, അവിടെ ശീമച്ചെടികൾ നട്ടുപിടിപ്പിക്കാനാണ് താത്പര്യമെടുക്കുന്നത്. വയലിലിറങ്ങാതെയും കലപ്പയിൽ കൈവയ്ക്കാതെയും കൃത്രിമമായി കൃഷി ചെയ്ത് വിളവെടുക്കാമെന്നും കരുതുന്നു. മഴയും പൂനിലാവും പുംകാറ്റുമെന്നല്ല, വീടിനെയുണർത്തുന്ന സൂര്യനെപ്പോലും, ചെറുക്കുമെന്ന നിലപാടിലാണ് പുതിയ തലമുറ എത്തിനിൽക്കുന്നത്. എന്നാലിതെല്ലാം ആ 'സുന്ദരി'യുടെ അഭിലാഷമാണെന്നറിയുമ്പോഴാണ് നാം മുൻപേ സൂചിപ്പിച്ച വൈരുദ്ധ്യത്തെ സ്പർശിക്കുന്നത്. സംസ്കൃതിയോടുള്ള അതിരുകടന്ന വിദ്വേഷം നമ്മെ കൊണ്ടെത്തിക്കാനിടയുള്ള ഇടം വിശദീകരിക്കുകയാണ് കവി. അമ്മയുമായി പിണങ്ങി മാറിപ്പോരുന്ന മകന്റെ ആ അഭിലാഷങ്ങളെ പ്രകൃതി ചിഹ്നങ്ങളുമായി ഇണക്കിയാണ് പി.കുഞ്ഞിരാമൻ നായർ അവതരിപ്പിക്കുന്നത്. പ്രകൃതി നിരാസത്തിലാണ് അനാവശ്യഗർവ്വ് പുതിയ തലമുറയെ കൊണ്ടെത്തിച്ചിരിക്കുന്നത്. പ്രകൃതിയെ നിരസിക്കുന്നത് അമ്മയെ നിരസിക്കുന്നതിന് തുല്യമാണ് എന്ന് അന്യാപദേശരീതിയിൽ പറഞ്ഞുകൊണ്ടാണ് പി. കുഞ്ഞിരാമൻ നായർ അമ്മരൂപത്തെ വികസിപ്പിച്ചെടുത്തിരിക്കുന്നത്.

പരിസ്ഥിതിയേയും പാരമ്പര്യത്തേയും ചേർത്തുനിർത്താൻ കഴിയുമ്പോഴാണ്, നാം നമ്മെത്തന്നെ അറിയാൻ തുടങ്ങുന്നതെന്ന് അമ്മ മനസ്സിലാക്കുന്നുണ്ട്. അത് തിരിച്ചറിയാത്ത തലമുറ പിറന്നതിലാണ് അവർ ഖിന്നയാവുന്നത്. ആ അമ്മരൂപം നിൽക്കുന്ന രാഷ്ട്രീയപരിസരത്തെ മനസ്സിലാക്കുമ്പോഴെ, നാം പി. കുഞ്ഞിരാമൻ നായരിലെ കവിയെ യഥാർത്ഥത്തിൽ അനുഭവിക്കുന്നുള്ളൂ. ഇവിടെ അമ്മ കാല്പനികരൂപമല്ല. ആ രൂപത്തെ ധർഷണം ചെയ്തുകൊണ്ട് വളർന്നുവന്ന തീവ്രവാദപ്രസ്ഥാനം പിന്നീട് നിർജീവമായപ്പോഴും കുഞ്ഞിരാമൻനായർക്കവിതയുടെ രാഷ്ട്രീയപരിസരത്തിന് യാതൊരു മാറ്റവും സംഭവിച്ചില്ലെന്നത് നമ്മെ അത്ഭുതപ്പെടുത്തുന്നു. മാത്രവുമല്ല, തീവ്രവാദം ഒരു കാല്പനികതയായിരുന്നുവെന്ന സൂക്ഷ്മനിരീക്ഷണത്തിലേക്ക് അറുപതുകളിൽ അതുമായി ബന്ധപ്പെടാൻ തുടങ്ങിയവർതന്നെ, ഇപ്പോൾ എത്തിച്ചേരുകയുമാണ്. ഒരു ബാഹ്യവൽക്കരണത്തിന്റെ മാതൃകയിലാണത് രൂപപ്പെട്ടത് എന്ന തിരിച്ചറിവിലാണവർ വന്ന്

നിൽക്കുന്നത്. പൗരസ്ത്യമായ മാതൃരൂപത്തിലൂന്നാതെ മോഹഭംഗത്തിലേക്കും പൈതൃകനിരാസത്തിലേക്കും വഴുതിപ്പോയതിന്റെ ദുരന്തമാണ് തീവ്രവാദരാഷ്ട്രീയം ഇന്നനുഭവിക്കുന്നത്, അതിന്റെ കവിതയും. പി. കുഞ്ഞിരാമൻനായരുടെ അമ്മരൂപത്തിന് കാല്പനികമായ ഒരു ഭാവാന്തരീക്ഷമല്ല ഉള്ളത്. ഒരു പുരുഷനിരാസത്തിന്റെ ധ്വനിക്രിയകൾ ഈ രൂപത്തെ പാകപ്പെടുത്തിയെടുത്തതിന്റെ പിറകിലുള്ളതായി കാണാം. കവിയിലെ രാഷ്ട്രീയമനസ്സാണ് അസൂയാർഹമായ വിധത്തിൽ അമ്മരൂപത്തെ വാർത്തെടുക്കുന്നതും സംഘർഷനിർഭരമായ ഒരന്തരീക്ഷത്തിൽ കൊണ്ടുനിർത്തി വിശകലനം ചെയ്ത് പ്രാപ്തമാക്കുന്നതും. വെറുമൊരു കാല്പനികകവിയാണ് പി.കുഞ്ഞിരാമൻ നായരെന്ന വിശ്വാസത്തെ തിരുത്തി മുന്നേറാൻ വായനക്കാരുടെ പ്രതിഭയ്ക്ക് വഴിയൊരുക്കുന്നതും ഈ രൂപമായിരിക്കും. വാൾട്ട് വിറ്റ്മാന്റെ കവിതയെക്കുറിച്ചെഴുതുമ്പോൾ, ഒക്ടോവിയോപാസ് നടത്തുന്ന ഒരു നിരീക്ഷണമുണ്ട്. അത് നമ്മുടെ കവിക്കും യോജിക്കും.

പി. കുഞ്ഞിരാമൻനായരിൽ ഒരു സ്വകാര്യവ്യക്തിയും രാഷ്ട്ര പരിസരത്തെ സ്പർശിച്ചറിയുന്ന ഒരു കവിയുമുണ്ട്. ഈ രണ്ട് വ്യക്തിഘടനകളും കലയുടെ വിശുദ്ധമായ ഒരു ഭാവകേന്ദ്രത്തിലെത്താൻ സഹായകമായിത്തീരുന്നു. ചില്ലൊളിക്കണ്ണട എന്ന് അവരുടെ വിധിയിലും പഴഞ്ചൻ സംസ്കാരക്കോലായ മുടക്കുന്ന കിഴവൻ എന്ന് 'പുകയുന്ന തറവാടി'ലും പ്രയോഗിച്ചു കാണുന്നു. സ്വതന്ത്രഭാരതത്തിന്റെ ഒരു പ്രത്യയ ശാസ്ത്രനായകത്വത്തെപ്പറ്റിയാണ് ഈ രണ്ടു പരാമർശങ്ങളും. മനുഷ്യനന്മയ്ക്കുവേണ്ടി രൂപപ്പെട്ട എല്ലാ പ്രത്യയ ശാസ്ത്രങ്ങളും നമ്മുടെ ബുദ്ധിജീവികൾ പ്രയോഗിച്ചു നോക്കിയിട്ടും വലിയ വലിയ ആപൽഘട്ടങ്ങളെ തരണം ചെയ്യേണ്ടിവന്നു എന്നത് ഒരു ദുർനിമിത്തമല്ലേ? ഈ വാസ്തവത്തിന് മുമ്പിലാണ് കവി അമ്മയെ ഒരു ബലിമൃഗംപോലെ കൊണ്ടു നിർത്തിയിരിക്കുന്നത്. എന്നാൽ തന്നത്താനറിയാതെയുള്ള എന്ത് പുരോഗതിയാണ് എന്ന ചോദ്യമെടുത്തിട്ടുകൊണ്ട് കവിതയെ സങ്കല്പാത്മകമായ ഒരു പരിണതിയിൽ കൊണ്ടെത്തിക്കാൻ ശ്രമിച്ചിരുന്നു.

സൂക്ഷിച്ച സുദുർലഭ
പൈതൃകങ്ങൾ തൻ വിത്ത്.
വിറ്റുടൻ വീർപ്പിക്കുമീജീവിതം
മൃതിയത്രെ!
(പുകയുന്ന തറവാട്)

ദേശത്തെ അഭിമാനപൂർവ്വം നെഞ്ചേറ്റിക്കൊണ്ടു നടക്കുന്ന ഒരു കവിയുടെ സത്യഭാഷണം തന്നെയിത്! താൻ കുറെക്കാലമായി ഓമനിച്ചു പോരുന്ന ആദർശങ്ങളിലും വിശ്വാസങ്ങളിലും നേരിയ

വിള്ളൽ പോലും വീഴുന്നത് കാല്പനികകവികൾക്ക് അഭികാമ്യമായ അനുഭവമായിരുന്നിട്ടില്ല. അക്കാരണത്താൽ, അവരുടെ കവിതകൾക്ക് കൈവരുന്ന ദുരന്തഘടനയാണ്, ആ കവിതകളെ പതിന്മടങ്ങ് ശോഭനീയമാക്കാറുള്ളതും. പുകയുന്ന തറവാട് എന്ന കവിതയിലെ പ്രധാന കഥാപാത്രമായ അമ്മയ്ക്ക് ദാരുണമായ ഒരു വിശ്വാസ ത്തകർച്ച സംഭവിക്കുന്നുണ്ട്. മകനാകട്ടെ ആ വിശ്വാസത്തകർച്ചയെ പൊൻപുലരിയായി വ്യാഖ്യാനിക്കുകയും അതിന്റെ മധുരത്തിലും വെളിച്ചത്തിലും ആഹ്ലാദിക്കുകയുമാണ് ചെയ്യുന്നത്. സ്വാഭാവിക മായും പി. കുഞ്ഞിരാമൻനായരെപ്പോലുള്ള ഒരു കവി, ആ നഷ്ട പ്പെടലിനെ പുതിയൊരു ആശയപ്രക്ഷേപണത്തിലേക്കുള്ള കരുവായി കാണാതിരുന്നാലേ അത്ഭുതമുള്ളൂ. പൈതൃകത്തിന്റെ സമ്പത് ചിഹ്നങ്ങൾ തകർന്ന് കാണുന്നതിൽ വ്യസനിക്കുന്ന അമ്മയുടെ ചിത്രത്തിൽ നിന്നാണ് ഈ കവിത ആരംഭിക്കുന്നത്. വാത്സല്യത്തോ ടെയും പ്രതീക്ഷയോടെയും വളർത്തിക്കൊണ്ടു വന്ന തലമുറയുടെ പ്രതിനിധിയായ മകൻ, വഴിതെറ്റി സഞ്ചരിക്കുന്നതിൽ ഒരമ്മയുടെ മനസ്സ് വേദനിക്കാതിരിക്കുന്നതെങ്ങനെ? അവന്റെ നേരിടലുകളാ കട്ടെ, അതിഭീകരവുമാണ്. ആ ഭീകരതയിൽ 'ഭൂവാമമ്മ തൻ കരൾ വിണ്ടു' എന്നാണ് കവി വാക്യം.

ഇതിൽ ഒരു പാപബോധത്തിന്റെ അംശമുണ്ടോ എന്ന് നിശ്ചയ മില്ല. അതെന്തായാലും പിന്നെ നാം ഈ പുത്രനെ കാണുന്നത്, വനക്ഷേത്രത്തിന്റെ മുന്നിലാണ്. അമ്മരൂപത്തെ സംസ്കാരക്ഷേത്ര ത്തിൽ പ്രവേശിപ്പിച്ച്, പുതിയ കാലത്തിന്റെ ഉദയത്തിന്നായി പ്രാർ ത്ഥിക്കുകയാണ് പി. കുഞ്ഞിരാമൻനായർ. ദേവി വിഗ്രഹത്തിന് മുന്നിൽ വന്നുപെടുന്ന മകന്റെ ആത്മസംഘർഷങ്ങൾ 'നരബലി' യിലാണ് നാം വായിക്കുന്നത്. ഈ കവിതയിലെ മകൻ 'പുകയുന്ന തറവാട്' എന്ന കവിതയിൽകണ്ട മകന്റെ മറ്റൊരു രൂപം തന്നെയാ യിരിക്കണം. ആ കവിതയിൽ പ്രതിനായക സ്ഥാനത്ത് അയാളെ നിർത്തി രചന നിർവ്വഹിച്ച കവി, ഇവിടെ സ്നേഹവിഗ്രഹത്തെ മുന്നിൽ നിർത്തി കുറ്റസമ്മതം നടത്തിപ്പിക്കുകയാണ്. അതിലൂടെ പുതിയ തലമുറയുടെ ഒരു നഖചിത്രം പി. അവതരിപ്പിക്കുന്നുമുണ്ട്. പുറത്ത് നുണയാൻ കഞ്ഞിവെള്ളമില്ലാതെ പൈതങ്ങൾ പിടയു മ്പോഴും പെരുത്തവേതനം തിന്നുന്നത് കണ്ടെത്തുന്നു. പീടികത്തിണ്ണ യിൽ സഹോദരികൾ ഉറങ്ങുമ്പോഴും കൈക്കോഴയിൽ കണ്ണും നട്ടി രിക്കുന്ന പുതിയ തലമുറയുടെ പുത്രൻ ഒറ്റപ്പെട്ട് തുടങ്ങിയെന്ന് സ്വയം മനസ്സിലാക്കുകയാണ്. ചിതലും മാറാലയും പിടിച്ച് കിടക്കുന്ന വന ക്ഷേത്രത്തിലെ ചൈതന്യത്തിന് മുന്നിൽ മുൻകാല ചെയ്തികൾ ഏറ്റു പറഞ്ഞ് പ്രായശ്ചിത്തം സമ്പാദിക്കുകയാണ് നരബലിയിലെ പുത്രൻ

ചെയ്യുന്നത്. അവിദ്യയെ വിദ്യയാക്കുകയും ആത്മസംസ്കാരത്തെ വിറ്റ് ഉണ്ണുകയും ചെയ്യുന്ന അയാൾ, പെറ്റമ്മയുടെ ശത്രുവാണല്ലോ. ഉരുക്കുപോലെയുള്ള തന്റെ കരൾ ഏൽക്കാൻ അമ്മയോട് അപേക്ഷിക്കുന്നു. ഇതുവരെ അയാൾ ഒരായുധമായിരുന്നു. കരിങ്കൽവിഗ്രഹം എന്ന ഒരു പ്രതിരൂപത്തിലൂടെ അമർഷവും പ്രതികാരവും ഹൃത്തിൽ സൂക്ഷിച്ചുവച്ചിട്ടുള്ള അമ്മയെ വീണ്ടും അവതരിപ്പിച്ചുകൊണ്ട് പുതിയ തലമുറയുടെ പൈശാചികമായ പ്രവൃത്തികൾ ഏറ്റുപറയിപ്പിക്കുന്ന കവി, ആന്തരികമായ ഒരു പരിവർത്തനത്തിലേക്കാണ് സൂചന നൽകുന്നത്. എന്തെല്ലാം തെറ്റുകളിലൂടെ കടന്നുപോയാലും കാരുണ്യത്തിന്റെയും സഹനത്തിന്റെയും ആത്മശാന്തിയുടെയും ഒരന്തരീക്ഷത്തിലല്ലാതെ പുരോഗതിയുണ്ടാവുകയില്ലെന്ന് പി. കുഞ്ഞിരാമൻനായർ വിശ്വസിക്കുന്നു. സത്യം പറഞ്ഞാൽ, കഥാനായകനായ മകന്റെ ലക്ഷ്യമില്ലാത്ത പ്രവൃത്തികൾക്ക് പൊടുന്നനെ ഒരു പരിണാമമുണ്ടാവുമെന്ന്, മുൻകൂട്ടി ഭാവന ചെയ്തുകൊണ്ടാണ് അദ്ദേഹം നരബലി എഴുതിത്തീർത്തത്. തന്റെ കൺവെട്ടത്തിലുള്ള വിഗ്രഹം ഭദ്രകാളിയായി മാറുന്നതായും തന്നെ കുരുതിയെടുക്കാൻ ക്ഷണിക്കുന്നതായും ഒരു നിമിഷത്തിൽ പശ്ചാത്താപവിവശനായിത്തീർന്ന പുരുഷകഥാപാത്രത്തിന് തോന്നുന്നു.

> ...വിളികേട്ടു ഞാൻ;
> വരുന്നൂ ഞാൻ നരബലി
> നൽകുവാൻ, തീർക്കുവാൻ കടം!

അമ്മയെന്ന ഭാവനപോലും ഉറന്നിട്ടില്ലാത്ത നായകനിൽ, ആത്മബോധത്തിന്റെ പുതിയനിലപാടുകൾ സൃഷ്ടിച്ചുകൊണ്ട് ധർമ്മബോധമില്ലാതെ പെരുമാറുന്ന ഒരു സമൂഹത്തിനുള്ളിൽ ഒരു ഞെട്ടലുണ്ടാക്കുകയാണ്. എല്ലാ അർത്ഥത്തിലും തെറ്റുകൾ ചെയ്ത് ശീലിക്കുകയും സ്വത്വപരമായ ഒരു അകൽച്ച നേടുകയും ചെയ്തു കഴിഞ്ഞ നിലയ്ക്ക്, സ്വന്തം ആത്മാവിന്റെ ബലിയല്ലാതെ വേറൊരു പരിഹാരവും അയാൾക്ക് കണ്ടെത്താനാവുന്നില്ല. അങ്ങനെ അമ്മയുടെ കാൽക്കൽ സ്വന്തം ശരീരവും ആത്മാവും സമർപ്പിക്കാൻ ഒരുമ്പെടുന്നു.

> നുറുങ്ങിപ്പൊടിയുന്നൊരീ-
> യസ്ഥികൂടത്തിലേറി നീ
> നൃത്തമാടിച്ചിരിച്ചാലും
> കാളി, യിക്കാളരാത്രിയിൽ!

'നരബലി' എന്ന കവിത ഒരപേക്ഷയോടെ അവസാനിക്കുകയാണ്. അമ്മഭാവത്തെ ഇതുവരെ എതിരിട്ടുപോന്ന ഒരു പുരുഷന്റെ നിരാസമല്ലേ, ഭാവപരമായ അർത്ഥധ്വനികളോടെ ഇവിടെ ഉണരുന്നത്?

'അസ്ഥികൂടം' എന്ന് പ്രയോഗിച്ചുകൊണ്ട് ഈ രൂപശൈഥില്യത്തിന്റെ പൊലിമയിൽ കവി നമ്മെ കൊണ്ടെത്തിക്കുകയും ചെയ്തിരിക്കുന്നു.

പി. കുഞ്ഞിരാമൻനായരിലെ സ്വകാര്യവ്യക്തി ഉണർന്ന് രൂപപ്പെടുത്തിയ ബിംബമാണ് 'മകൻ'. പുരുഷനിരാസം ഈ കവിതയുടെ ജീവിതഭാവം തന്നെയാണ്. ജീവിതത്തെ അലച്ചുടയ്ക്കുകയും പുരുഷന്റെ ജീവിതക്രമത്തിൽ തന്റേതായ പൊളിച്ചെഴുത്ത് നടത്തുകയും ചെയ്ത കവിയാണ് പി.കുഞ്ഞിരാമൻനായർ എന്ന് നമുക്കറിയാം. അദ്ദേഹത്തിന്റെ ഹൃദയത്തിൽ എല്ലാക്കാലവും തള്ളിനിന്നിരുന്ന രൂപം അമ്മയുടേതാണ്. അത് ഭദ്രകാളിയായും വനദേവതയായും കുടുംബിനിയായും വ്യത്യസ്തരൂപങ്ങളിലൂടെ പ്രത്യക്ഷപ്പെടുകയും ചെയ്യുന്നു. എന്നാൽ അമ്മരൂപം ഒരു കാൽപനികകവി സ്വകാര്യ മനസ്സിന്റെ രൂപഭേദം എന്ന നിലയിൽ കടഞ്ഞെടുത്ത ഒരു പ്രതീകമായിട്ടല്ല വരുന്നത്. ബാലാമണിയമ്മയുടെ കവിതയിൽ കാണുന്നതുപോലെ മാതൃത്വത്തിന്റെ വാത്സല്യഭാവങ്ങൾ ഇവിടെ കുറവാണ്. സ്ത്രീ അമ്മയും ഭാര്യയുമാണെന്ന ആ പഴയ സ്ത്രൈണഭാവത്തിന്റെ രുചിയാണോ കുഞ്ഞിരാമൻനായരുടെ അമ്മരൂപം പ്രദാനം ചെയ്യുന്നത്? അല്ലതന്നെ.

വിഹ്വലതയുടേയും അമർഷത്തിന്റേയും സാമൂഹ്യ പശ്ചാത്തലത്തെ അപഗ്രഥിക്കുന്ന ഒരു രൂപമായി അമ്മ പ്രത്യക്ഷപ്പെടുമ്പോൾ, നമുക്കനുഭവപ്പെടുന്നത്, ഈ കവിയുടെ മാതൃപ്രിയത്വമല്ല. പുരുഷനിരാസത്തിന്റെ സൂചനകളാണ് അത് നൽകുന്നത്. ഓരോ മനുഷ്യന്റേയും മനസ്സുകളിലെ കോട്ടകൾ തകർക്കാൻ എത്തുന്ന തിന്മകളുമായി പൊരുതുന്ന ഈ രൂപം നന്മയുടെ കോവിൽ കാക്കുന്ന ഒരു യാഥാർത്ഥ്യമാണ്. ആ അമ്മ കുഞ്ഞിരാമൻനായർക്ക് കവിതയാണ്. അതുകൊണ്ടായിരിക്കണം കവി, പുരുഷ നിരാസത്തെ സ്വന്തം കവിതകളിലൂടെ സാക്ഷ്യപ്പെടുത്താൻ തുനിഞ്ഞത്. കളിയച്ഛനിലെ കേന്ദ്ര കഥാപാത്രം പോലും പുരുഷനിരാസത്തിന്റെ പ്രതിരൂപമാണ്. ഈയൊരു സംഘർഷം നിലനിൽക്കുന്നതുകൊണ്ടാവാം, മലയാളത്തിലെ കാൽപനികകവികൾ പലരും രംഗത്തുനിന്ന് തിരോഭവിച്ചിട്ടും പി.കുഞ്ഞിരാമൻനായർ പുനർവായനയ്ക്കു വിധേയമാവുന്നത്. സ്വപുത്രർതൻ ധർഷണംകൊണ്ടു വിണ്ട ഒരമ്മയുടെ കരൾ ആ കവിത എപ്പോഴും നമുക്ക് നിവേദിച്ചുകൊണ്ടിരിക്കുന്നു. കവിക്ക് ഭൂമിയും പ്രകൃതിയും ഈ അമ്മയാണ്.

ഹ്യൂളി : പാഠവും അപരപാഠവും

വ്യവഹാരത്തിന്റെ ഉൽപാദകർ എഴുത്തുകാരാണ്. തങ്ങൾ കണ്ടെത്തുന്ന കാര്യങ്ങൾ സ്വന്തമായ പ്രത്യേകതകളോടെ പറയുകയോ അവതരിപ്പിക്കുകയോ ആണ് എഴുത്തുകാർ ചെയ്യുന്നത്. അതിന്നായി പ്രയോജനപ്പെടുത്തുന്ന ഭാഷയിലും ആ പ്രത്യേകതകൾ പ്രകടമാവാതിരിക്കില്ല. എഴുത്തിലെ ശൈലി രൂപപ്പെടുന്ന വഴിയാണത്. ശൈലീപരമായ ഒരു അനുഭവം അതുണ്ടാക്കുന്നു. ഒരു പുതിയ പാഠാനുഭവത്തെ പൂർവ്വകാല പാഠാനുഭവങ്ങളുമായി താരതമ്യം ചെയ്യുമ്പോഴാണ് ശൈലീപരമായ അനുഭവം ജന്മംകൊള്ളുന്നത്. ശൈലിയിലേക്കുള്ള ഈ വഴി തുറക്കൽ, വേറെയും ശൈലികളുണ്ട് എന്ന ബോധ്യപ്പെടുത്തലിന് കാരണമാവുന്നു. ഇവിടെ എഴുത്തുകാരനാണ് ശൈലി ഉൽപാദിപ്പിക്കുന്നതെങ്കിലും ആ ശൈലിയുടെ ആദ്യത്തെ ഉപഭോക്താവ് വായനക്കാരനാണ്. അത് അയാൾ അന്വേഷിക്കുന്ന ശൈലിയായിക്കൊള്ളണമെന്നുമില്ല. എങ്കിലും ആ ശൈലി സ്വീകരിക്കാൻ വായനക്കാരൻ സന്നദ്ധമാവുകയും എഴുത്തിലൂടെ സൂചിതമാവുന്ന മറ്റു ശൈലികളെ കണ്ടെത്താൻ സ്വയം പ്രാപ്തമാവുകയും ചെയ്യുന്നു. സർഗ്ഗാത്മകതയുടെ ഒരു അടുപ്പിക്കൽ തന്ത്രമാണിത്. വായനക്കാരനെ കൃതിയോടടുപ്പിക്കുന്ന ഒരു പ്രധാനഘടകം അതിന്റെ ശൈലിയാണ്.

എഴുത്തുകാരനും വായനക്കാരനും പല നിലയ്ക്കും വ്യത്യസ്തരാകാം. വിഭിന്ന സംസ്ക്കാരങ്ങളുടെ പ്രതിനിധികളുമാകാം. വ്യത്യസ്ത സംസ്കാരങ്ങളെ പ്രതിനിധാനം ചെയ്യുന്ന വായനക്കാരനും എഴുത്തുകാരനും തമ്മിലുള്ള ഇടപെടലിന്റെ സാഹചര്യങ്ങളിലേക്ക് ഹോഫ്മാൻ വിരൽ ചൂണ്ടുന്നത് ഓർത്തുപോകുന്നു. എഴുത്ത് സാംസ്കാരികമായ ചില അന്തർഭാവങ്ങളിലെത്താൻ സഹായകമാവുന്നുണ്ടോ എന്നറിയാൻ നിരൂപകരോട് അദ്ദേഹം ആവശ്യപ്പെടുന്നു. ശൈലിയിൽ ഇടപെടുന്ന വായനക്കാരൻ ഭാഷയിലെ സൂചിതാർത്ഥങ്ങളിൽ തന്നെയാണ് ഇടപെടുന്നത്. എഴുത്തിലെ ഭാഷയായിരിക്കണമെന്നില്ല വായനക്കാരന് സ്വീകാര്യമാകുന്ന ഭാഷ. വായന എന്നത് ഒന്നിലധികം

ഭാഷാമാതൃകകളെ അടുത്ത് പരിശോധിക്കുവാനുള്ള ഉപാധിയാണല്ലോ. അതുകൊണ്ട് വായനക്കാർ വ്യാകരണത്തിന്റെയും ഭാഷയുടെയും ആവശ്യതകളെ ചിലപ്പോഴൊക്കെ തേടിപ്പോകാറുണ്ട്. സാംസ്കാരികമായ ഒരു പുനർവിന്യാസം ആവശ്യപ്പെടുന്ന ഘട്ടത്തിലാണ്, വായന സർഗ്ഗാത്മകമാകുന്നത് എന്നർത്ഥം.

എഴുത്ത് ഒരു സാംസ്കാരിക സൂചകം

എഴുത്ത് മികച്ച ഒരു സാംസ്കാരിക സൂചകമാണ്. വായനയുടേയും ചുറ്റുപാടുകളിൽ നിന്ന് സമ്പാദിച്ചെടുത്ത അനുഭവപരിചയത്തിന്റെയും ഭൂമികയിൽ നിന്നാണ് എഴുത്തിന്റെ പുതിയ സംസ്കാരം ആർജ്ജവത്തോടെ രൂപപ്പെടുന്നത്. അതേസമയം അപരസംസ്കാരങ്ങളിലെത്താനും ആഖ്യാനത്തിന് കഴിഞ്ഞെന്ന് വരും. ആ സാംസ്കാരികമായ ഇഴചേർക്കൽ വാക്കുകളുടെ മാനസിക ബന്ധത്തിനും വ്യാവഹാരികഭാവങ്ങൾക്കും പുതിയ അന്വയം നൽകാനിടയുണ്ട്. കാളിദാസന്റെ ഒരു കൃതിയോ വ്യാസന്റെ ഒരു കൃതി ഭാഗമോ എടുത്ത് വിശകലനം ചെയ്യുന്ന ഒരാൾക്ക് സാംസ്കാരികമായ ആ ഇഴചേർക്കലാണ് വായനയുടെ വലിപ്പമായി മാറുക. അവിടെ വ്യത്യസ്തമായ സംസ്കാരങ്ങളുടെ കൂടിച്ചേരലും സംവാദവും നടക്കാനിടയുണ്ട്. കവികൾ മിത്തുകൾ പ്രയോജനപ്പെടുത്തുന്നത് ശ്രദ്ധിച്ചാൽ ഇക്കാര്യത്തിൽ വ്യക്തമായ ചില അറിവുകൾ ലഭിച്ചു എന്നുവരും. 'കൃഷ്ണ' ഒരു ഹൈന്ദവ മിത്താണ്. ദൈവസ്പർശമുള്ള മിത്ത് എന്ന് പറയുന്നതാവും കൂടുതൽ സ്വീകാര്യമാവുക എന്ന് തോന്നുന്നു. നമ്മുടെ ഭാഷകളിലെ കവികളും കാഥികരും ധാരാളമായി പ്രയോജനപ്പെടുത്തിയിട്ടുള്ള ഒരു ഹിന്ദുബിംബം എന്ന നിലയിൽ അതിലെ അന്തർസാംസ്കാരിക സന്നിവേശത്തെക്കുറിച്ച് നേരിയ തോതിൽ അറിയുന്നത്, മുമ്പോട്ടുള്ള വായനയെ സഹായിക്കുമെന്ന് ഞാൻ വിചാരിക്കുന്നു.

ഗീതഗോവിന്ദകാരൻ മുതൽ ആധുനികോത്തര കവി വരെ താത്പര്യത്തോടെ ആ മിത്ത് പ്രയോജനപ്പെടുത്തിയതായി കാണാം. ഒന്നുകിൽ പ്രണയത്തെ ശാശ്വതവൽക്കരിക്കാൻ, അല്ലെങ്കിൽ ആത്മീയ സാധനയെ പ്രദ്യോതിപ്പിക്കാൻ കഴിയുന്ന ഒരു മിത്ത് എന്ന നിലയിലാണ് എഴുത്തുകാർ അത് ഉപയോഗിച്ചുകാണുന്നത്. എന്നാൽ ഒരു സൗത്ത് ഈസ്റ്റ് ഏഷ്യൻ കവി എഴുതിയ 'കൃഷ്ണ' എന്ന കവിത വായിക്കുമ്പോഴാണ് ആഖ്യാനത്തിലെ സാംസ്കാരിക സന്നിവേശത്തിന്റെ പൊരുൾ നാം അറിയുക. എഡ്വിൻ തൂമ്പു കവിത സമാരംഭിക്കുന്നത് 'അയാൾ ദൈവമാകുന്നതിന് മുമ്പ്' എന്ന് പ്രയോഗിച്ചുകൊണ്ടാണ്. ദൈവമായതിനു ശേഷമുള്ള അവസ്ഥയിലാണ് 'കൃഷ്ണ' നമ്മുടെ ഭാഷാകവികളുടെ ഒരു മിത്തായതെങ്കിലും അവർക്ക് ആ

മിത്ത് വ്യവസ്ഥയിൽ നിന്ന് മോചിതമാകാൻ കഴിയുന്നില്ല. അത് പതുക്കെ പ്രണയത്തിന്റെ ബഹുഭാവങ്ങളിലേക്ക് സഞ്ചരിക്കുന്നു. വാക്കുകളിൽ നിന്ന് ദൈവികത കുടഞ്ഞ് കളയാൻ ഈ കവിക്കാവുന്നു. ഒരു മലയാള കവിക്ക് കഴിയാത്തതുമതാണ്. ദൈവികതയെ ഒരു സ്വാധീനമാക്കി നിർത്തുകയും അവതാരനിഷേധത്തെ ക്രിയേറ്റീവ് ആക്കാൻ കഴിയാതെ വരികയും ചെയ്യുന്നത് ഭാഷയിലെ നിലവിലുള്ള അസ്വാതന്ത്ര്യംകൊണ്ട് മാത്രമാകണം. ആഖ്യാനവുമായി ബന്ധപ്പെട്ട വിഷയത്തിലേയ്ക്കാണ് നാം വരുന്നത്.

ആഖ്യാനത്തെ നിർണ്ണയിക്കുന്ന പ്രധാനഘടകമേതാണ്? എഴുത്തുകാരന്റെ ഭാഷാസ്വാധീനം മാത്രമല്ല അത്. ഭാഷ സംസ്കാരത്തിന്റെ വിനിമയ ചിഹ്നമാണ്. അതുകൊണ്ട് ഭാഷയിൽ വിന്യസിച്ചു കിടക്കുന്ന ദൈവിക ഭാവനയുടെ മയക്കം ചോർത്തി ഹിന്ദുമിത്തിനെ സ്വതന്ത്രമായി വായിക്കുക എന്ന കർമ്മത്തിലേയ്ക്കാണ് എഴുത്തുകാർ പ്രവേശിക്കേണ്ടത്. അവർക്കതിന് കഴിയുമോ? അതിന്റെ അടിമയായി പോവുന്നതാണ് ചരിത്രത്തിലെ വിഷമിപ്പിക്കുന്ന പ്രശ്നം. ആഖ്യാനത്തെയും ഭാഷാപ്രയോഗത്തെയും നിയന്ത്രിക്കുന്നത് എഴുത്തുകാരന്റെ സാംസ്കാരിക നിലപാടുകളാണ്. ഹിന്ദു മിഥോളജിയുമായി ഭാഷയ്ക്കുള്ള അടുപ്പം ലാഘവബുദ്ധിയോടെ വിലയിരുത്തേണ്ട ഒന്നല്ല. അത് നിസ്സാരവുമല്ല. സാംസ്കാരിക സന്ദർഭയുക്തിയെ സൃഷ്ടിക്കുന്നത് ആ അടുപ്പമാണ്. തൂമ്പോ, കൃഷ്ണനെ പ്രതീകവൽക്കരിക്കുകയല്ല, ആശയവൽക്കരിക്കുകയാണ്.

പ്രതീകവൽക്കരണം കാല്പനികതയുടെ അമിത സ്വാതന്ത്ര്യത്തിന്റെ ഫലമാണുതാനും. 'ഗോപികാദണ്ഡകത്തി'ൽ അയ്യപ്പപ്പണിക്കരോ കൃഷ്ണ-രാധ കവിതകളിൽ സുഗതകുമാരിയോ പ്രതീകവൽക്കരണത്തിൽ നിന്ന് സ്വതന്ത്രമായില്ല. അത് ഒരു തർക്കവിഷയമാക്കേണ്ടതില്ല. എന്നിരുന്നാലും കവിതയുടെ ആഖ്യാനപാരമ്പര്യം ആവശ്യപ്പെട്ടുകൊണ്ടിരിക്കുന്ന ഒരു മൂല്യം അത് ഉന്നയിക്കുന്നുണ്ട്. കാൽപനിക ഭാവുകത്വം ജീർണ്ണമായി എന്ന യാഥാർത്ഥ്യമാണത്. അതോടെ ഭാവനയും സ്വതന്ത്രമല്ലാതായി. വായനക്കാരുടെ അനിവാര്യമായ ഇടപെടലിലൂടെ മാത്രമേ ആഖ്യാനം സ്വതന്ത്രമാവൂ എന്ന് ഞാൻ വിചാരിക്കുന്നു. അതായത് വ്യക്തിനിഷ്ഠമായ ഒരാശയലോകം ഭാവനചെയ്യാൻ, വായനക്കാരനും എഴുത്തുകാരനും തമ്മിലുള്ള പരസ്പരാശ്രയത്വം സഹായകമാവുന്നു. മിത്തുകളെ പാരമ്പര്യത്തിന്റെ അടിത്തറയിൽ നിന്ന് ഇളക്കാനാവുംവിധം പുനർവായനയ്ക്കു വിധേയമാക്കേണ്ടതുണ്ട്.

വ്യത്യസ്ത സംസ്കാരങ്ങളുടെ സംവാദം സാധ്യമാവുന്നത് മിത്തുകളുടെ വായനയിലൂടെയാണ്. പഴയ മിത്തുകൾ പുനർവായിക്കുമ്പോഴും സമകാലിക അനുഭവത്തിൽ നിന്ന് മിത്തുകൾ സൃഷ്ടിക്കാൻ

ശ്രമിക്കുമ്പോഴും ആ സംവാദം സാദ്ധ്യമാവുന്ന വായനയുടെ രൂപമായി, ആഖ്യാനം മാറുന്നത്; ആ സംവാദഘടന കവിതയ്ക്ക് ലഭിക്കുന്നതിലൂടെയാണ്. എഴുപതുകൾക്ക് ശേഷം അയ്യപ്പപ്പണിക്കർ എഴുതിയിട്ടുള്ള പല കവിതകളിലും സാംസ്കാരികമായ ഇടപെടലുകൾ, ആഖ്യാനത്തെ നിയന്ത്രിക്കുന്നതിന്റെ സൂചനകൾ പ്രകടമാണ് 'കുരുക്ഷേത്ര' ത്തിൽ മിത്ത് കൈകാര്യം ചെയ്ത രീതിയിലല്ല, 'ഹൂഗ്ലി'യിലൂടെ ഒരു മിത്ത് രൂപപ്പെട്ടു വരുന്നത്. 'കുരുക്ഷേത്രം' പോലുള്ള ഒരു കവിത ഇനി എഴുതേണ്ടതില്ല എന്നാണ് അയ്യപ്പപണിക്കർ 'ഹൂഗ്ലി'യുടെ രചനയിലൂടെ പ്രഖ്യാപിച്ചത്. 'കാളിയമർദ്ദന' ത്തിലോ, മറ്റു കൃഷ്ണ-രാധ കവിതകളിലോ സുഗതകുമാരി കൃഷ്ണനെ വായിച്ചതുപോലെ, ഈ നൂറ്റാണ്ടിലെ പുതിയ കവിക്ക് കൃഷ്ണനെ വായിക്കാനാവില്ലെന്ന് തന്നെയാണ് അത് നൽകുന്ന സൂചന. കാൽപനിക വ്യവസ്ഥമാത്രമല്ല, ആധുനിക കവിത കൊണ്ടു വന്ന വ്യവസ്ഥ പോലും നിഷേധിക്കപ്പെടേണ്ടതല്ലേ? ഈ മനോഭാവത്തിൽ നിന്നു കൊണ്ട് അയ്യപ്പപ്പണിക്കരുടെ 'ഹൂഗ്ലി' വായിക്കാൻ തുടങ്ങുമ്പോൾ അന്തർസംസ്കാരികമായ ഒരു നിരൂപണരീതിയുടെ അനിവാര്യത തെളിഞ്ഞുവരികതന്നെ ചെയ്യും.

ഖണ്ഡം 1

ആഖ്യാനപശ്ചാത്തലം

'ഹൂഗ്ലി' എന്ന കവിതയുടെ ആഖ്യാന പശ്ചാത്തലം പരിശോധിക്കാനാണ് ഈ ഭാഗം. 'ആധുനികോത്തര മലയാള കവിത: പ്രാരംഭഘട്ടം' എന്ന പേരിൽ അയ്യപ്പപ്പണിക്കർ '79-ൽ ഒരു ലേഖനമെഴുതിയിട്ടുണ്ട്. അതിൽ നിന്ന് ചില ഭാഗങ്ങൾ നോക്കുക.

'നിത്യജീവിതത്തിൽ കണ്ടുമുട്ടുന്ന ആളുകളെയും സംഭവങ്ങളെയും മിത്താക്കിമാറ്റുകയാണ്. പുരാതന സാഹിത്യത്തിൽ നിന്നെടുത്ത മിത്തുകളെ സമകാലികമാക്കി എടുക്കുകയല്ല, ഇവിടെ നടക്കുന്നത് എന്നു തോന്നുന്നു. ജീവനാനന്ദനും ഹിരൺമുഖർജിയും പ്രസക്തമാവുന്ന അതുകൊണ്ടാണ്.'

ആഖ്യാനത്തെ സംബന്ധിക്കുന്ന പ്രധാനപ്പെട്ട ഒരു കാര്യം കവി പറയുന്നു. പുരാതന മിത്തുകൾ മാറ്റംകൂടാതെ പ്രയോഗിക്കുന്ന രീതിയും സമകാലികമാക്കുന്ന രീതിയും ഉണ്ട്. ആ രണ്ടു സമ്പ്രദായങ്ങളുടെയും ബോധപൂർവ്വകമായ തിരസ്ക്കാരമാണ് ലക്ഷ്യം. വർത്തമാനകാലാനുഭവങ്ങളിൽ നിന്ന് മിത്ത് രൂപപ്പെടുത്തിയെടുക്കാനുള്ള ശ്രമവും അതിന്റെ ഭാഗമാണ്. ആധുനികാനന്തര മലയാള കവിതയുടെ പുതിയ മുഖമാണിത്. പൗരാണിക മിത്തുകൾ പൊതുവെ

ചരിത്രസൂചകങ്ങൾ കൂടിയാണ്. അല്ലെങ്കിൽ ചരിത്രസ്പർശമില്ലാതെ ഒരു മിത്തില്ല. 'ഹൂഗ്ലി'യെന്ന കവിതയിലും ചരിത്രസൂചനകൾ കാണാം. ഭാവിയിലേക്കും ചരിത്രത്തിലേക്കുമുള്ള അർത്ഥസാദ്ധ്യതകളെ തീർച്ചപ്പെടുത്തുന്നത്. കവിതയുടെ ഘടനാത്മകമായ സ്വഭാവമാണ്. അതാണ് കവിതയെ പ്രസക്തമാക്കുന്ന ഘടകവും.

'ഹൂഗ്ലി'യുടെ തെരഞ്ഞെടുപ്പ്, അസാധാരണമാവുന്നത് ഈ പശ്ചാത്തലത്തിലാണ്. അയ്യപ്പപ്പണിക്കരുടെ മേന്മയേറിയ കവിതകൾക്കിടയിൽ 'ഹൂഗ്ലി'യെ അധികമാരും ഉൾപ്പെടുത്തണമെന്നില്ല. നമ്മുടെ വ്യവസ്ഥാപിത നിരൂപണത്തിന്റെ രീതിയതാണല്ലോ. കുടുംബപുരാണമോ ഗോപികാദണ്ഡകമോ കുരുക്ഷേത്രമോ വായിക്കപ്പെട്ടതുപോലെ, ഈ കവിത വായിക്കപ്പെട്ടിട്ടില്ല. എന്തിനധികം പാഠങ്ങൾ പോലും പ്രത്യക്ഷപ്പെട്ടു കണ്ടിട്ടില്ല. മലയാള കവികളെഴുതിയ ചില ലേഖനങ്ങളിൽ പരമാർശിച്ചുകണ്ടിട്ടുണ്ടെന്ന് മാത്രം. അതെന്തുമാകട്ടെ- 'ഹൂഗ്ലി'യുടെ വായന ആദ്യമായി ശ്രദ്ധയിൽപെടുത്തുന്ന രണ്ടു കാര്യങ്ങളുണ്ട്.

(1) അർത്ഥപരമായ അവ്യക്തതയുടെ നിഷേധം

(2) നദിയെ ഭാവന ചെയ്തുപോന്നതിലെ വ്യതിയാനവും പ്രത്യേകതകളും

'ഹൂഗ്ലി' തുടങ്ങുന്നു.

''നദികളെപ്പറ്റി എഴുതുന്നത് നിർത്ത്!
നദികൾ പ്രളയജലം കൊണ്ടുവന്നു
നഗരങ്ങളെ മുക്കിക്കൊല്ലുന്നു.
കാത്തിരുന്ന വർഷപാതം
കടലുകളെ സൃഷ്ടിക്കുന്നു.
ഹൂഗ്ലി, നീ നദിയല്ല,
നീ സാഗരമാണ്
നീ കൽപാന്തമാണ്
നീ ഒഴുകുന്ന കുടിലുകളാണ്
പിടയുന്ന മൃഗങ്ങളാണ്
കുരയ്ക്കാനാവാത്ത നായ്കൾ
വിശപ്പു മറന്ന പൂച്ചകൾ
നാണം അവശേഷിക്കാത്ത കന്യകമാർ
കുഞ്ഞിനെ തേടാത്ത അമ്മമാർ
നീണ്ട കാലുകളെപ്പറ്റി
സ്വപ്നം കണ്ട തൊഴിലാളികൾ

നിരത്തിലെ ഉറക്കത്തിൽ
നിന്നുണരാത്ത അഭയാർത്ഥികൾ
സ്വർഗ്ഗത്തിലെ ദാനശീലനു
പുകഴ്ത്തിയ യാചകർ
ഹൂഗ്ലി നീ അവസാനത്തെ സത്യം
അന്ധകാരത്തിന്റെ ആശ്ലേഷം''

കൊൽക്കത്തയിലെ പ്രശസ്തമായ ഒരു ചരിത്രനദിയാണ് ഹൂഗ്ലി. അപ്രതീക്ഷിതമായുണ്ടായ വർഷപാതം നദിയെ കടലാക്കി മാറ്റി. അതിന്മേലുള്ള കവിയുടെ പ്രത്യക്ഷ പ്രതികരണമാണ് ഈ കവിത എന്ന് പറയാം. കൊൽക്കത്ത നഗരത്തിലുണ്ടായ വെള്ളപ്പൊക്കവും അത് സൃഷ്ടിച്ച ദയനീയവും ക്രൂരവുമായ അവസ്ഥകളും മനസ്സിനെ ചകിതമാക്കിയതിന്റെ പ്രതിഫലനവും കവിതയിലുണ്ട്. ആ വേലി യേറ്റം പുതിയൊരു സാംസ്കാരിക പ്രശ്നമായി മാറുന്നതും കവി ചകിഞ്ഞറിയുന്നു. ഈ സംസ്കാരമാണ് കാവ്യപരമായ അറിവ് എന്ന് അയ്യപ്പപ്പണിക്കരുടെ കവിത തെളിയിച്ചെടുക്കുന്നു. ആധുനികോത്തര കവിത ഉന്നിദ്രമാക്കുന്ന മൂല്യവും മറ്റൊന്നല്ലല്ലോ.

നമ്മുടേതിൽ നിന്ന് വിഭിന്നമായ ഒരു സാംസ്കാരിക പാരമ്പര്യം കൊൽക്കത്ത നഗരത്തിനുണ്ട്. ആ സമൂഹവും സംസ്കാരവും ക്രൂര തയ്ക്കടിമപ്പെടുന്നത് ഏത് കവിക്കാണ് സഹിക്കാനാവുക! അതു കൊണ്ട് അയ്യപ്പപ്പണിക്കർ അസന്ദിഗ്ദ്ധമായി പ്രഖ്യാപിക്കുന്നു. 'നദി കളെപ്പറ്റി പാടരുത്...' കവിതയിൽ ഒന്നു രണ്ടിടത്ത് ആവർത്തിക്കുന്ന പ്രയോഗമാണിത്. ആ പ്രസ്താവനയുടെ ഉൾപ്രേരണ എന്തായി രിക്കും? വർഷപാതത്താൽ 'ഹൂഗ്ലി' ഒരു നദിയല്ലാതായി എന്നതു തന്നെ. പോയകാലത്തെ ശ്രദ്ധേയമായ കാൽപനിക രൂപങ്ങളാണ് നദികൾ. നദികളെ സൗന്ദര്യമുള്ള സ്ത്രീകളോടും മറ്റും ഉപമിച്ചവർ പോലും കാണും. നദികൾ പ്രമേയവൽക്കരിക്കപ്പെട്ടതും കാൽപനിക രീതിയിലാണ് ആ പാരമ്പര്യത്തെയാണ് പ്രളയം നഷ്ടപ്പെടുത്തി ക്കൊണ്ടിരിക്കുന്നത്. നമ്മുടെ യാഥാസ്ഥിക കാല്പനിക പാരമ്പ ര്യത്തെ തമസ്കരിക്കണമെന്ന ധ്വനിയടയാളമാണ് ആ വരികൾ. ഒഴുകുന്ന കുടിലുകളും പിടയുന്ന മൃഗങ്ങളും കുരയ്ക്കാനാവാത്ത നായ്കളും നാണം അവശേഷിക്കാത്ത കന്യകമാരും തുടങ്ങി യാച കർവരെ പേറുന്ന ഒരു ഭീകരസത്യമായി നദി മാറിയിരിക്കുന്നു. സാമാന്യബോധത്തെ ഞെട്ടിപ്പിക്കുന്ന ഈയവസ്ഥയെ ഒരു രൂപക ത്തിലൂടെ പ്രത്യക്ഷമാക്കുകയാണ് കവി ചെയ്യുന്നത്. ആ ധ്വനി ബോധത്തെ ഉദാഹരിക്കുന്നു 'ഹൂഗ്ലി' വിന്യസിക്കുന്ന കാഴ്ചകൾ. അത് കാവ്യവ്യവഹാരം കൂടിയാണ്. രൂപകബോധമാണ് ധ്വനിബോധ മെന്നുകൂടി ആ വ്യവഹാരം പ്രത്യക്ഷീകരിക്കുന്നുമുണ്ട്.

ഖണ്ഡം 2

അപരപാഠ പ്രവേശം

ഒരു അപരപാഠം ഉപയോഗിച്ചാൽ 'ഹൂഗ്ലി'യിലെ മാനസികപ്രേരണകളും അർത്ഥസൂചനകളും കണ്ടെത്താനാവുമെന്നാണ് വിശ്വാസം. അപരപാഠങ്ങൾ പലപ്പോഴും കവിതയുടെ കേന്ദ്രത്തിലെത്താൻ വഴിത്തുണയായി മാറിക്കൂടെന്നില്ല. 'ഇന്റർ കൾച്ചറൽ' നിരൂപണത്തിൽ അപരപാഠങ്ങൾക്കു പ്രസക്തിയുണ്ടെന്ന് വ്യക്തമാവുന്നു. ഒരു കൃതിയിലെ അർത്ഥസമസ്യ വികാസം പ്രാപിക്കുന്നതെങ്ങിനെ എന്നത് അനുഭവത്തിന്റെ മറ്റൊരു വശമാണ്. മലയാളകവിത ഇക്കാലമത്രയും പ്രത്യക്ഷവൽക്കരിച്ച നദിബോധം, ആധുനികാനന്തര കവി വിലക്കുന്നതിലെ പൊരുളെന്തായിരിക്കും?

റഷ്യൻ കഥാകാരിയായ ലില്ലി പ്രോമെറ്റിന്റെ 'കവി' എന്ന കഥയുടെ പാഠം നോക്കുക. താനെഴുതിയ കവിത വായിച്ചുകേൾപ്പിക്കാനായി ഒരു യുവകവി ഗുരുനാഥന്റെ മുമ്പിൽ എത്തിച്ചേരുന്നു. ഒരൊത്ത ദിവസം മുന്നിൽകണ്ട ഗുരുനാഥൻ കവിയേയും കൂട്ടി നടക്കാനിറങ്ങി. ജീവിതത്തെക്കുറിച്ചും കാവ്യരചനയെക്കുറിച്ചും അവർ സംസാരിച്ചുകൊണ്ടിരുന്നു. വികാരങ്ങളും തീവ്രമായ ചിന്തകളും അവരെ വേട്ടയാടി. യാത്രയ്ക്കിടയിൽ അവർ ഒരു കൊച്ചുവീടിന്റെ മുന്നിലെത്തിച്ചേർന്നു. ഒരു സ്ത്രീ ജനൽ തുറന്നിടുകയാണ്. സൂര്യപ്രകാശം അകത്തുകടക്കാൻ വേണ്ടി. വഴിയിലായി കുറച്ചകലെ കണ്ണടച്ചുനിൽക്കുന്ന ഒരാളെയും അവർ കണ്ടു.

"അവർ കുരുടനായി അഭിനയിക്കാൻ എന്താണ് കാരണം...?" യുവകവി ചോദിച്ചു.

"വസ്തുക്കളുടെ ശരിയായ രൂപം കാണാതിരിക്കാനാകാം..." ഗുരു പറഞ്ഞു.

കാണുന്നവരെയെല്ലാം അഭിനന്ദിക്കുന്ന ഒരു അസാധാരണ മനുഷ്യനാണ് പിന്നീടവരുടെ ദൃഷ്ടിയിൽപെട്ടത്. "നിങ്ങളെന്താണ് അവരെ അഭിനന്ദിക്കുന്നത്. അവർ നിങ്ങളെ അറിയില്ലല്ലോ..." കവി തിരക്കി "സാരമില്ല. അവർ എന്നെ അറിയില്ലെങ്കിലും ഞാനവരെ അറിയും."

കവി ബോധപൂർവ്വം സൃഷ്ടിക്കുന്ന രസനീയങ്ങളും വിചാര രമണീയങ്ങളുമായ സന്ദർഭങ്ങളാണിതെല്ലാം. കവിമനസ്സിന്റെ ചില സങ്കീർണ്ണതയിലേക്ക് കടന്നുചെല്ലാൻ അത് സഹായിക്കുന്നു. ഒരു കവി അവശ്യമായും പഠിച്ചറിയേണ്ട പ്രപഞ്ചധർമ്മങ്ങൾ എല്ലാം ഈ കഥയിലെ കവിക്ക് വർജ്ജ്യങ്ങളാകുന്നു. എന്നാൽ ഗുരുവാകട്ടെ, സഞ്ചാരനിമിഷത്തിൽ പരിസരങ്ങളിൽ കാണുന്ന ദിവ്യമായ

അനുഭവങ്ങളിലേക്കു കവിയുടെ ശ്രദ്ധ തിരിച്ചുവിട്ടുകൊണ്ട്, അയാളിലെ ജീവിതപരാങ്മുഖതയുടെ പ്രാദുർഭാവ സ്ഫുരണത്തെക്കുറിച്ച് മനസ്സിലാക്കാൻ ശ്രമിക്കുന്നു.

കവിയും ഗുരുനാഥനും വ്യത്യസ്ത സ്വഭാവങ്ങൾ കാത്തു സൂക്ഷിക്കുന്നവരാണ്. ഒരു സർഗ്ഗാത്മക കലാപത്തിന് അനുഭവങ്ങളുടെ ഉറച്ച വീര്യം ആവശ്യമാണല്ലോ. അത് കവിയിലില്ല. കവിയായ ശിഷ്യനെ വിലയിരുത്തുന്നതിലാകട്ടെ ഗുരു തികച്ചും ഒരു നിരൂപക പക്ഷം സ്വീകരിക്കുന്നുണ്ട്. അതുകൊണ്ടുതന്നെ കഥയിലെ ഈ നായകന്മാർ, കഥയുടെ ഒടുവിലെത്തുമ്പോൾ വ്യത്യസ്ത ധ്രുവങ്ങളെ പ്രാപിക്കുന്നതായി നമുക്കനുഭവപ്പെടുന്നു. പ്രപഞ്ചത്തെ, പ്രകൃതിയെ വളരെ നിസ്സംഗമായിട്ടാണ് ഗുരു നോക്കികാണുന്നത്. ആ കവിയുടെ ഭാവം ആ മനോഭാവത്തിൽ പ്രകടമാവുന്നില്ല. എന്നാൽ കവിക്കു വ്യക്തമായ ഒരു ധാരണയോ വിവേചനശക്തിയോ കൈക്കൊള്ളാൻ കഴിയുന്നില്ല. എന്തും അത്ഭുതമാണ് കവിക്ക്. മൗലികമായ ഒരു അനുഭവഘടനയിലേക്കാണ് കഥാകാരി ആഖ്യാനത്തെ തിരിച്ചുവിടുന്നത്. സായാഹ്നത്തിൽ താനെഴുതിയ കവിത വായിച്ചു കേൾപ്പിക്കട്ടെയെന്ന് കവി പറഞ്ഞതിനോട് ഗുരു പ്രതികരിക്കുന്നത് ഒരു വാക്യത്തിലാണ്. ''But what could you write about?'' ഇത് അവഹേളന വാക്യംപോലെ തോന്നാം. എന്നാൽ ആ വാക്യം ഒരു വെളിപാടാണ്. കുറച്ചുനേരത്തെ സഹവാസത്തിൽ നിന്ന് കവിയുടെ സർഗ്ഗാത്മകതയെക്കുറിച്ച് സൂക്ഷ്മമായും മനസ്സിലാക്കിയ ഗുരുവിന്റെ ബോധപ്രതികരണമാണത്. പ്രകൃതിയേയും ജീവിതത്തേയും ഉൽഗ്രഥിക്കാനും ഉൾക്കൊള്ളാനും കഴിയാത്ത നിർജ്ജീവവും നിശ്ചേതനവുമായ സർഗ്ഗാത്മകതയുടെ പരിവേഷത്തിലേക്ക് ഗുരു വായനയെ കൊണ്ടുപോവുന്നു.

കവി-ഗുരു സംഭാഷണത്തെ നാം വിലയിരുത്തേണ്ടത് എഴുത്തുകാരനും വായനക്കാരനും തമ്മിലുള്ള സംവാദമായിട്ടാണ്. കവിയേക്കാൾ പ്രാധാന്യം ഗുരുവിന് നൽകിക്കൊണ്ട് വായനക്കാരനെ കഥയ്ക്കുള്ളിൽ പ്രവേശിപ്പിക്കുകയായിരുന്നോ ലില്ലി പ്രോമെറ്റിന്റെ ലക്ഷ്യമെന്ന് വ്യക്തമല്ല. എഴുത്തുകാരനേക്കാൾ മീതെയാണ് വായനക്കാരൻ എന്ന് തിരിച്ചറിയുന്നുമുണ്ട്. വായനക്കാരന്റെ പ്രതികരണം ശ്രദ്ധിച്ചുകൊണ്ടെഴുതുന്ന കവിയാണ് അയ്യപ്പപ്പണിക്കർ എന്നത്, അപരപാഠാനുഭവവുമായി കവിതയെ ബന്ധപ്പെടുത്താൻ പ്രേരകമായിത്തീരുന്നു. 'നദികളെപ്പറ്റി പാടരുത്' എന്നത് ഒരു സാമാന്യ പ്രസ്താവനയായി എടുക്കാമെങ്കിൽ, അയ്യപ്പപ്പണിക്കർ കവിപക്ഷത്തോ, വായനാപക്ഷത്തോ എന്ന് ബോധ്യമാവും. ആധുനികതയുടെ മറവിൽ സൗന്ദര്യത്തേയും ജീവിതഭാവങ്ങളേയും മുൻനിർത്തിയുണ്ടായ

വ്യതിയാനമാണ് കവി സൂചന. നദികൾക്ക് സൗന്ദര്യം നഷ്ടപ്പെട്ടോ? എന്ന ചോദ്യം അത് ഉയർത്തുന്നു. കാല്പനിക ആഖ്യാനത്തിന്മേൽ ചെന്ന് പതിക്കുന്ന ഓരോ ആഘാതവും കൂടിയാണ് ആ ചോദ്യം. വർഷങ്ങളായി അഴുക്ക് അടിഞ്ഞുകൂടിയ ഓടകളിൽ പുതുവെള്ള മൊഴിച്ച് ശുദ്ധിവരുത്തേണ്ടതല്ലേ? കവിത ഇത്രമാത്രം അഴുക്കു പുരണ്ടു കഴിഞ്ഞുവോ? സർഗ്ഗാത്മകതയുടെ അനുഭവപരമായ, ലാളിത്യനിഷേധത്തിലേക്ക് വിരൽചൂണ്ടുകയാണ് പണിക്കർ. ആധുനിക കവിത അനവധി കീഴ്മേൽ മറിച്ചലുകൾ നടത്തിയതിനുശേഷം ആധുനികോത്തരതയിലെത്തിച്ചേരുകയാണ് എന്ന ഉപദർശനവുമുണ്ട്. ആയൊരു വിചാരണയ്ക്ക് ഇടം നൽകുന്ന കവിതയാണ് 'ഹൂഗ്ലി'.

ഖണ്ഡം 3

(അ) സാമാന്യവായന

കവിതയുടെ സാമാന്യമായ അവലോകനമായാണ് ഈ ഭാഗം. പശ്ചാത്തലം കേരളമല്ല, ബംഗാളാണ്. ഇന്ത്യയിലെ നവോത്ഥാന ങ്ങൾക്കെല്ലാം തുടക്കമിട്ടത് അവിടെയാണല്ലോ. ആ ചരിത്രവുമായി ബന്ധപ്പെട്ടു കിടക്കുന്ന നഗരം കവിതയിൽ പ്രത്യക്ഷപ്പെടുന്നു. 'ഹൂഗ്ലി' ആ നഗരത്തിന്റെ കൂടി ധ്വനിയാണ്. ആ നദി കവിഞ്ഞൊഴുകി. ആ അർത്ഥത്തിൽ 'ഹൂഗ്ലി' പ്രളയക്കെടുതിയെക്കുറിച്ചുള്ള കവിതയാണ്. അതുമാത്രമാണ് എന്ന് വാദിക്കുന്നവരേയും കണ്ടേയ്ക്കും. എന്നാൽ എന്റെ വിഷയം ആ വാദമല്ല. നദിയെ ആഖ്യാനത്തിലൂടെ പ്രതീക വൽക്കരിക്കുന്നതിൽ കവി പ്രകടിപ്പിക്കുന്ന പ്രത്യേകതകൾ എന്തെല്ലാമാണ്? സാമാന്യാവലോകനം ആ കണ്ടെത്തലിന് സഹായക മാവും. ആദ്യഭാഗം (1–19) നദിയെപ്പറ്റി പഠിച്ചതിൽനിന്ന് ഉരുത്തിരിഞ്ഞുവന്ന വളരെ നാടകീയമായ പ്രതികരണമാണ്. രണ്ടാമത്തെ ഭാഗം (20–38) നദിയും സംസ്കാരവും തമ്മിലുള്ള ബന്ധത്തിലേക്കുള്ള സൂചകമായി മാറുന്നു. മൂന്നു മുതൽ അഞ്ചുവരെയുള്ള ഭാഗങ്ങൾ (39–51, 52–76, 77–89) നദിക്കു ഒരു മിഥോളജിക്കൽ സാദ്ധ്യതകൾ ആരായുന്നതിലേക്കായി ഉപയോഗിച്ചിരിക്കുന്നു. ഏഴും എട്ടും (90 –104, 105–107) ഭാഗങ്ങളിലാവട്ടെ സമകാല രാഷ്ട്രീയ സൂചനകളും സാസ്കാരികചരിത്രവും ആഖ്യാനം ചെയ്യുന്നു.

കവിതയുടെ ആഖ്യാനഘടനയിൽ സംഭവിച്ചിട്ടുള്ള വ്യത്യസ്തതകൾ ഇതിൽനിന്ന് വ്യക്തമാവും. വായനക്കാരുടെ സൂക്ഷ്മമായ ശ്രദ്ധ ക്ഷണിക്കാനുതകുന്ന ഭാഷാഘടനയാണ് പൊതുവെ പ്രയോജനപ്പെടുത്തിക്കാണുന്നത്. എല്ലാ ഖണ്ഡങ്ങളും വ്യാവഹാരികമാണ്. മുന്നിലുള്ള ഒരാളോട് പറയുന്ന മട്ടിൽ രൂപപ്പെടുന്ന ഓരോ ഭാഗവും

അർത്ഥസമഗ്രതയുള്ള യൂണിറ്റുകളായി നിബന്ധിക്കപ്പെട്ടിരിക്കുന്നു. ആഖ്യാനപരമായ ഓരോ അടയാളങ്ങളായി അവ വ്യാഖ്യാനിക്കാൻ കഴിയും. മാത്രവുമല്ല. കവിത തീരുന്നത് ഈ വാക്യത്തിലൂടെയാണ്.

> 'ഒരു നദിയും ഒരു നഗരവും
> പരസ്പരം വിഴുങ്ങിയതിന്റെ
> സ്മാരകമാണ്
> നിങ്ങൾ കണ്ടത്, നിങ്ങൾ കേട്ടത്.'

ഈ യൂണിറ്റിലെ വാക്യങ്ങൾക്കു വേണ്ടിയുള്ള തന്ത്രപൂർവ്വമായ ശ്രമമാണ് കവിതയുടെ മുൻഭാഗങ്ങളിലേത് എന്ന് തോന്നിപ്പോവുന്നു. പ്രകൃതിയുടെ സ്മാരകമായ നദിയും ആധുനികതയുടെ സ്മാരക മായ നഗരവും പരസ്പരം വിഴുങ്ങിയെന്നത് പ്രധാനപ്പെട്ട ചരിത്ര സന്ദർഭമാണ്. പ്രളയം ഒരു വികാരംപോലെ പ്രവർത്തിച്ച് ചലനത്തി ന്റെയും നിശ്ചലതയുടേയും ഭാഗങ്ങൾക്ക് രൂപം കൊടുക്കുന്നു. അയ്യപ്പ പണിക്കർക്ക് ആ നദിയും ആ നഗരവും വ്യത്യസ്താനുഭവങ്ങളാണ് സമ്മാനിക്കുന്നത്. അതുവരെ വസ്തുതകളെ അകന്ന് നിന്നു വീക്ഷി ക്കുന്ന പ്രതീതിയാണ് കവിത ഉളവാക്കുന്നത്. അതുകൊണ്ടുതന്നെ കാവ്യഭാഷ പലപ്പോഴും പ്രസ്താവന സ്വഭാവം ആർജ്ജിക്കുന്നു. മാത്രവുമല്ല, ഒടുവിലെ വരിയിലൂടെ വസ്തുനിഷ്ഠയാഥാർത്ഥ്യം ആത്മനിഷ്ഠമായി പരിണമിക്കുന്നതായി അനുഭവപ്പെടുകയും ചെയ്യുന്നു. എഴുത്തുകാരനും വായനക്കാരനും ഒപ്പം ഇടപെടുകയാണ്. 'നിങ്ങൾ' എന്ന സർവ്വനാമം ഉപയോഗിച്ചുകൊണ്ട് വായനക്കാരനെ കവിത യിലുൾച്ചേരാൻ നിർബന്ധിക്കുന്നു. അതോടൊപ്പം കവിതയുടെ മൊത്തം ദർശനത്തെ പ്രാബല്യപ്പെടുത്തുകയും അതിലൂടെ വ്യക്തി നിഷ്ഠ ആശയം കണ്ടെത്തുകയും ആണ് ചെയ്യുന്നത്. പ്രളയത്തെ രണ്ട് സംസ്കാരങ്ങൾക്ക് സംവദിക്കാനുള്ള ഇടമായി കവി വ്യാഖ്യാ നിക്കുന്നു. നദിയും നഗരവും വ്യത്യസ്ത സംസ്കാരങ്ങളുടെ പ്രതി രൂപങ്ങളാണ്. മാറ്റപ്പെടുന്ന രൂപനിർമ്മിതിയും അതിലുണ്ട്. 'വ്യക്തി നിരപേക്ഷമായ രൂപനിർമ്മിതി ഇല്ല' എന്ന് പണിക്കർ തന്നെ പറ ഞ്ഞിട്ടുണ്ടല്ലോ.

(ആ) നിർവ്വഹണപദ്ധതി

കാവ്യരൂപത്തെ നിർണ്ണയിക്കുന്നതിൽ ആഖ്യാന നിർവ്വഹണ ത്തിന് പ്രധാന പങ്കുണ്ട്. 'ഹൂഗ്ലി' യിലെ നിർവ്വഹണ പദ്ധതി ഇപ്ര കാരമാണ്.

1. വ്യവഹാരികഭാഷ അധികവും ഗദ്യത്തിൽ.
2. പത്തൊമ്പത് വരികളിൽ കുറയാത്ത അഞ്ച് ഭാഗങ്ങൾ
3. അഞ്ചിൽ 13 വരിയും ഏഴിൽ മൂന്ന് വരിയും മാത്രം.

4. ആജ്ഞയുൾക്കൊള്ളുന്ന വാക്യത്തിലൂടെയാണ് ഒന്നും രണ്ടും ഭാഗങ്ങൾ സമാരംഭിക്കുന്നത്.
5. പ്രഭാഷണഭാഷയുടെ ഇടക്കുള്ള സന്നിവേശം
6. ഫീച്ചറിങ്ങ് എന്ന് വിളിക്കാവുന്ന രചനാതലങ്ങൾ

(ഇ) ചിഹ്നനം

1. ആകെയുള്ള 107 വരികളിൽ നാല്പത്തിനാല് വരികളിൽ മാത്രമേ വാക്യാവസാനത്തിലുള്ള ചിഹ്നങ്ങൾ കാണുന്നുള്ളൂ.
2. 5 വരികളിൽ മധ്യവാക്യചിഹ്നങ്ങൾ കാണുന്നു.
3. വാക്യാദ്യചിഹ്നങ്ങൾ ഒറ്റ വരിയിൽ മാത്രം.

വാക്യാംശങ്ങളെ അകറ്റിനിർത്തി അർത്ഥബോധം സൃഷ്ടിക്കാനാണ് ചിഹ്നങ്ങൾ (. , ! ; എന്നിവ) ഉപയുക്തമാവുന്നത്. പകുതിയിലധികം വരികളും ചിഹ്നങ്ങൾ ഒഴിവാക്കപ്പെട്ട് സ്വതന്ത്രമായിക്കാണുന്നു. വാക്യാംശങ്ങളെ കൂടുതൽ ഏകോപിപ്പിച്ചുകൊണ്ടുള്ള ഒരുതരം അർത്ഥാന്വേഷണമാണ് കവിതയിലേത് എന്ന് പറയാം. ചിഹ്നങ്ങൾക്കിടയിലുള്ള പദഭാഗങ്ങൾ വാക്യാർത്ഥത്തെ/കാവ്യാർത്ഥത്തെ സാന്ദ്രമാക്കുന്ന ഘടകങ്ങളാണ്. ആ പദഭാഗങ്ങൾക്ക് അല്ലെങ്കിൽ അതുൾക്കൊള്ളുന്ന വരികൾക്കു ചില പ്രത്യേകതകൾ സ്വാഭാവികം. ഒന്നോ രണ്ടോ ദീർഘവാക്യങ്ങൾക്കുശേഷം ഹ്രസ്വവാക്യങ്ങൾ നിബന്ധിക്കുന്ന രീതി 'ഹൂഗ്ലി'യിലുണ്ട്. വായനക്കാരിൽ ആശയപരമായ വേർതിരിവുകൾ ഒരുക്കാൻ ഈ ആഖ്യാനഘടനയിലൂടെ കഴിയുന്നുണ്ടോ? ഒരുപക്ഷേ, വ്യത്യസ്തമായ ഒരു ആഖ്യാനവ്യവസ്ഥ സൃഷ്ടിക്കുകയുമാവാം കവിലക്ഷ്യം. കവിതയിലെ പ്രധാനപ്പെട്ട വാക്യാംശം നദീസംബന്ധമായ ഒന്നാണ്. അതിന് ചരിത്രപരവും രാഷ്ട്രീയപരവും സാംസ്കാരികവുമായ സൂചിതങ്ങളുണ്ട്. നദിയെക്കുറിച്ചുള്ള എഴുത്ത് മാത്രമല്ല. 'ഹൂഗ്ലി' എന്ന് വരുന്നു. 'നദിയെപ്പറ്റിയുള്ള എഴുത്ത് നിർത്ത്' എന്നാരംഭിച്ച് നദിയും നഗരവും പരസ്പരം വിഴുങ്ങിയതിന്റെ സ്മാരകമാണ്' എന്ന ആശയത്തിലേക്കു നാടകീയമായി പരിണമിക്കുന്നതിലൂടെ കവിതയ്ക്കു മിത്തിന്റെ ഘടന കൈവരുന്നു. ഇതിനിടയിലെ വരികളും കാവ്യഖണ്ഡവും ലക്ഷണ വിശദീകരണങ്ങളാണ് എന്നും കാണാം. 'ഫീച്ചറിങ്ങ്' രീതിയാണ് രചനയിൽ അവലംബിച്ചു കാണുന്നത്. അതിന്റെ വിതരണം ആസ്വാദനത്തെ എപ്രകാരം സ്വാധീനിക്കുമെന്നത്, പ്രധാനപ്പെട്ട വിഷയമാണ്.

3:1 വർഷപാതത്തെ തുടർന്ന് നഗരം രൂപഭേദം വന്ന് മറ്റൊന്നായി പരിണമിക്കുമോ? ചരിത്രം തലകീഴ്മേൽ മറിയുമോ? സന്ദേഹങ്ങളൊന്നുമില്ലാത്ത കവിത വർഷപാതത്തിന്റെ അനുഭവഘടനയിലേക്ക്

പരിണമിക്കുന്നിടത്ത് കവിത സാംസ്കാരിക ഉണർച്ചയായി മാറുകയാണ്. നിലവിലുള്ള സ്ഥിതി മാറിമറിഞ്ഞു കഴിഞ്ഞു. 'ഹൂഗ്ലി'യിലെ വേലിയേറ്റം ദൂരദർശനിലും ആകാശവാണിയിലും വാർത്തയായി. (വാക്കേറ്റമെന്ന് കവി) അത് ചരിത്രത്തെയും സംസ്കാരത്തേയും ആലിംഗനം ചെയ്യുന്നതിന്റെ ചിത്രമാണ് അയ്യപ്പപ്പണിക്കർ വരഞ്ഞിടുന്നത്. ആ വേലിയേറ്റം നഷ്ടപ്പെടുത്തുന്നതെന്തൊക്കെയാണ്? ഗംഗാമഹിമയും വംഗഗരിമയും രവീന്ദ്രസംഗീതവും നഗരങ്ങളുടെ നഗരമായ കൽക്കത്തയും പ്രളയത്തിന്റെ ആലിംഗനത്തിലമർന്നു. ഗംഗാജലത്തിൽ പുണ്യാഹം നടത്താനും കരയുന്ന മനുഷ്യന്റെ കണ്ണീർ സമാഹരിച്ച് കടലിന്റെ ഉപ്പുരസം ഇരട്ടിപ്പിക്കാനും നിലയ്ക്കാത്ത ജാഥകളെ നിരത്തിനിർത്തി ഒരൊറ്റ മുദ്രാവാക്യമാക്കാനും അതുകൊണ്ട് കഴിയുമെന്ന് കവി. പ്രളയം ഒരനിവാര്യതയെന്ന് ധ്വനി. ഒരു മരണത്തെയാണ് കവിത കൊണ്ടുവരുന്നത്. ചരിത്രവും സംസ്കാരവും വിശ്വാസങ്ങളും സങ്കല്പങ്ങളും ഒരു പുനർജന്മത്തിന് വിധേയമാവണമെന്നോ?

3:2 പുതിയൊരു സാമൂഹ്യലക്ഷ്യത്തിലേക്കാണ് കവിത നീങ്ങുന്നത്. 'ഹൂഗ്ലി' എത്രത്തോളം സർഗ്ഗാത്മകമായിട്ടുണ്ട് എന്ന അന്വേഷണം കുറെക്കൂടി കവിതയെ അടുത്തുകാണാൻ സഹായകമാവും. അഞ്ചാം ഭാഗത്ത് (77-89) നദി ഒരു ലാഘവചിഹ്നമായി പ്രത്യക്ഷപ്പെടുന്നു.

നീയൊരു നദി മാത്രം
ഒരൊഴുക്കുചാൽ
ഒരു കലപ്പക്കീറ്

നദിയെ സംബോധന ചെയ്യുന്ന കവി, ചില യാഥാർത്ഥ്യങ്ങൾകൂടി കണ്ടെത്തുന്നു. കവികളും കാഥികരും ഗ്രാമത്തിലെ വേരുകൾ സംരക്ഷിക്കാൻ പോയിരിക്കുകയാണ്. നഗരത്തിലേക്കു ഗ്രാമീണർ അഭയം തേടിയെത്തുന്നു. ഈ പശ്ചാത്തലത്തെ മേൽവരികളുമായി ചേർത്തുവച്ച് വായിക്കുമ്പോഴാണ്, കവി കവി മാത്രമായിരുന്നാൽ പോരെന്ന് വ്യക്തമാവൂ. സംസ്കാരത്തിലേക്കും ചരിത്രത്തിലേക്കും അയാൾ കൺപായിക്കേണ്ടതുണ്ട്. ഒരു നിസ്സാരബിംബം മാത്രമായി വ്യാഖ്യാനിക്കാവുന്ന നദി അതിഭീകരവും ദാരുണവുമായ മനുഷ്യാവസ്ഥകളെ നാടകീയമായി ആശ്ലേഷിക്കുന്നു. അത്ഭുതങ്ങളുടെ ഒരു രാത്രിയെ കവിയുടെ പ്രത്യക്ഷത്തിൽ കൊണ്ടെത്തിച്ചത്, ആ പരിണാമമാണ്. ചരിത്രം നെടുവീർപ്പിടുന്നത് കണ്ട് കവി തേങ്ങിപ്പോവുന്നു. അവസാനത്തെ അന്ധകാരമായും അവസാനത്തെ സത്യമായും 'ഹൂഗ്ലി'യെ മുൻനിർത്തി കവി, നദിയെ നിർവ്വചിക്കുന്നു. വേലിയേറ്റം

എന്ന സമസ്യയ്ക്കു വേറൊരർത്ഥം കൈവരുന്ന സന്ദർഭമാണിത്. 'അടങ്ങൂ ഹൂഗ്ലി അടങ്ങൂ' എന്നാജ്ഞാപിച്ചുകൊണ്ടാണ് അഞ്ചാം ഭാഗം സമാരംഭിക്കുന്നതുതന്നെ. കവി പറഞ്ഞാൽ നദിയടങ്ങുമോ? ഒഴുകിപ്പോയവരുടേയും മരിച്ചുപോയവരുടേയും കാണാതായവരുടേയും കണക്കുകൾ കൃത്യമായുണ്ട്. നദിയെ അടക്കാൻ മന്ത്രിമാർ ഊരുചുറ്റുന്നുണ്ട്. ആ കറുത്ത ദുരന്തത്തെ കൃത്യമായും മനസ്സിലാക്കുന്ന കവി തുറന്നു പറയുന്നു: ''എല്ലാ ഋതുക്കൾക്കും അതിന്റേതായ സംഗീതമുണ്ട്.''

3:3 പിന്നീട് കവിത രാഷ്ട്രീയപരിഹാസത്തിലേക്കു തിരിയുന്നത് അമ്പരപ്പുണ്ടാക്കിയേക്കാം. വർഷപാതം രാഷ്ട്രീയ ജീവിതത്തെ ബാധിക്കുന്നതിന്റെ ചിത്രം കവിതയിലുണ്ട്. സ്ഥിതിസമത്വം വരുമെന്ന് തോന്നുന്നുവെന്നാണ് ഹിരൺ മുഖർജി, ജ്യോതിബാബുവിനോട് പറഞ്ഞത്. ഇതൊക്കെ പ്രതീക്ഷിച്ചതാണെന്ന് സിദ്ധാർത്ഥ ശങ്കർറെ. കമ്മ്യൂണിസത്തിൽ പ്രളയത്തിന്റെ കാലമായെന്ന് ഇപ്പോൾ നമുക്കും തോന്നുന്നില്ലേ. രാഷ്ട്രീയക്കാരുടെ വാക്ധോരണികൾ കേട്ട് 'ഹൂഗ്ലി ചിരിച്ചു' എന്ന് കവി. ആധുനികതയുടെ കാലമല്ല എന്നുതന്നെയാണ് കവി സൂചിപ്പിക്കുന്നത്. പ്രാചീനകാലത്ത് നദീതടങ്ങളിലാണ് ജീവിതവും സംസ്കാരവും കിളിർത്തത്. ഇന്നത് വേർതിരിക്കപ്പെട്ടിരിക്കുന്നു. സംസ്കാരമെന്നത് നഗരത്തിന്റേത് മാത്രമായി വ്യാഖ്യാനിക്കപ്പെടുന്ന കാലമാണിത്. അതായത് നദീതടങ്ങളിൽ രൂപപ്പെട്ട സംസ്കാരങ്ങൾ വെറും ചരിത്രസ്മൃതികളായി മാറി. പകരം പുത്തൻ സംസ്കാരങ്ങൾ തിടം വച്ചു കഴിഞ്ഞു. നദീതട സംസ്കാരങ്ങൾ നിലനിന്നിരുന്ന കാലത്ത് വെള്ളപ്പൊക്കത്തെ ആരും വിൽക്കാറുണ്ടായിരുന്നില്ല. മനുഷ്യർ അവരവരുടെ ആത്മബലം കൊണ്ടാണ്, ആ സാഹചര്യത്തെ പൂർണ്ണമായും അതിജീവിച്ചിരുന്നത് ഇന്നോ? വെള്ളപ്പൊക്കം പോലും രാഷ്ട്രീയത്തിൽ വിലപേശാനുള്ള ഉപാധിയായി മാറിക്കഴിഞ്ഞിരിക്കുന്നു. ജീവിതവും സംസ്കാരവും ഈ വിലപേശലിന്റെ വക്കത്താണിന്ന്. ഹിരൺമുഖർജിയും സിദ്ധാർത്ഥ ശങ്കർറെയും നിത്യേനയെന്നോണം നാം കണ്ടുമുട്ടുന്ന വ്യക്തിത്വങ്ങളാണ്. അർജ്ജുനനും കൃഷ്ണനും പകരം ഇനിയുള്ള കാലം ഇത്തരം വ്യക്തിത്വങ്ങളെ കാണാതിരിക്കാനാവുമോ? ചോദ്യം അയ്യപ്പപ്പണിക്കരുടേതും.

ആറാം ഭാഗത്തെ വാക്യാംശം (90–104) 'ചിരിച്ചു' എന്ന ക്രിയയിലാണ് ഞാൻ കാണുന്നത്. രാഷ്ട്രീയത്തിലെ പുരുഷന്മാരുടെ വാക് കസർത്തുകൾ കേട്ട് ചിരിച്ചത് 'ഹൂഗ്ലി'യാണ്. അത് ജനസാമാന്യത്തിന്റെ ചിരിയാണ്. വലിയൊരു ദുരന്തത്തിന്റെ മുമ്പിൽ

കളി മാത്രമായി മാറുന്ന രാഷ്ട്രീയസംസ്കാരത്തോടുള്ള വെറുപ്പും പരിഹാസവും ആ പ്രയോഗത്തിലുണ്ട്. പൂർവ്വവാക്യത്തിലെ കർമ്മ വുമായി ഭേദമുണ്ടാക്കുന്ന ക്രിയയാണ് 'ചിരി'. അത് സവിശേഷമായ ഒരു വിഭാവനത്തെ ഏകീകരിക്കുന്നു. കാലത്തിന് പുറത്ത് ഒരു മിഥോ ളജിയുടെ കഥ കൂടിയുണ്ടെന്ന് ആ വാക്യാംശം ധ്വനിപ്പിക്കുന്നു.

ഖണ്ഡം 4

മനുഷ്യവ്യവഹാരം

ചിരിച്ചത് നദിയാണ്. എന്നാൽ അത് വായനയിൽ ഒരു മനുഷ്യ വ്യവഹാരം കൂടിയാണ് എന്ന ബോധ്യപ്പെടുകയും ചെയ്യുന്നു. ഏത് വ്യവഹാരത്തിലും മൂന്ന് ഘടകങ്ങൾ കാണാമെന്നാണ് ജോൺ സിഗ്ളെയറുടെ നിരീക്ഷണം. യഥാസ്ഥാന വ്യവഹാരം, പ്രതികരണം, തീർച്ചയുടെ വ്യവഹാരം എന്നിങ്ങനെ വേണമെങ്കിൽ ആ ഘടക ങ്ങളെ നാമകരണം ചെയ്യാം. എന്നാൽ പൊടുന്നനെ കാവ്യഘടന യിൽ നിന്ന് അവയവങ്ങളെപ്പോലെ അവയെ വേർതിരിച്ചെടുക്കാൻ പ്രയാസകരമാവും. വ്യവഹാരങ്ങളെ വിഭാവനം ചെയ്യുന്നതിലൂടെ മാത്രമേ, ആ വേർതിരിവ് സാദ്ധ്യമാവൂയെന്ന് ഞാൻ വിചാരിക്കുന്നു. സാമാന്യ യാഥാർത്ഥ്യങ്ങളെ കവി വ്യാവഹാരികമാക്കുകയാണ് ചെയ്യുന്നത്. നിലവിലുള്ളതിൽ നിന്ന്വിഭിന്നമായി കവിയോ, വ്യവ ഹാരത്തിൽ പങ്കാളികളാവുന്ന മറ്റാരെങ്കിലുമോ മുന്നോട്ടുവെയ്ക്കുന്ന വസ്ത്വാംശമാണ് യഥാസ്ഥാന വ്യവഹാരത്തിൽ ഉൾപ്പെടുക. വ്യത്യ സ്തമായ നിലപാടിന്റെയോ ആശയതലത്തിന്റെയോ ഭാഗമായി ഈ വ്യവഹാരത്തോടുള്ള പ്രതികരണമാണ് രണ്ടാമത്തേത്. 'ഹൂഗ്ലി'യിൽ പ്രതികരണ വ്യവഹാരമാണ് എഴുന്ന് നിൽക്കുന്നതും വായനയെ മുന്നോട്ട് കൊണ്ടുപോവുന്നതും. രണ്ട്, മൂന്ന്, അഞ്ച് ഭാഗങ്ങൾ ആരംഭിക്കുന്നതു തന്നെ പ്രതികരണം ഉന്നയിച്ചുകൊണ്ടാണല്ലോ. കാവ്യവ്യവഹാരത്തിൽ ഇടപെടുന്ന ഏതെങ്കിലുമൊരാൾ ഈ രണ്ടു ഘടകങ്ങളേയും മുൻനിർത്തി വ്യവഹാരത്തെ മൂല്യനിർണ്ണയത്തി ലെത്തിക്കുന്നതിലാണ് മൂന്നാമത്തെ വ്യവഹാരം. 'ഹൂഗ്ലി'യിലെ സമാപ്ത വാക്യമായ 'ഒരു നദിയും ഒരു നഗരവും പരസ്പരം വിഴു ങ്ങിയതിന്റെ സ്മാരകം' എന്ന പ്രയോഗം ആ തീർച്ചപ്പെടുത്തലിന്റെ താണ്. അത് വായനയിൽ വെല്ലുവിളിക്കപ്പെടുന്നില്ലെങ്കിൽ, അത് വ്യവഹാരഘടനയിലെ ഒരു തീരുമാനമായി നിലനിൽക്കുകയും ചെയ്യും. വ്യാവഹാരിക മിത്തിന്റെ നിർമ്മിതിയാണത്. അതിന്റെ വായ നാപാഠം 'ചിരിച്ചു' എന്ന വ്യവഹാരപദത്തിലൂടെ അയ്യപ്പപ്പണിക്കർ മുമ്പെ ഉന്നയിച്ചുവെന്ന് മാത്രം.

ഖണ്ഡം 5

തൻപാഠം

1. വേറൊരു പാഠം കൂടി വായനയിൽ കവിത പ്രക്ഷേപിച്ചുകൂടെന്നില്ല. ഒരർത്ഥത്തിൽ 'ഹൂഗ്ലി' ഭീതിദമായ മരണത്തെ ആഖ്യാനം ചെയ്യുന്ന കവിതയല്ല. നദിയിലെ വേലിയേറ്റത്തിന്റെ അനുഭവങ്ങൾ മനുഷ്യമനസ്സിനെ നൊമ്പരപ്പെടുത്തിയിട്ടും അവന്റെ പ്രകൃതത്തിൽ ഒന്നും സംഭവിക്കാത്തതിൽ കവി അത്ഭുതപ്പെടുകയോ വ്യാകുലപ്പെടുകയോ ചെയ്യുന്നില്ല. ഒരന്ധകാരത്തിലേക്ക് ജനമനസ്സിനെ ആനയിച്ച് വെള്ളപ്പൊക്കത്തിന്റെ പ്രതിധ്വനി അവതരിപ്പിക്കുന്നതോടൊപ്പം കവിതയെ ശിൽപഭദ്രവും നാടകീയവുമാക്കാനുള്ള ശ്രമം അയ്യപ്പപ്പണിക്കർ നടത്തുന്നു. നർമ്മവും പരിഹാസവും കലർന്ന ആശയത്തിന്റെയും ഭാഷയുടെയും മാർഗ്ഗമാണ് അതിനദ്ദേഹം കണ്ടെത്തുന്നത് എന്ന് നാം കണ്ടു. കവികളും കാഥികന്മാരും ഗ്രാമങ്ങളിലേക്കും ഗ്രാമീണർ നഗരങ്ങളിലേക്കും താമസം മാറ്റിയിരിക്കുന്നു. അഭയമന്വേഷിച്ച് വേറെ ചിലർ അലയുന്നു. അതിനിടയിൽ കരയുന്ന മനുഷ്യന്റെ കണ്ണുനീർ വീണ് കാലിന്റെ ഉപ്പുരസം ഇരട്ടിക്കുന്നു. ഇതേറെ ശ്രദ്ധിക്കപ്പെടേണ്ട ഒരു വാങ്മയമാണെങ്കിൽപോലും എന്തുകൊണ്ടോ കണ്ണീരിന്റെ ആത്മാവിലേക്കു ഒരു സാധാരണ മനുഷ്യന് ഇറങ്ങിച്ചെല്ലാൻ കഴിയുന്നതുപോലെ, കണ്ണീരിനെക്കുറിച്ചുള്ള വാർത്താമാധ്യമങ്ങളിൽ ഒരു ഞെട്ടലുണ്ടാക്കാൻ കവിക്കാവുന്നില്ല. കവിതയുടെ ഘടനാത്മക വിചാരണ അങ്ങനെയൊരു ചിന്തയെ അപ്രസക്തമാക്കുകയും ചെയ്യുന്നു.

നദി മരണമാണ് എന്ന ബോധം ചിന്തനീയമായ ഒരു വൈരുദ്ധ്യത്തോടൊപ്പം കവിതയിൽ ഊറിത്തെളിയുന്നു. ഒരു കാലത്ത് മരണാനുരാഗത്തെ ആലിംഗനം ചെയ്യാൻ കൊതിച്ചിരുന്ന അയ്യപ്പപ്പണിക്കർ നേർവിപരീതമായ അഭിരുചി കാത്തുസൂക്ഷിക്കാൻ ഒരുമ്പെടുകയാണോ? ജീവിതാവസാനത്തിൽ കൺമിഴിക്കുന്ന അന്ധകാരത്തിന്റെ ആശ്ലേഷത്തിന് മുമ്പിൽ വന്നുപെട്ട മനുഷ്യന്റെ മുഖം നിങ്ങൾ ശ്രദ്ധിച്ചിട്ടുണ്ടോ? അവിടെ പ്രസന്നത മിന്നിമായുന്നതും ക്ഷണനേരം കൊണ്ട് അതൊരു വ്യാധിയായി പകയായി നിറം പകരുന്നതും കാണാനാകും. സർഗ്ഗസൂചനയുടെ വിളംബമേശാത്ത ബോധമായി അത് മാറുന്ന സന്ദർഭങ്ങളുണ്ട്. അത്തരം സന്ദർഭങ്ങളിൽ മനുഷ്യജീവിതത്തെ പിടികൂടുന്ന ആധിയുടെ പ്രകമ്പനമാണ് കണ്ണുനീരെങ്കിൽ ആ കണ്ണുനീർ ഈ കവിതയിലെവിടെയോ ഘനീഭവിച്ചു നിൽക്കുന്നു. എന്നാൽ മനുഷ്യഭാവങ്ങളിലൂടെ തികട്ടിവരുന്ന സാദ്ധ്യതകളെയും ചിട്ടകളെയും ഇടശ്ശേരിയെപ്പോലെ സമീപിക്കാൻ കഴിയാതെപോയോ? പുതിയൊരു കാവ്യസങ്കല്പം രൂപപ്പെടുത്താനുള്ള ബോധപൂർവ്വമായ ശ്രമമാകാം ഈ വഴി തിരിച്ചുവിട്ടത്.

2. യോഗസൂത്രത്തിലെ ഒരു ശൈലി, ഉദ്ധരിച്ചു പറഞ്ഞാൽ ഒരുവൻ അതിസിദ്ധികളെന്ന് കരുതുന്ന അപകടകരമായ സിദ്ധാന്ത നിഷ്ടതകളെയെല്ലാം തള്ളുമ്പോൾ ധർമ്മമേഘമായ അനുഭൂതിയെ പ്രാപിക്കുന്നു. പുതിയ കവിതയുടെ മാത്രമല്ല, എല്ലാ കാലത്തെ നല്ല കവിതയുടെയും ധർമ്മമൂല്യം അതായിരിക്കും. അതായത് ക്രിയാത്മകമായ ഒരു നിഷേധമുഖം ഇനിയും വന്നുചേർന്നോ എന്ന സംശയം 'ഹൂഗ്ലി' എഴുപതുകളുടെ ഒടുവിലേ ഉന്നയിച്ചു. അതുകൊണ്ട് ഈ കവിത തിരയുന്നത് ആധുനികാനന്തര മലയാള കവിതയുടെ പൊതുവായ അർത്ഥം കൂടിയാണ്. ഈ കവിത എഴുതിക്കഴിഞ്ഞതിനുശേഷം 'സമകാലിക ജീവിതത്തിലെ ദൃശ്യങ്ങൾ സത്യസന്ധമായി നേരിടുമ്പോൾ സാർവ്വകാലികവും സാർവ്വജനനീയവുമായ ഒരു പരിവേഷം അവയ്ക്കു വന്നുകൂടെന്നില്ലെന്ന് ഹൂഗ്ലി ബോധ്യമാക്കി' എന്ന് അയ്യപ്പപ്പണിക്കർ പറഞ്ഞത് ആ കവിതയുടെ വായനക്കാരൻ എന്ന നിലയിലായിരിക്കണം. അത് സത്യസന്ധമായ അഭിപ്രായം കൂടിയാണ്. ആ വികസിക്കുന്ന കാവ്യഘടന മാത്രമാണ് 'ഹൂഗ്ലി'ക്കുള്ളത്. ആ ഘടനയിൽ ഒരു ദേശവും അതിന്റെ ചരിത്രവും കൂടി പ്രതിഫലിക്കുന്നു.

ദേശരൂപം

വിമർശനത്തിന്റെ ചില (അ)ധർമങ്ങൾ ആദ്യം പരിശോധിക്കാം.

(അ) നമ്മുടെ പാരമ്പര്യ നിരൂപണം ലേബലുകളോടും ടെർമിനോളജികളോടും സംജ്ഞകളോടും അന്ധമായ താത്പര്യം പ്രകടിപ്പിച്ചുപോന്നിരുന്നു. സമകാലിക നിരൂപണത്തിലും ആ താത്പര്യം പ്രകടമാവുന്നുണ്ട്. പാശ്ചാത്യ നിരൂപണത്തോടുള്ള അമിതമായ അടുപ്പമാണ് ഇതിന് പ്രധാനപ്പെട്ട കാരണം. മാത്രവുമല്ല. ടെർമിനോളജിയോടും ലേബലുകളോടുമുള്ള സമീപനത്തിൽ ചില കാഴ്ചക്കുറവുമുണ്ട്. അവയെ സ്വീകരിച്ച് തകർക്കുക എന്ന തന്ത്രമാണ് വാസ്തവത്തിൽ മലയാളത്തിന്റെ നിരൂപണം സ്വീകരിക്കേണ്ടിയിരുന്നത്. അതിന് കഴിയുന്നില്ലെന്ന് മാത്രമല്ല; നിരൂപണം അപകടകരമായ ചില തെറ്റുകൾ ആവർത്തിച്ചുകൊണ്ടിരിക്കുകയുമാണ്. (ജി.യെ സിംബോളിക് കവിയെന്നും മിസ്റ്റിക് കവിയെന്നും വിളിച്ചു ആദരിച്ചത് ഓർമിക്കുക.)

(ഇ) കവിതയിലെ ഉള്ളടക്കമെടുത്ത് പരത്തിപ്പറയുകയോ വ്യാഖ്യാനിക്കുകയോ ആണ് നിരൂപണമെന്ന് ധരിച്ചുവശായവരുണ്ട്. അവർ കവിയുടെ പ്രശസ്തി, കവിയോടുള്ള താത്പര്യം/ആദരവ് എന്നിവയുടെ പ്രത്യക്ഷങ്ങളായി നിരൂപണകലയെ മാറ്റിത്തീർത്തു. (ജി.യെ പ്രകൃത്യുപാസകൻ എന്ന് വിളിച്ചതിലെ പൊരുൾ ശ്രദ്ധിക്കുക.)

നിരൂപണ കലയുടെ ഭാരമായി മാറിയ രണ്ടു കാര്യങ്ങളാണ് മേൽ സൂചിപ്പിച്ചത്. കവിയെയും കവിതയെയും 'ലേബലൈസ്' ചെയ്യുന്നതിൽ നിരൂപണം കൗതുകം കണ്ടെത്തി. അത് വായനയുടെ തലത്തിൽ ചില പ്രതിസന്ധിഘട്ടങ്ങൾ സൃഷ്ടിച്ചെടുത്തു. വായനക്കാരനും അവന്റെ പ്രതികരണവും കാവ്യനിരൂപണത്തിൽ നിന്ന് അകലുകയും എഴുത്തുകാരന് പ്രാധാന്യം കൊടുക്കുന്ന ഒരു കൽപിത നിരൂപണ പദ്ധതി ആകൃതിപ്പെടുകയും ചെയ്തു. അതായത് വായനക്കാരുടെ സമഗ്രപ്രതികരണത്തെ അപ്രധാനീകരിച്ച്,

ടെർമിനോളജിയും മറ്റും കവിതയെ നിർവചിക്കാൻ പ്രയോജനപ്പെടുത്തുകയും ചെയ്തതിന്റെ ഫലമായി കവിത സ്വാർത്ഥകമായി അനുഭവിക്കാൻ അനുവാചകർക്ക് ആയില്ല. വിമർശനം കവിതയ്ക്കു പുറത്തുകൂടി സഞ്ചരിക്കുകയായിരുന്നു.

ഈയൊരു പശ്ചാത്തലത്തിലാണ് ജി.യുടെ കവിത വായിക്കുന്നതെങ്കിൽ, ചില നൈരാശ്യങ്ങളെ സ്പർശിച്ചറിയണ്ടി വന്നേക്കും. മാത്രവുമല്ല, അത് നിരൂപണചരിത്രത്തിന്റെ വായനകൂടിയായി മാറിയേക്കും. അത്രത്തോളം എതിർപാഠങ്ങൾ ജി. ശങ്കരക്കുറുപ്പിന്റെ കവിതയ്ക്കുണ്ടായിട്ടുണ്ട്. ചങ്ങമ്പുഴക്കവിയെ ഒഴിച്ചുനിർത്തിയാൽ, ഏറ്റവും കൂടുതൽ വായന നടന്നിട്ടുള്ള കവിത ജി.യുടേതാണ്. വ്യത്യസ്തവും വിഭിന്നവുമായ പാഠങ്ങൾ ആ കവിതയ്ക്കുണ്ടായി. പൊടുന്നനെ ഓർമ്മ വരുന്നത് കേസരി ബാലകൃഷ്ണപിള്ള ജി.യെ പാരായണം ചെയ്തതാണ്. അദ്ദേഹം 'നിമിഷ'ത്തിനെഴുതിയ അവതാരികയിൽ നിന്ന് :

'ഭാഷാ പദ്യത്തിലെ സിംബോളിസ്റ്റ് ഉപപ്രസ്ഥാനത്തിന്റെ വെന്നിക്കൊടിയായ 'നിമിഷം' രചിച്ചതിന് ജി. ശങ്കരക്കുറുപ്പിനെ അഭിനന്ദിക്കുന്നു.'

ജി. യുടെ ഒരു സവിശേഷത ആ വരിയിലുണ്ട്. ആരാണ് ജി. എന്ന ചോദ്യത്തിനുള്ള മറുപടി കൂടി അടങ്ങുന്നതാണ് ആ പ്രസ്താവം. കേസരിയുടെ ചില വരികൾ കൂടി തുടർന്ന് ശ്രദ്ധിക്കാം.

'ഇതുവരെയുള്ള കുറുപ്പിന്റെ സ്വതന്ത്ര കവിതകൾ ആകെ പരിശോധിച്ചാലും അദ്ദേഹത്തിന്റെ ഹൂമനിസ്റ്റ് മനഃസ്ഥിതി കാണാവുന്നതാണ്. ഇവയിൽ 24 ശതമാനത്തോളം കൃതികൾ പ്രകൃതി വർണ്ണനാപരവും 18 ശതമാനത്തോളം ചരിത്രമോ പുരാണമോ കെട്ടുകഥയോ സംബന്ധിച്ചവയും 27 ശതമാനത്തോളം രാഷ്ട്രീയവും സാമുദായികവും ശേഷിച്ച 31 ശതമാനത്തോളം ജീവിതത്തിന്റെ സാമാന്യ വിമർശനങ്ങളും സ്വജീവിത ചിത്രങ്ങളുമാകുന്നു. ഇവയിൽ ആദ്യം പറഞ്ഞ രണ്ടു തരങ്ങളെയും എസ്കേപിസ്റ്റ് കൃതികളായും ശേഷിച്ചവയെ ഹൂമനിസ്റ്റ് കൃതികളായും പരിഗണിക്കാം. ഇപ്രകാരം തന്റെ കൃതികളിൽ 42 ശതമാനം എസ്കേപിസ്റ്റും 58 ശതമാനം ഹ്യൂമനിസ്റ്റുമായിരിക്കുന്ന ഒരു കവിക്ക് ഒരു ഹ്യൂമനിസ്റ്റ് കവിയെന്ന് മാത്രമേ പേരിടാവൂ.'

സിംബോളിസ്റ്റ്, ഹൂമനിസ്റ്റ്, എസ്കേപിസ്റ്റ് എന്നിങ്ങനെ ഒന്നിലധികം വിശേഷണങ്ങൾ ഒരാളുടെ കവിതയ്ക്ക് ചാർത്തിക്കൊടുക്കുവാൻ കേസരി നടത്തിയ ശ്രമങ്ങൾ, ആ കാലത്ത് ആകർഷകമായ അനുഭവമായിരുന്നിരിക്കണം. എന്നാൽ പിന്നീട് ആ സംജ്ഞകളുടെ ആവർത്തിച്ചുള്ള ഉപയോഗങ്ങൾ പതുക്കെ വായനക്കാരെ കവിതയിൽ നിന്ന് അകറ്റാൻ പര്യാപ്തമായി എന്ന് വേണം കരുതാൻ.

നമ്മുടെ ഭാഷയ്ക്ക് പാശ്ചാത്യസമ്പ്രദായങ്ങൾ പരിചയപ്പെടുത്തുന്നതിൽ കേസരി ചെയ്ത സേവനങ്ങൾ ചെറുതല്ല. എന്നാൽ അദ്ദേഹം ചില ലേബലുകൾക്കും സംജ്ഞകൾക്കും കീഴെ കവിതയെ പ്രതിഷ്ഠിക്കാൻ നടത്തിയ ഉദ്യമങ്ങൾ വായനയെ വഴിതെറ്റിച്ചില്ലേ എന്നാണ് സംശയം. വായനയെ അങ്ങനെ അട്ടിമറിച്ചതിന്റെ പിതൃത്വവും കേസരി ബാലകൃഷ്ണപിള്ളയ്ക്ക് അവകാശപ്പെട്ടതായി. മലയാളത്തിലെ ആദ്യത്തെ സിംബലിസ്റ്റ് കവി എന്ന് ജി.യെ വിളിച്ചത് കേസരിയാണ്. ജി. കവിതയ്ക്ക് പിന്നീടുണ്ടായ അന്വേഷണങ്ങളെല്ലാം ആ സംജ്ഞയിൽ നിന്ന് സമാരംഭിക്കുകയോ അതിൽ ചെന്ന് ഒടുങ്ങുകയോ ചെയ്തു. വായനക്കാരെ സംബന്ധിച്ചിടത്തോളം ആഹ്ലാദമുണ്ടാക്കുന്ന അലങ്കാരങ്ങൾ മാത്രമാണ് ഇത്തരം ലേബലുകൾ. അത് കവിയുടെ സത്തയിലോ സ്വത്വത്തിലോ പ്രവേശിക്കാൻ ആരെയും അനുവദിച്ചതുമില്ല. ജി. കവിതക്കുണ്ടായ വിമർശനങ്ങൾക്കെല്ലാം ഈ പരിമിതത്വമുണ്ട്.

കേസരി, ജി. കവിതയിൽ നടത്തിയ 'സിംബോളിക്ക്' വായന വലിയൊരു തെറ്റിന് ഹേതുവായി. പാശ്ചാത്യമായ സാഹിത്യനിലപാടുകളിലും സിദ്ധാന്തങ്ങളിലും കേസരിക്ക് സംശയാതീതമായ അവഗാഹമുണ്ടായിരുന്നു. എന്നാൽ ആഴത്തിലുള്ള വായനയുടെ അഭാവം കൊണ്ട്, ജി.ക്ക് ചാർത്തികൊടുത്ത 'സിംബോളിക്' എന്ന വിശേഷണം വായനയെ അറിയാതെ ഒരു ചരിത്രദിശയിലേക്ക് നയിച്ചുവെന്നത് വസ്തുതാപരമായ യാഥാർത്ഥ്യമാണ്. എൻ. വി. കൃഷ്ണവാരിയർ അതിനെ മറികടന്നത് 'ചിത്ര ചിന്താരീതി' എന്ന പ്രയോഗത്തിലൂടെയാണ്. അഴീക്കോടാകട്ടെ, വിപുലമായ എതിർപ്പ് ഉയർത്തുകയും ചെയ്തു.

'കുറുപ്പ് സിംബലിസ്റ്റാണെങ്കിൽ നാമെല്ലാം സിംബലിസ്റ്റുകളാണ്. അഥവാ നാമൊക്കെ സിംബലിസ്റ്റുകളാണ് എന്ന് പറയുന്നതിന്റെ സത്യം മാത്രമേ, കുറുപ്പ് സിംബലിസ്റ്റാണെന്ന പ്രസ്താവത്തിലുള്ളൂ. മനുഷ്യൻ സിംബലിസ്റ്റാണ്. ചിന്തിക്കുന്ന എല്ലാ മനുഷ്യനും. കാരണം റിച്ചി പറഞ്ഞതിൻവണ്ണം ചിന്തയുടെ മൗലികമായ പ്രവർത്തനം പ്രതീക സൃഷ്ടിയാണ്.'

സിംബോളിസ്റ്റ്/സിംബലിസ്റ്റ് എന്നീ വിശേഷണത്തോട് വിയോജിക്കുന്ന സുകുമാർ അഴീക്കോട്, പ്രതീകസൃഷ്ടിയെ അപ്രധാനീകരിക്കുന്നില്ല. ഭാവാത്മകതയെ പ്രതീകസൃഷ്ടിയുടെ മൗലികതയായി പ്രസ്തരിക്കുന്നുമുണ്ട്. 'ഓടക്കുഴലി'ന് അവതാരിക എഴുതിയ എസ്. ഗുപ്തൻ നായരാകട്ടെ, 'സിംബോളിസം' എന്ന സംജ്ഞ കുറുപ്പിന്റെ ഭാവനയെയല്ല രൂപത്തെയാണ് വ്യഞ്ജിപ്പിക്കുന്നതെന്ന് ചൂണ്ടിക്കാണിക്കുന്നു. ഈ അഭിപ്രായങ്ങൾ എല്ലാം ചേർത്തുവെച്ച്

വായിക്കുമ്പോഴാണ് ഒരു ലേബൽ/സംജ്ഞ/ടെർമിനോളജി എത്രത്തോളം സൗന്ദര്യശാസ്ത്ര പ്രതിസന്ധി സൃഷ്ടിക്കുന്നു എന്ന് മനസ്സിലാവുക. ഭാവവും രൂപവും തമ്മിൽ പുതിയ തർക്കം ഉണ്ടാക്കാവുന്ന വിധം കാര്യങ്ങൾ എത്തിനിൽക്കുന്നതായും നാം കാണുന്നു. ആ തർക്കത്തിലേക്ക് നാമിപ്പോൾ കടക്കേണ്ടതില്ല. മറിച്ച് സിംബലിസ്റ്റ്/സിംബോളിക് എന്നീ ലേബലുകൾ പാരായണക്ഷമതയെ എത്രത്തോളം വ്യവസ്ഥവത്കരിക്കുന്നുണ്ട് എന്ന് ആരായേണ്ട സന്ദർഭമാണിത്.

സിംബോളിസം, മിസ്റ്റിസിസം തുടങ്ങിയ പദയോഗങ്ങളിലൂടെ അലങ്കരിക്കപ്പെട്ടത് നിമിത്തം ജി. കവിത വായനക്കാരിൽ നിന്ന് പിന്മടങ്ങി. അലങ്കാരമത്സ്യങ്ങളായിട്ടാണ് ആ കവിതയെ പലരും വീക്ഷിച്ചത്. കവിതയുടെ അരികെ ചെന്നുനോക്കിയതല്ലാതെ ഉള്ളിൽ കടന്നുനോക്കാൻ ആരും തയ്യാറായില്ല. പുറംതലോടലുകളും പുറം വിമർശനങ്ങളും കൊണ്ട് അർത്ഥബോധന താത്പര്യം വായനക്കാരിലുണ്ടാകില്ലെന്ന് തിരിച്ചറിയാൻ നിരൂപകർക്ക് വളരെക്കാലമെടുക്കേണ്ടിയും വന്നു. ഇന്നാകട്ടെ, ഭയത്തോടെയാണ് ചിലരെങ്കിലും കവിതയെ സമീപിക്കുന്നത്. കവിതയ്ക്ക് അനുകൂലവും പ്രതികൂലവുമായ വിമർശനങ്ങൾ വരാം. ആ വിമർശനങ്ങളെല്ലാം എത്തിച്ചേർന്നത് സിംബോളിസം, മിസ്റ്റിസിസം തുടങ്ങിയ ലേബലുകളിൽ തന്നെയാണ്. വേറെ ചില നിരൂപകരാകട്ടെ, ഭാവഗീതസ്വഭാവത്തിലും മിസ്റ്റിക് പ്രവണതയിലുമൂന്നി വായനയെ പ്രോജ്ജ്വലിപ്പിച്ചു. ഒരു കവിത പിറക്കാൻ ഇടയാകുന്ന സാഹചര്യമോ അതിന്റെ സാംസ്കാരിക സ്രോതസ്സോ അവർ അന്വേഷിച്ചില്ല. കാവ്യപ്രതികരണമല്ല പ്രധാനമെന്നും കവി വ്യക്തിത്വമാണെന്നും പ്രഖ്യാപിച്ച് കവിയുടെ പ്രീതി നേടിയുള്ള ചൂണ്ടയെറിയലായി നിരൂപണം പരിണമിക്കുകയും ചെയ്തു.

അതുകൊണ്ട് നഷ്ടം സംഭവിച്ചത് കവിതയ്ക്കാണ്. കാവ്യ പ്രതികരണത്തിന്റെ പ്രാധാന്യം പാടെ വിസ്മരിക്കപ്പെട്ടു. നിരൂപണം അതിന്റെ സാക്ഷാൽ ധർമത്തിൽ നിന്ന് വ്യതിചലിക്കുകയായിരുന്നു. അത് വായനയിലെ ഒരു മികച്ച തെറ്റായി കരുതാമെങ്കിൽ, കലയ്ക്കും ജീവിതത്തിനുമിടയിൽ അത് തർക്കമുണ്ടാക്കുന്നത് അനുഭവിക്കേണ്ടിവരും. കവിതയുടെ സ്വത്വത്തേയും നിലനിൽപ്പിനേയും കുറിച്ച് ആ തെറ്റ് പുതിയ തർക്കങ്ങൾ ഉണ്ടാക്കാനുമിടയുണ്ട്. കവിത സ്വീകരിക്കുന്നവരും കവിതയെ ഉപയോഗിക്കുന്നവരുണ്ട്. ആ രണ്ടു രീതികളും നിരൂപണത്തിൽ ഇപ്പോൾ പ്രബലവുമാണ്. ജി.യെ സിംബലിസ്റ്റ് എന്ന് വിളിച്ച കേസരി ബാലകൃഷ്ണപിള്ള കവിതയെ ഉപയോഗിച്ച വായനക്കാരനാണ്. കവിതയിൽ നിന്ന് കവിയിലേക്കാണ് അദ്ദേഹം നീങ്ങിയത്. കവിത ഉപകരണമായി മാറുമ്പോൾ ഉപയോഗിക്കുന്നവന്റെ ലക്ഷ്യവും തീരുമാനവും പ്രധാനപ്പെട്ടതായി മാറും. കവിത

സ്വീകരിക്കപ്പെടുന്ന ഘട്ടത്തിൽ കവി കണ്ടെടുത്ത ഭാവനകളോ മാതൃകകളോ ആകും പ്രശ്നവത്കരിക്കപ്പെടുന്നത്. കവിതയുടെ ഉപയോഗം ടെർമിനോളജിയിലൂടെ, ചില ലേബലുകളിലൂടെ സാധിത പ്രിയമാക്കിയതിന് ഉദാഹരണമാണ് പാരമ്പര്യനിരൂപണം. എന്നാൽ ടെർമിനോളജി ഉപയോഗിച്ചുകൊണ്ടുതന്നെ അതിനെ തിരസ്കരിക്കാൻ കഴിയുമായിരുന്നിട്ടും നിരൂപകൻ അതിന് തയ്യാറായില്ല. എളുപ്പ വഴിയിൽ ക്രിയ ചെയ്യാൻ നിരൂപണം സന്നദ്ധമായി. കവിതയിലെ ഭാവസത്യങ്ങൾ ഉൾക്കൊള്ളാൻ നിരൂപണത്തിന് കഴിയുമ്പോഴെ, സിംബലുകളെയും ടെർമിനോളജിയെയും തകർത്ത് പുതിയ അർത്ഥ ദിശ പ്രഖ്യാപിക്കാൻ കഴിയൂ. എന്നാൽ അതിന് എതിർദിശയിലായിരുന്നു നമ്മുടെ നിരൂപക സഞ്ചാരങ്ങൾ. അതിന് മികച്ച ഉദാഹരണം ഇതുവരെയുണ്ടായ ജി. വിമർശനം തന്നെ.

2

ജി. ശങ്കരക്കുറുപ്പ് ഒരു സിംബലിസ്റ്റ് കവിയോ? കവിയെ മുൻനിർത്തിയാണ് ആ ചോദ്യം. എന്നാൽ വള്ളത്തോളിനെയും ചങ്ങമ്പുഴയെയും മറ്റും വായിച്ച് പരിചയിച്ചവർ ചോദിക്കാതെ പോയ ഒരു ചോദ്യമുണ്ട്. ജി. കവിതയിലെ ദേശമേതാണ്? 'ദേശം' ഒരു പോസ്റ്റ് മോഡേൺ സംജ്ഞയാണ് എന്ന സത്യം ഉള്ളിൽ വെച്ചുകൊണ്ടു വേണം ഈ ചോദ്യത്തെ നേരിടാൻ. ഏതൊരു കവിക്കും അയാളുടേതായ ദേശമുണ്ട്. അയാൾ പിറന്ന് വളർന്ന ദേശമാണത്. അല്ലെങ്കിൽ ജീവിക്കുന്ന ദേശവുമാകാം. കാളിദാസൻ കാശ്മീരത്തിലോ ഉജ്ജയിനിയിലോ ജനിച്ചത് എന്നത് സാഹിത്യചര്യചരിത്രത്തെ ഇപ്പോഴും സമ്പന്നമാക്കിക്കൊണ്ടിരിക്കുന്ന തർക്കമാണ്. ജി.ക്കും ഒരു ദേശമുണ്ട്. ദേശത്തിന്റെ ചരിത്രത്തിലും അനുഭവങ്ങളിലും നടക്കുന്ന ഇടപെടലുകളുടെ രൂപത്തിലാവും അത് കവിതയിൽ വരുന്നത്. അങ്ങനെ കവിതയ്ക്കുള്ളിലും ഒരു ദേശം പ്രബലരൂപമാവുന്നതിന് സാധ്യത കാണുന്നുണ്ട്. കവിതയുടെ ഉള്ളടക്കം എന്നത് ഇതുമായി ബന്ധപ്പെട്ട കാര്യം തന്നെയാണ്. ആ ദേശം കവിയുടെ സ്വകാര്യദേശവുമായിക്കൂടെന്നില്ല. ദേശമെന്നാൽ സ്വത്വമാണ്. കവിതയിലത് ഒരു സാംസ്കാരിക നിർമിതി കൂടിയാണ്. ഭാഷയും സംസ്കാരവും ചരിത്രവും സാമ്പത്തികഘടകങ്ങളും പാരമ്പര്യവും എല്ലാം അടങ്ങുന്ന രൂപവത്കരണത്തിൽ അത് ഇടപെടുന്നുണ്ട്. ഈയർത്ഥത്തിൽ ദേശം കവിതയ്ക്കുള്ളിലെ വ്യവഹാരം കൂടിയാണ്. വള്ളത്തോൾ കവിതയിൽ ദേശീയസ്വാതന്ത്ര്യസമരം ദേശവ്യവഹാരമായി നിലനിൽക്കുന്നു. ആശാൻകവിതയിലെ ദേശവ്യവഹാരം അയിത്തവും തീണ്ടലും സൃഷ്ടിച്ച സംഘർഷത്തിന്റെ പ്രതിരോധ മനസ്സാണ്. ചങ്ങമ്പുഴയാകട്ടെ, ആഖ്യാനശൈലിയിൽ സ്വന്തം ദേശത്തിന്റെ

അനുഭവത്തെ സ്ഥിതമാക്കുന്നു. അതുകൊണ്ടാണ് ചങ്ങമ്പുഴക്കവിതയിലെ കേരളീയത ഒരു പ്രധാന നിരൂപണ വിഷയമായത്.

ജി. ശങ്കരക്കുറുപ്പിന്റെ കവിതയിലെ കേരളീയതയെക്കുറിച്ച് ആരും സംസാരിക്കുന്നത് കേട്ടിട്ടില്ല. കവിതയിലെ വിശ്വദർശനവും മിസ്റ്റിസിസവും കമ്മ്യൂണിസവും വിമർശനവിഷയമാക്കിയവരുണ്ട്. ഭാഷാലാളിത്യം കുറയുകയും തത്ത്വചിന്താരസം ഏറിപ്പോവുകയും ചെയ്തതാകാം ഒരുപക്ഷേ, ഈ വായനാവ്യതിയാനത്തിന് കാരണം. സുകുമാർ അഴീക്കോടിനെഴുതിയ ഒരു കത്തിൽ ജി. പറയുന്നു:

'എനിക്ക് ദിക്കാലങ്ങളെ അതിവർത്തിച്ചു നിൽക്കുന്ന വിശ്വചൈതന്യത്തിൽ വിശ്വാസമുണ്ട്. അതിന്റെ വ്യാഖ്യാനമായ തത്ത്വചിന്തയിലും ആദരമാണ്. എന്നാൽ, ആചാരത്തിലും കർമപടത്തിലും വേഷത്തിലും ഭാഷയിലും വികൃതമായി ജീർണ്ണമായി അനൈകമാത്രഫലമായി കിടക്കുന്ന മുറമതത്തോട് വലിയ പ്രതിപത്തിയില്ല. ഇതെന്റെ തെറ്റാണ്. മതങ്ങൾ അവയുടെ പ്രകാശനം ദാനം ചെയ്ത് ഏകമായ വെളിച്ചം സൃഷ്ടിക്കട്ടെ. മതങ്ങൾ വളർന്നുവന്ന മനുഷ്യന്റെ വിജ്ഞാനത്തിന്മേൽ നിന്നുകൊണ്ട് ചുറ്റുപാടും അടിയും മുകളും നോക്കട്ടെ; അതിൽ പലതും ത്യജിക്കാനുണ്ടാവും. ആ ത്യജിക്കാനുള്ളവയാണ് മനുഷ്യനെ അകറ്റുന്ന ധർമങ്ങൾ. അവയോടാണ് എതിർപ്പ്. അവയിലാണ് മതത്തിന്റെ പരാജയം... അതിനെ ദുരുപയോഗപ്പെടുത്തുന്നത് രാഷ്ട്രീയ ശക്തികളായിരുന്നു.'

മത-രാഷ്ട്രീയ ജീർണതകളോടുള്ള എതിർപ്പ് ഒരു സഞ്ചാരീഭാവം പോലെ ജി. കവിതയിലുടനീളം പ്രവർത്തിക്കുന്നു. അത് ഭാവപരമായ ഉള്ളടക്കത്തെ വിശകലനം ചെയ്യുന്നുണ്ട്. പാരമ്പര്യവും ദേശവും അതിന്റെ അടിയും മുകളുമെല്ലാം കവി സ്വീകരിക്കുന്ന രീതിയാണ് ശ്രദ്ധേയം. കവിതയിലിതൊന്നും വാചികാനുഭവമായി അത്രത്തോളം പ്രത്യക്ഷപ്പെടുന്നില്ല. പ്രകൃതിയുമായി കവിയെ അടുപ്പിച്ചു നിറുത്തുന്ന ഘടകം ആ എതിർപ്പ് മാത്രമാണ്. സ്വാതന്ത്ര്യസമരം ശക്തിപ്പെട്ടു തുടങ്ങിയ കാലത്താണ് ജി. കാവ്യരംഗത്തെത്തുന്നത് എന്നത് പ്രധാനപ്പെട്ട സൂചന ആകുന്നു. കൊളോണിയൽ ശക്തിയെ പ്രതിരോധിക്കേണ്ട ആവശ്യകതയിൽ മറ്റാരെക്കാളും ബോധ്യം ജി.ക്കുണ്ട്. കൊളോണിയലിസത്തിനെതിരെ ഉണരേണ്ട ഇച്ഛാശക്തിയുടെ സ്വരങ്ങൾ അദ്ദേഹത്തിന്റെ ആദ്യകാല കവിതകളിലുണ്ട്. സ്വാതന്ത്ര്യസമരം ഒരു രാഷ്ട്രീയ സ്വാതന്ത്ര്യസ്ഥാപനമല്ലെന്ന ഒരഭിപ്രായം അക്കാലത്ത് ജി പ്രകടിപ്പിച്ചിരുന്നു. കേരളം 'രാഷ്ട്രീയമായി ഉറക്ക'ത്തിലാണെന്ന സൂചന ഒരു കവിതയിലുണ്ട്. മതത്തിന്റെ മുറിപ്പാടുകളും രാഷ്ട്രീയമായ ഉറക്കവും സൃഷ്ടിച്ച എതിർപ്പാകാം പ്രകൃതിയെ അഭിസംബോധന ചെയ്യാൻ ജി.യെ

പ്രേരിപ്പിച്ച ഘടകം. പ്രകൃതിയും വ്യക്തിയും തമ്മിലുള്ള ബന്ധത്തെ അപഗ്രഥിച്ചറിയുന്നുണ്ട്. വിസ്തൃതപ്രകൃതിയും താനും അനാദ്യന്തമായ ഒരു ചൈതന്യത്തിന്റെ അംശമാണ് എന്ന് എഴുതുകയും ചെയ്തു.

സമൂഹത്തെ അപ്രധാനീകരിച്ചുവെന്ന് ഇതിനർത്ഥമില്ല. ദേശീയ പ്രസ്ഥാനത്തിന്റെ പ്രവർത്തനങ്ങൾ ഉണർത്തിയെടുത്ത ഇച്ഛാശക്തി സമൂഹത്തിൽ പ്രവർത്തിച്ചതിന്റെ ഫലമാണ് അവിടെനിന്ന് വിടുതൽ നേടി പ്രകൃതിയുടെ ഐക്യഭാവനയിലെത്താനുള്ള ശ്രമത്തിന് പിറകിലുള്ളതെന്നും കരുതാം. പ്രകൃതിയുടെ അപാരതയിലേക്കുള്ള ഈ നടന്നടുക്കൽ തന്റേതായ ദേശത്തിൽനിന്നുള്ള ഒരു വ്യതിയാനമാണോ? ആ മട്ടിൽ വിശദീകരിക്കാവുന്നതാണ്. എന്നാലതൊരു അകൽച്ചയല്ല. ദൂരം എന്നത് ഒരു സ്ഥലപരമായ ഭാവനകൂടിയാണ്, 'വിശ്വദർശന'ത്തിൽ,

'ദൂരമേ നമസ്കരിക്കുന്നു നിന്നെ ഞാ-
നന്ധകാരമേ നിനക്കുമെൻ സാദരനമോവാകം'

എന്നുണ്ട്. പ്രകൃതിയുടെ അപാരതയിലേക്കുള്ള ഈ ദൂരം സ്വന്തം ദേശത്തിൽനിന്ന് കവിതയിൽ പണിതുയർത്താൻ ആഗ്രഹിക്കുന്ന മറ്റൊരു ദേശത്തിലേക്കുള്ള ദൂരമാണ്. ഒപ്പം അന്ധകാരത്തെ നമസ്കരിക്കുന്നതും ശ്രദ്ധിക്കുക. സമൂഹത്തിൽനിന്ന് പ്രകൃതി അകന്നുപോയതിന്റെ ഫലം കൂടിയാവാം ഈ അന്ധകാരം. സമൂഹവും പ്രകൃതിയും തമ്മിലുള്ള അഭിമുഖീകരണം നഷ്ടപ്പെട്ടതിലെ വേദനയും എതിർപ്പും കവിമനസ്സിലുണ്ട്. ഈ വിഘടനമില്ലെങ്കിൽ ആ ദൂരത്തിൽ അടുപ്പവുമുണ്ട്. ഒരു ഉപനിഷത്ദർശനമാണത്. വിശ്വദർശനത്തിൽ പ്രതിബിംബിക്കുന്ന ദേശം അങ്ങനെ കവിയുടെ സാക്ഷാൽ ദേശമാവുകയാണ്. നാട്യം, ധാർഷ്ട്യം, കാപട്യം തുടങ്ങിയ അവസ്ഥകളിൽനിന്ന് മോചനം കാംക്ഷിക്കുന്ന കവി തന്റേതായ ദേശത്തെ ചമൽകൃതമാക്കുന്നു. ആ ദേശത്തെ വിശ്വദേശം എന്ന് വിളിക്കുകയും ആവാം. ഈയൊരു ദേശത്തെ രൂപപ്പെടുത്താൻ കവിക്ക് പ്രചോദകമായ ഘടകങ്ങൾ ഏതെല്ലാമാണ്? കവിതയുടെ സമഗ്രവായനയിൽ ലഭ്യമാവുന്ന സൂചനകളുടെ അടിസ്ഥാനത്തിൽ ചില കാര്യങ്ങൾ:

1. സ്വകാര്യ സംവേദനത്തെ തൃപ്തിപ്പെടുത്താത്തവയാണ് കവിക്ക് സമൂഹത്തിലെ കാഴ്ചകൾ. മനുഷ്യന്റെ ഗർവ് അത്രത്തോളം ദുസ്സഹമായിത്തീർന്നിരിക്കുന്നു. വിശ്വത്തിന്റെ ചെങ്കോൽ തന്റേതാക്കാൻ മുതിരുന്ന മനുഷ്യൻ അഹങ്കാരിയാകുന്നു. ക്രാന്തദർശിയാണെന്ന് ഭാവിക്കുന്നവനും വിശ്വസൗന്ദര്യം കണ്ടുവെന്ന് പറഞ്ഞ് വൻകാപട്യം കാണിക്കുന്നവനും കവിയെ വേദനിപ്പിക്കുന്നുണ്ട്. ഇത്തരം അനുഭവങ്ങളുടെ ലോകം കവിക്ക് സ്വീകാര്യമാവുന്നില്ല.

2. പ്രകൃതിയിൽനിന്ന് മനുഷ്യനും സമൂഹവും അന്യമാക്കപ്പെട്ടു കഴിഞ്ഞു. അത് കവിയെ നിരാശനും ഉത്കണ്ഠാകുലനുമാക്കുന്നു. പ്രകൃതിക്ക് പ്രജ്ഞയുണ്ട്. സമൂഹത്തിനുമുണ്ട് പ്രജ്ഞ. ഈ പ്രജ്ഞകൾ പരസ്പരം ഇണങ്ങി മുന്നോട്ടുപോകുമ്പോൾ മാത്രമേ സമൂഹത്തിൽ മനുഷ്യന് അർത്ഥം കണ്ടെത്താനാവൂ. എന്നാൽ, പ്രകൃതിയിൽനിന്ന് അകലാൻ ശ്രമിക്കുന്ന മനുഷ്യൻ ഒരു തരം ഭ്രമത്തിലുമാണ്. ആരാണ് 'ഭരിപ്പതിപ്പാരിനെ' എന്ന് കവി വ്യാകുലപ്പെടുന്ന സന്ദർഭമുണ്ട്.

ഈ ദർശനത്തിന് ഒ.വി. വിജയന്റെ ദർശനവുമായി വലിയ അകൽച്ച യില്ല. 'മധുരം ഗായതി'യിൽ വിജയൻ പ്രകൃതിയെ അഭിസംബോധന ചെയ്യുന്നുണ്ട്. സുകന്യയും ആൽവൃക്ഷവും തമ്മിലുള്ള സംഭാഷണം സൂക്ഷ്മമായി പരിശോധിച്ചാൽ, സ്വന്തം ദേശം വിട്ട് പരിശുദ്ധമായ മറ്റൊരു ദേശം കണ്ടെത്താനും കഴിയുമെങ്കിൽ ഭാവനയെ അവിടെ പാർപ്പിക്കാനുമുള്ള വ്യഗ്രതയാണ് പ്രകടമാവുക. ജി.യിലും ഇതേ വ്യഗ്രതയാണല്ലോ നാം കാണുന്നത്. വ്യത്യസ്ത കാലങ്ങളിൽപ്പെട്ട ഒരു കവിയും ഒരു നോവലിസ്റ്റും പ്രകൃതിയിലെത്താൻ ശ്രമിക്കുന്ന തിന്റെ ചാരുത, താരതമ്യ പഠനത്തിന് നിന്ന് തരുന്നതാണ്.

3. സിംബലുകൾ കവിയുടെ സ്വത്വാവിഷ്കാരങ്ങളാണ്. അവന വന്റെ സ്വത്വം തിരിച്ചറിയാനുള്ള മാധ്യമമായി സിംബലുകളെ മാറ്റു മ്പോഴാണ്, കവിതയിൽ സിംബലുകൾ മാത്രം മതി എന്ന തോന്നൽ ശക്തിപ്പെടുന്നത്. വ്യക്തിജീവിതത്തിലെ സൂക്ഷ്മസന്ധികളും മാതൃക കളും തിരിച്ചറിയാൻ സമൂഹജീവിതത്തിലെ ചിഹ്നങ്ങൾ അപര്യാ പ്തമാവുമ്പോഴാണ് പുതിയ പ്രതീകങ്ങൾ ആവശ്യമായി വരുന്നത്. കാറ്റ്, നക്ഷത്രം, സൂര്യൻ എന്നിവയുമായി ജി. ശങ്കരക്കുറുപ്പ് സംവ ദിക്കുന്നുണ്ട്. കവിതയിലെ ദേശസൂചകങ്ങളായി അവ മാറുകളും ചെയ്യുന്നുണ്ട്. അതുകൊണ്ടാകാം റീജണലിസ്റ്റ് ഘടന ജി.യുടെ കവിതയ്ക്ക് ഉണ്ടാകാതെപോയത്.

റീജണലിസ്റ്റ് കവിതയിലെ പ്രാദേശികതയും ജി. കവിതയിലെ വിശ്വതയും തമ്മിൽ എവിടെയാണ് അകലുന്നത്? ഇന്ദ്രിയാനുഭവങ്ങൾ ഉണർത്തുന്ന മൗലികമൂല്യം അതിലുണ്ട്. അത് സ്ഥലപരവും അതേ സമയം സൗന്ദര്യശാസ്ത്രപരവും കൂടിയാണ്. പാരമ്പര്യത്തിലേക്കും സമൂഹത്തിലെ സംഘർഷങ്ങളിലേക്കും വ്യാപനം ചെയ്യുന്ന ഒരു നാട്ടുമാതൃകയായിട്ടാണ് കവിതയിൽ പ്രാദേശികത വരുന്നത്. വിശ്വ ത്തിലുള്ളത് ഇന്ദ്രിയപരമായ ഒരു രസാവിഷ്കാരത്വരയാണ്. പ്രാദേ ശികമായ ഭാവം അനുഭവങ്ങളെ ഉൽപാദിപ്പിക്കുമ്പോൾ വിശ്വഭാവം ജ്ഞാനത്തെ ഉൽപാദിപ്പിക്കുന്നു. ജി. ഒരു 'റീജണലിസ്റ്റ്' കവിയല്ല എന്ന് വ്യക്തമാക്കുന്ന സംഗതിയാണിത്.

3

ജി. ശങ്കരക്കുറുപ്പിന്റെ കാവ്യജീവിതമുദ്ര വഹിക്കുന്ന കവിതയാണ് 'കുയിൽ.' തന്നെപ്പറ്റി തന്നെയാണ് ജി. ആ കവിതയിൽ പ്രതിപാദിക്കുന്നത്.

'ആകാശത്തിന്റെ
നിത്യസൗന്ദര്യം പാടിപ്പാടി
ശ്ലോകാസ്പൃഷ്ടാത്മാവായി-
ക്കാലയാപനം ചെയ്‌വേൻ
ജീവിതപ്പോരിൽ തോറ്റു
തോറ്റുള്ളം കീറിക്കീറി
മേവിടും സഹോദരന്മാ-
രിലാർക്കാനും, പക്ഷേ
ആനന്ദദാനം ചേയ്‌വേൻ
ശക്തമായേക്കാമെന്റെ
ഗാഹം. ഞാനതിക്ഷുദ്ര-
പക്ഷിയായിരുന്നോട്ടെ'

'ഒരു ക്ഷുദ്രപ്പക്ഷി'യായി സ്വയം പ്രകാശിപ്പിക്കുന്ന ജി. താൻ ബോധപൂർവ്വമാണ് ആകാശത്തിന്റെ നിത്യസൗന്ദര്യം തേടിപ്പോയതെന്ന് വ്യഞ്ജിപ്പിക്കുന്നു. 'ജീവിതപ്പോര്' കവിക്കറിയാത്തതൊന്നുമല്ല. അതുകൊണ്ട് തന്റെ കവിത ജീവിതത്തിൽ സംഘർഷമനുഭവിപ്പിക്കുന്നവർക്ക് രുചിക്കണമെന്നില്ലെന്ന ബോധ്യവുമുണ്ട്. ഭാവനയുടെ വഴിയിലാണ് കവി നിൽക്കുന്നത്. പ്രകൃതി പ്രതിഭാസങ്ങളുമായി തന്മയീഭാവത്തിലൂടെ ഒരു പ്രായോഗികകാലം സൃഷ്ടിക്കുക എന്നതും ലക്ഷ്യമായിരിക്കണം. പുതിയ ദേശത്തിന്റെ സൃഷ്ടി തന്നെയാണിത്. കാറ്റ്, സൂര്യൻ, ആകാശം, കാലം, നക്ഷത്രം എന്നിങ്ങനെ ആദിരൂപങ്ങളുടെ സജീവസാന്നിദ്ധ്യമാണ് ആ ദേശത്തിന്റെ പ്രത്യേകത. ഈ ആഖ്യാനസ്വരത്തെ രണ്ടു തരത്തിൽ നമുക്ക് സമീപിക്കാവുന്നതേയുള്ളൂ. ഭാവനയുടെ ദേശത്തിലെ സഞ്ചാരി എന്ന് വിവക്ഷയിൽ, മനുഷ്യനിൽ നിന്നകന്നുപോയ കവി എന്ന് ജി. യെ വിശേഷിപ്പിക്കാം. പക്ഷേ, 'ഹ്യൂമനിസ്റ്റ്' എന്ന് കേസരി മുമ്പേ പറഞ്ഞുവെച്ചതുമൂലം നമ്മുടെ അധ്യാപകരായ നിരൂപകർ ആ നിഷേധസമീപനം സ്വീകരിക്കുമെന്ന് തോന്നുന്നില്ല. ജ്ഞാനത്തെ അനുഗമിക്കുന്ന കവിത പ്രാദേശികമല്ല എന്ന് തോന്നുമ്പോഴും അതിൽ ദേശബോധമുണ്ട് എന്നത് പ്രതിഭയുടെ ഒരു സൽഭാവമായി വ്യാഖ്യാനിക്കുന്നതിൽ തെറ്റില്ല. ആയൊരു വിലയിരുത്തലിനോടാണ് എനിക്ക് താൽപര്യം.

ജി.യുടെ കാലബോധത്തെ ഈ ദേശബോധത്തിലേക്ക് സംക്രമിപ്പിക്കുകയാണ് ചെയ്യേണ്ടത്. 'കാലം' എന്ന പേരിൽ 1930ലും 48ലും

ഓരോ കവിതകൾ ജി. എഴുതിയിട്ടുണ്ട്. മറ്റു പല കവിതകളിലും കാലം ഒരു പ്രതിനിധാനമായി കടന്നുവരുന്നുമുണ്ട്. മരണത്തെക്കുറിച്ചെഴുതിയിട്ടുള്ള കവിതകളിൽ കാലം പ്രധാനപ്പെട്ട പരാമർശവിഷയമാണ്. എന്തുകൊണ്ട് കാലത്തിന്റെ മുമ്പിൽ ജി. ഇത്രയേറെ വ്യാകുലനാവുന്നു എന്നത്, മനശ്ശാസ്ത്രപരമായ വിശകലനത്തിന് വിധേയമാക്കേണ്ട വിഷയമാണ്. സ്ഥലബോധം തന്നെയാണ് ഈ കാലബോധം. ജീനിയും കടിഞ്ഞാണുമില്ലാതെ മുമ്പോട്ടോടുന്ന ജവനാശ്വത്തോട് കലികാലത്തെ സാദൃശ്യപ്പെടുത്തുന്നുണ്ട്. 'കാലമാം ജവനാശ്വം' എന്നാണ് പ്രയോഗം- ആ യാഗാശ്വത്തിന്റെ കുളമ്പടിപ്പാടാണ് ആകാശത്തിൽ 'ആദിത്യചന്ദ്രന്മാരായി' പരിണമിക്കുന്നതത്രെ. പകലും സന്ധ്യയും കടന്ന് പ്രയാണം ചെയ്യുന്ന അശ്വം ദയാഹീനമായ കാലത്തിന്റെ ഉണർത്തു വ്യഥയെയാണ് ധ്വനിസാന്ദ്രമാക്കുന്നത്. കാലം ഉൽപ്പാദിപ്പിക്കുന്ന മൂന്നു ഭാവങ്ങൾ കൂടി 1930 ലെഴുതിയ കവിതയുടെ അവസാന വരികളിൽ സൂചിതമാകുന്നു.

കാലമേ ദയാഹീനമാകിയ ഭവദീയ-
ലീലമേ വളർത്തുന്നൂ വിസ്മയം, ഭയം, ശോകം!

സാമ്പ്രദായിക കാലസങ്കല്പത്തിലല്ല കവിയുടെ ഊന്നൽ. 'കാളകുണ്ഡലിനി'യായി കാലത്തെ കാണുമ്പോഴും കാലത്തിന്റെ പ്രശ്നവത്കരണം തന്നെയാണുള്ളത്. മനുഷ്യപ്രകൃതിയെ നിയന്ത്രിക്കുന്ന മൗലിക ഭാവങ്ങളാണ് വിസ്മയവും ശോകവും ഭയവും.

'നിമിഷം' എന്ന കവിതയിൽ കാലത്തെ കെട്ടിയിടാനുള്ള ശ്രമം കാണാം. പാറ്റകൾ പോലെ പായുന്ന 'നിമിഷ'ത്തെ കൈയിലാക്കാനും ചുംബിക്കാനും കൊഞ്ചിക്കാനുമാണ് കവി താൽപര്യപ്പെടുന്നത്. പാറ്റകളെ കൈക്കലാക്കാൻ ശ്രമിക്കുന്നുവെന്ന ഭാവനയാണ് ഈ കവിതയ്ക്ക് അടിസ്ഥാനമാവുന്നത്.

കാലിണകെട്ടട്ടെ, നേരിയ വാക്കിന്റെ
നൂലിനാലോമനേ! നോവിക്കാതെ

കുട്ടിക്കാലത്ത് പൂമ്പാറ്റകളെ പിടിച്ച്, അവയുടെ കാലിൽ നൂലു കെട്ടി പറത്തിക്കളിക്കുന്ന ഓർമ്മ ഭാവനയുടെ പിൻപുറമാണ്. നിമിഷം കാല/സമയ സൂചകമാണ്. ആ നിമിഷത്തെ പിടിച്ച് കാലിണകെട്ടിയാൽ നിമിഷം നഷ്ടപ്പെട്ടുവെന്നല്ലേ അർഥം! കവിത ഇവിടെ പരാജയമാണോ എന്നൊന്നും ഞാൻ അന്വേഷിക്കുന്നില്ല. ആ ഭാവനയിൽ ചലനവും നിശ്ചലതയും ഒപ്പം ധ്വനിക്കുന്നുണ്ട്. ഈ കവിതയിലെ ഭാവാവേഗം ഒരു കാലത്തിന്റെ ഓർമയും ദേശത്തിന്റെ ദൃശ്യവുമാണ്. അതിൽ സ്ഥലബോധം കൂടിയുണ്ട്. അതായത് സുവ്യക്തവും സുചിന്തിതവുമായ ഒരു ഭാവത്തെ അടിസ്ഥാനമാക്കാതെ ചില ആലങ്കാരിക ഭാവനകളെ വിപുലമായിക്കാണാൻ ശ്രമിച്ചതിന്റെ അനന്തരഫലമാണ്

'നിമിഷം'. ആദർശത്തിന്റെ കണ്ണാടിയിൽ നിന്നുള്ള സങ്കല്പചരായ കണ്ട് നിന്നെ സാക്ഷാത്കരിക്കാൻ എത്രകാലം കാത്തിരിക്കേണ്ടി വരുമെന്ന സന്ദേഹത്തോടെയാണ് കവിത അവസാനിക്കുന്നത്. കാലത്തെ കവി തന്നിലേക്കുൾച്ചേർക്കുന്നു. 'നാളെ' എന്ന കവിതയിലും കാല ത്തിന്റെ പരാമർശമുണ്ട്. പുഞ്ചിരി തൂകാൻ നിന്ന കാലം പൊടുന്നനെ കരിയിലത്തുമ്പിൽ വിറക്കാൻ തുടങ്ങുന്നു. വർത്തമാനത്തിന്റെ അനു ഭൂതിയും ഭാവിയിലേക്കുള്ള അതിന്റെ പരിണാമവും പ്രതിനിധാനം ചെയ്യുന്ന ആ കവിതയിൽ സാമൂഹികമായ സൂചനകളുമുണ്ട്.

നിൻ നടുവളഞ്ഞത്
നാടിന്റെ ഭാരം മൂലം
ഇന്നത് കുഴങ്ങുന്നു...
നിന്റെ ഭാരത്താലത്രേ.

കാലത്തിന്റെ പരിണാമം ദേശത്തിന്റെ കൂടി പരിണാമമമാണ്. 'നാളെ' ഈ പ്രത്യാശയുടെ ബിംബവും. ദൈവാനുഭവം, പ്രകൃത്യാനുഭവം എന്നിവ കാലസങ്കല്പവുമായി ചേർന്ന് ഒരു ദേശവിശ്വാസമായി മാറുന്നുണ്ട് ജി. കവിതകളിൽ.

മരണം പ്രമേയവത്കരിക്കുന്ന കവിതകളിലും കാലത്തെക്കുറി ച്ചുള്ള കവിതകളിലും പ്രതീകവത്കരിക്കപ്പെടുന്നത് പ്രകൃതിയോ പ്രകൃതിഭാവങ്ങളോ ആണ്. കാലം പ്രകൃതി തന്നെയാണെന്ന് ജി. മനസ്സിലാക്കിയിരിക്കുന്നു. മിക്ക കവിതകളിലെയും പ്രമേയം പ്രകൃ തിയോ പ്രകൃതിഭാവങ്ങളോ ആയതിനാൽ, വായനയിൽ അനുഭൂത മാവുന്നത് ജ്ഞാനമാണ്. 'ജ്ഞാനത്തിൻ ഫലം ജ്ഞാനം' എന്നാണ് കവിവാക്യം. ജനസാമാന്യത്തിൽ നിന്നുള്ള അകൽച്ചയെക്കുറിക്കുന്ന ആശയമല്ല ജ്ഞാനം. ബുദ്ധിയുടെയും സംസ്കാരത്തിന്റെയും തല ത്തിൽ കവി സംസാരിക്കുന്നുവേന്നേയുള്ളൂ. വികാരം ആഖ്യാനം ചെയ്യപ്പെടുന്ന കവിതയും ജ്ഞാനം ആഖ്യാനം ചെയ്യപ്പെടുന്ന കവിതയും വേർതിരിയുന്നത് അനുഭൂതിദാന പ്രക്രിയയുടെ തല ത്തിലാണ്. വൈകാരികാനുഭൂതിയേക്കാൾ ജ്ഞാനത്തിനാണ് അല്ലെ ങ്കിൽ തത്ത്വാശയങ്ങൾക്കാണ് ജി. കവിതയിൽ പ്രാധാന്യം. പ്രകൃതി യുമായുള്ള അടുപ്പത്തിന്റെ സ്വരലാസ്യമാണ്, ജി. കവിത പ്രക്ഷേപി ക്കുന്നത്. കവിതയുടെ ഭാവഘടനയെ നിയന്ത്രിക്കുന്നത് പ്രകൃതി ചിഹ്നങ്ങളുമാണ്. അത് വായനയിൽ പകർന്നു തരുന്ന അനുഭൂതി, പ്രകൃതിയുടെ ലയമാണ്. വിശ്വത്തിലേക്കുള്ള ലയം എന്നും പറയാം.

ജീവിതഗാനം, കാലം
താളമാത്മാവിൽ നാദം
ഭാവമേതോ രാഗം
വിശ്വമണ്ഡലം ലയം

പ്രപഞ്ചത്തിന്റെ സൂക്ഷ്മതയിലേക്ക് കവി പ്രയാണം ചെയ്യുന്നു. കവി എത്തിച്ചേരുന്നത് അനന്തതയിലാണ്. ഈ അനന്തതയാണ് ജി. കവിതയിലെ സ്ഥായീഭാവം. കാവ്യജ്ഞാനമാകട്ടെ, അപാരത യിലേക്കുള്ള ലയം എന്നതാണ്. ആ ജ്ഞാനാനുഭൂതി വായനക്കാർക്ക് അനുഭവപ്പെടുമ്പോൾ, ഒരു പുതിയ രസമാണ് അനുഭവപ്പെടുന്നത്. പ്രകൃതിരസം എന്ന ഒരു രസത്തെ സങ്കല്പിക്കാമെങ്കിൽ, ജി. കവി തയിലെ രസം പ്രകൃതിരസമാണ് എന്ന് പറയാം. രസാനുഭൂതി എന്നത് അനുഭവവെളിച്ചമാണ്. അനന്തതയെക്കുറിച്ചുള്ള അന്വേഷണം നൽകുന്ന വെളിച്ചവുമതാണ്.

അപാരതയെയാഹ്ലാദി-
ച്ചളക്കും ചിറകുള്ളവർ
അനാദിയും വെളിച്ചത്തെ
യാവോളം മോന്തിടുന്നവർ

ആ ലയത്തിന്റെ 'അക്ഷരാമൃതഭാഷ'യാണ് ജി.ക്ക് കവിത. വിസ്മയം, ശോകം, ഭയം എന്നീ ഭാവങ്ങളിലൂടെ സഞ്ചരിക്കാതെ ആ രസ/ ലയാനുഭവത്തിലെത്താനാവില്ല. ആ അവസ്ഥയിലെത്തിയാലോ, ആ ഭാവങ്ങൾ അപ്രത്യക്ഷമാവുകയും ചെയ്യും. ഒരു പ്രപഞ്ചരഹസ്യം ഒരു ആഖ്യാന രഹസ്യമാവുന്ന കാഴ്ചയാണിത്.

അനുബന്ധം

കവി സങ്കല്പനം ചെയ്യുന്നത് ഒരു വിശ്വദേശത്തെയാണ്. അവിടെ പ്രകൃതിയും ഒട്ടേറെ പ്രകൃതിഭാവങ്ങളും അഭിസംബോധന ചെയ്യ പ്പെടുന്നുണ്ട്. പ്രകൃതിഭാവങ്ങൾ കവിതയിൽ ആവർത്തിച്ചു വരുന്ന തിനാൽ, വായനയുടെ ഉണ്മയായി ലഭിക്കുന്നത് ഒരു രസത്വരയാണ്. അത് സമഗ്രമായ വായനയുടെ ഫലമായിരിക്കുകയും ചെയ്യും. ആ സമഗ്രതയെ മാറ്റി, കവിതകൾ ഓരോന്നായി എടുത്ത് വായിക്കു മ്പോൾ സഞ്ചാരീഭാവങ്ങളുമായി തുലനം ചെയ്യാവുന്ന ചില ഭാവ ങ്ങളായിരിക്കും അനുഭൂതമാവുക. 'കാട്ടുമുല്ല' എന്ന കവിത ലജ്ജാ ഭാവമാണ് പകർന്നരുളുന്നതെങ്കിൽ 'നാളെ'യിൽ ജയം ഘോഷി ക്കുന്നു. 'അന്വേഷണ' ത്തിൽ അസ്വാസ്ഥ്യമാണ് ഭാവപ്പകർച്ചയായി വരുന്നത്. 'പുഷ്പ'ത്തിൽ 'പൂർണ്ണകാമിപുഷ്പം'എന്ന് പ്രയോഗിച്ച് രതി ഉന്നിദ്രമാക്കുന്നു. ഇങ്ങനെ ജി.യുടെ ഓരോ ഭാവഗീതത്തിലും ചെറിയ ഭാവങ്ങൾ ആവിഷ്കൃതമാവുന്നത് കാണാം. ഈയർത്ഥ ത്തിൽ സഞ്ചാരീഭാവങ്ങളുടെ കവി എന്ന് ജി.യെ വിശേഷിപ്പിക്കു ന്നതിലും തെറ്റില്ല. എന്നാൽ ആ കവിതകളുടെ സമഗ്രവും സാന്ദ്ര വുമായ വായന നമ്മെ ആകൃഷ്ടമാക്കുക പ്രകൃതി രസത്തിലേക്കാ യിരിക്കുകയും ചെയ്യും.

ഭാവിത്തണൽ
ഗ്രാജ്വേറ്റ്, പോസ്റ്റ് ഗ്രാജ്വേറ്റ് വായനകൾ

വായനയെ ഒരു തന്ത്രമായോ സമരമായോ വ്യാഖ്യാനിക്കാം. കാവ്യ പാഠത്തിൽ ഒരാൾ ഇടപെടുന്നത് അയാളുടെ താത്പര്യത്തിനും ആഗ്രഹത്തിനും വിഘാതം വരാത്ത രീതിയിലായിരിക്കുമല്ലോ. വായന യ്ക്ക് ഒരു ലക്ഷ്യമുണ്ട് എന്നാണ് അതു തെളിയിക്കുന്നത്. കവിത യുടെ അർത്ഥത്തെ സാക്ഷാത്ക്കരിക്കലാണ് ആ വായനയെന്ന് സാമാന്യമായി പറയാം. അല്ലെങ്കിൽ മുൻകൂട്ടി നിശ്ചയിച്ചുറപ്പിച്ച ലക്ഷ്യത്തിലേക്ക് വായനയെ നിയന്ത്രിക്കാൻ കഴിയുകയെന്നത് അത്ര ചെറിയ കാര്യമല്ല എന്നർത്ഥം. ഇവിടെയാണ് വായന ഒരു തന്ത്ര മാണോ എന്ന സന്ദേഹം ബലപ്പെടുന്നത്. ഭാഷയേയും കവിതയ്ക്ക കത്തെ ചിഹ്നവ്യവസ്ഥയേയും ഉപയോഗിക്കാതെ സമർത്ഥനായ ഒരു വായനക്കാരന് തന്ത്രങ്ങൾ മെനയാനാവില്ല. കാവ്യപാഠം അതിന് നിന്നു കൊടുക്കുകയും വേണം. വായനക്കാരനും പാഠവും തമ്മി ലുള്ള ഇടപെടലാണ് വായാനാതന്ത്രത്തിന്റെ യുക്തിയെന്ന് നമുക്ക് തിരിച്ചറിയേണ്ടിവരുന്നു.

വായനയുടെ ലക്ഷ്യം അർത്ഥോല്പാദനമാണ്. അർത്ഥത്തെ മറികടക്കലുമുണ്ട്. കവിതയ്ക്കകത്തുള്ള ഭാഷയുടെ അടുക്കുകൾ പൊട്ടിച്ചുകൊണ്ടുവേണം അതു സാധ്യമാക്കാൻ. പാഠവുമായി നിരന്തരം ഇടപെട്ടുകൊണ്ടിരിക്കുന്ന വായനക്കാരനുമാത്രമേ അതിനു സാധ്യ മാവൂ. അയാൾ ആ ലക്ഷ്യം സാക്ഷാൽക്കരിക്കാൻ തന്റേതായ ഒരു വായനാരീതി ക്രമപ്പെടുത്തിയെടുക്കുന്നു. അതിലൂടെ വായനയുടെ മൂല്യബോധവുമായി അടുക്കുന്നു. ഇതിനിടയിൽ വായനക്കാരനും പാഠവും തമ്മിൽ ചില കൊടുക്കലും വാങ്ങലും നടക്കുന്നുണ്ടാവും. വായനയിൽ മറ്റൊരു പാഠം രൂപപ്പെടുകയാണോ? ഈ അന്വേഷണ മാണ് ഇവിടെ മുഖ്യം.

പാഠത്തിന്റെ സജീവത എന്നത് ചോദ്യങ്ങൾ ഉന്നയിക്കാനുള്ള കെൽപ്പാണ്. വായനക്കാരന്റെ മുന്നിൽ പാഠമുയർത്തുന്ന പ്രധാനപ്പെട്ട

ചോദ്യം ഭാഷാമാതൃകകളുമായി ബന്ധപ്പെട്ടതായിരിക്കും. അതായത് പാഠമുന്നയിക്കുന്ന സംശയങ്ങൾ ഭാഷയുടെ പ്രവർത്തനവുമായി ബന്ധപ്പെട്ടതാണ് എന്നാണ് വരുന്നത്. ഭാഷ വായനക്കാരനിൽ നിർമ്മിച്ചെടുക്കുന്ന അനുഭവങ്ങൾ കാണും. എന്തെല്ലാം സൂചനകൾ ആണ് വായനക്കാരൻ പാഠത്തിൽ നിന്ന് പറിച്ചെടുക്കുന്നത്? അയാളുടെ പ്രതികരണത്തിലുണ്ടാവുന്ന വൈവിധ്യമെന്താണ്? സാദൃശ്യമെന്ത്? പാഠവും പ്രതികരണവും തമ്മിലുള്ള താരതമ്യതയിലേക്കാണ് ആ ചോദ്യങ്ങൾ നമ്മെ കൊണ്ടുപോവുന്നത്. വായനക്കാരുടെ പ്രതികരണങ്ങളിൽ പ്രകടമാവുന്ന സാദൃശ്യങ്ങൾ പൊതുവെ പാഠനിയന്ത്രിതമായിരിക്കും. എന്നാൽ പ്രതികരണത്തിലെ വൈവിധ്യങ്ങൾ വായനക്കാരുടെ പ്രത്യേകതകളുമായി അടുത്തുനിൽക്കുന്നവയാണ്. വായനയുടെ ഭാഗമായി വരുന്ന പ്രതികരണ സാദൃശ്യങ്ങളും പ്രതികരണ വൈവിധ്യങ്ങളും വിമർശനകലയിലെ വിഷയമാവാൻ വിരോധമില്ല. അതായത് വായനക്കാർ മാറുന്നതിനനുസരിച്ച് പ്രതികരണരീതി മാറാം. അതിൽ വായനക്കാരുടെ സ്വഭാവവിശേഷങ്ങൾക്ക് ചെറുതല്ലാത്ത പങ്കുണ്ട്. എല്ലാ വായനക്കാരും തുല്യരല്ല. സാംസ്കാരികമായ ഭേദങ്ങൾ, വിദ്യാഭ്യാസപരമായ അവസ്ഥകൾ, ലിംഗവ്യത്യാസങ്ങൾ, ചരിത്രവുമായി ഇടപെടുന്നതിലുള്ള രീതിഭേദങ്ങൾ - ഇങ്ങനെ അനേകം കാര്യങ്ങൾ വായനക്കാരെ ആകൃതിപ്പെടുത്തുന്നതിൽ പ്രവൃത്തിക്കുന്നതുകാണാം. അതുകൊണ്ട് പ്രതികരണത്തിൽ ഊന്നിക്കൊണ്ടുള്ള വിമർശനസമീപനം വായനക്കാരുടെ പ്രത്യേകതകൾ കണക്കിലെടുക്കുന്നു. പാഠത്തിന്റെ പ്രതികരണങ്ങളിൽ ആ പ്രത്യേകതകൾ സ്വാധീനിക്കുമെന്നും വിമർശകൻ മനസ്സിലാക്കുന്നു. അതിനാൽ ആ പ്രതികരണങ്ങൾക്കുള്ളിൽ നിന്നുകൊണ്ടുള്ള ഉചിതമായ വായനയെ സ്വീകരിച്ചാദരിക്കാൻ പുതിയ വിമർശനകല തയ്യാറാവുന്നു.

കവിത ഏതു തരം വായനയാണ് തീർച്ചപ്പെടുത്തുകയെന്ന് എളുപ്പം വ്യാഖ്യാനിക്കാനാവില്ല. കവിതയുടെ വായന എല്ലാ സമയത്തും അസ്പഷ്ടമായിരിക്കും. കവി പ്രയോജനപ്പെടുത്തുന്ന ഭാഷാഘടകങ്ങളും സൂചകങ്ങളുമൊക്കെ, സാമാന്യധാരണ മാത്രമുള്ള വായനക്കാരന് സ്വാതന്ത്ര്യത്തോടെ സ്വീകരിക്കാൻ ആവില്ല. പദപ്രയോഗങ്ങൾ അയാൾക്ക് അപരിചിതമായിരിക്കും. വായിക്കുമ്പോൾ കിട്ടുന്ന അർത്ഥത്തേയോ അനുഭവത്തേയോ മാത്രമാകും അയാൾ ആശ്രയിക്കുക. എന്നാൽ വായനാപരിചയവും അനുഭവങ്ങളുടെ സാന്ദ്രതയുമുള്ള ഒരു വായനക്കാരൻ അതേ കവിതയിൽ ഇടപ്പെടുമ്പോൾ ജ്വലിക്കുന്ന ലോകം വേറൊന്നായിരിക്കയും ചെയ്യും. അയാൾക്ക് അസ്പഷ്ടത ഒഴിവാക്കി കവിത വായിച്ചെടുക്കാൻ കഴിഞ്ഞേക്കും. വായനയുടെ ഒരു പ്രോജക്ട് വിപുലപ്പെടുത്തിക്കൊണ്ടാണ് ഈ വായനക്കാരൻ പാഠത്തിലേർപ്പെടുന്നത്. അയാളുടെ പാഠാഭിമുഖീകരണത്തിൽ

വലിയ പ്രതീക്ഷയുണ്ട്. ഉയർന്ന പ്രത്യാശയും കാണും. അതുകൊണ്ടു തന്നെ ഒരു പാഠത്തിലെത്തിക്കഴിഞ്ഞാൽ വായനയുടെ തുടർച്ചയെക്കുറിച്ചാവും ചിന്തിക്കുക. ആ തുടർച്ചയുടെ രീതിവ്യത്യാസങ്ങളെ മുൻനിർത്തി വ്യക്തമായ തീർപ്പുകൾ ആവിഷ്ക്കരിച്ചതിനുശേഷമാണ് വായന ആരംഭിക്കുന്നതെന്നും കാണാം. അനുഭവസമ്പത്തുള്ള വായനക്കാരൻ കൃതികൾ തെരഞ്ഞെടുക്കുന്നതിൽ അതിനാൽ പ്രത്യേകം ശ്രദ്ധവെക്കുന്നു. പാഠഘടനകളെ മുൻകൂട്ടി പ്രവചിച്ചും ചോദ്യങ്ങൾ ഉന്നയിച്ചും കണ്ടെത്തലുകളെ യുക്തിസഹം വ്യാഖ്യാനിച്ചും വികസിക്കുന്ന വായന സാക്ഷ്യപ്പെടുത്തുന്നത് അനുഭവസമ്പത്തിനേയാണ്. ഭാഷയും ശൈലിയുമാണ് വായനയിലെ സ്വാധീനഘടകമെന്ന തിരിച്ചറിവിലൂടെ, പാഠത്തിന്റെ സാംസ്കാരിക നേർക്കാഴ്ചയിലേക്ക് അയാൾ പ്രവേശിക്കുന്നു.

ഇത് വായനയുടെ ഒരു വഴിയാണ്. വായനയിലെ കീഴ്നടപ്പുകളെക്കുറിച്ചുള്ള ആലോചനകൾ അനുഭവങ്ങളുള്ള വായനക്കാരനെ കേന്ദ്രീകരിച്ചാണ് നടക്കുക. പാഠത്തിന്റെ സ്പഷ്ടതയിലാണ് അയാളുടെ ശ്രദ്ധ. പാഠത്തിൽ സ്പഷ്ടത വരുന്നത് സൂചകങ്ങളിലൂടേയും ചിഹ്നങ്ങളിലൂടെയുമാണ്. വ്യഞ്ജനാവ്യാപാരങ്ങൾക്കും വായനയിൽ പ്രാധാന്യമുണ്ട്. പാഠത്തിന്റെ തെളിഞ്ഞ പ്രവർത്തനമന്വേഷിക്കുന്ന അനുഭവം കൈമുതലായുള്ള വായനക്കാരൻ ചിലപ്പോൾ തന്റേതായ താല്പര്യങ്ങൾ പ്രകടിപ്പിച്ചെന്നുവരാം. എന്നാൽ അനുഭവങ്ങൾ കുറഞ്ഞ വായനക്കാരന് താല്പര്യങ്ങൾ കുറവായിരിക്കും. അയാൾ പാഠത്തെ അഭിമുഖീകരിക്കുന്നത് ആദ്യമായിട്ടാകും. താല്പര്യങ്ങൾ സൃഷ്ടിക്കുന്ന നിർഭാഗ്യകരമായ അവസ്ഥ അയാളെ അലട്ടുന്നില്ല. ഈ വായനക്കാരനെ അറിയുന്നതിലൂടെ വ്യാഖ്യാനത്തിന്റേയും വായനയുടേയും പ്രവർത്തനങ്ങളെ പൂർണ്ണമായും അറിയാൻ കഴിയുമെന്ന് ഒരഭിപ്രായമുണ്ട് അത് ജൊനാഥൻ കുള്ളർ ശരിവെക്കുകയും ചെയ്യുന്നു.

വായന ആരംഭിക്കുന്ന ഒരാളുടെ പ്രതികരണങ്ങൾ പഠനവിധേയമാക്കുന്നതിലൂടെ പാഠം സമാർജിക്കുന്ന സമരതന്ത്രവും അതിന്റെ പ്രയോഗവും നിരീക്ഷിച്ചറിയാൻ പ്രയാസമുണ്ടാവില്ല എന്നാണ് എന്റെ വിശ്വാസം. പാഠവുമായി സംവദിക്കുന്ന അനുഭവജ്ഞാനമില്ലാത്ത വായനക്കാരൻ ശിക്ഷണം ആവശ്യപ്പെടുന്നുണ്ട് എന്നു ബോധ്യപ്പെടുന്നു. അതിനാലാണ് ഉചിതജ്ഞനാവാൻ ഒട്ടനവധി തന്ത്രങ്ങളും നടപടിക്രമങ്ങളും മനസ്സിലാക്കേണ്ടതുണ്ട് എന്ന് കുള്ളർ അഭിപ്രായപ്പെട്ടത്. കവിതയെ സംബന്ധിച്ച് അറിയാവുന്ന കാര്യങ്ങൾ മാത്രം അവലംബിച്ച് അതിന്റെ വായനക്കാരനെ വിശദീകരിക്കാനാവില്ല. വായനക്കാരനെന്ന രീതിയിലുള്ള വളർച്ചയും അയാളുടെ സ്വത്വബോധവുമെല്ലാം പരിഗണിക്കേണ്ടിവരുന്നു. ആ വിശകലന തന്ത്രത്തിലൂടെ മാത്രമേ അയാളുടെ നിലപാട് സ്വരൂപിക്കാൻ കഴിയൂ.

പൊതു സമൂഹത്തിൽ വായനക്കാരന്റെ നിലപാട്/നിലനില്പ് സൂക്ഷ്മമായി അറിയുക വിമർശനകലയുടെ ഒരു ദൗത്യം തന്നെയാണ്.

അക്കാദമിക്ക് ഇടപെടൽ

വായനക്കാരന്റെ സ്വത്വബോധത്തിന്റെ പ്രശ്നം വരുമ്പോഴാണ് വായനയിലെ ബിരുദധാരികളുടെ ഇടപെടൽ പ്രധാനമാവുന്നത്. ഇപ്പോൾ സാഹിത്യവായന നടക്കുന്നത് യൂണിവേഴ്സിറ്റികളിലും ക്ലാസ്മുറികളിലുമായതിനാൽ കൃതികളെ സംബന്ധിച്ചു സംസാരിക്കുന്നത് അധ്യാപകരാണ്. അക്കാദമിക്ക് ഇടപെടൽ വായനയിൽ സർവ്വസാധാരണമായിരിക്കുന്നു.

യൂണിവേഴ്സിറ്റികൾക്കുപുറത്ത് വായനയില്ല എന്നല്ല അർത്ഥമാക്കുന്നത്. കവിതയ്ക്ക് ഒന്നിലധികം വായന ഉണ്ടാവുക സ്വാഭാവികമാണ്. പ്രൊഫസർമാർ ക്ലാസുമുറികളിൽ നടത്തുന്ന അഭിപ്രായരൂപീകരണശ്രമങ്ങൾ ഒരു ഭാഗത്ത്. അതിന്റെ വിശകലന രീതികൾ വിദ്യാർത്ഥികൾ വഴി പുറത്തു പ്രചരിക്കുന്നു. അങ്ങനെ അധ്യാപകരും അവരുടെ പിൻതലമുറയും സൃഷ്ടിക്കുന്ന ആശയക്രമങ്ങളിലൂടെ ആകൃതിപ്പെടുന്ന ഒരു വായനാസമൂഹമുണ്ട്. ആ സമൂഹത്തിൽ ഗ്രാജ്വേറ്റുകളും പോസ്റ്റ് ഗ്രാജ്വേറ്റുകളുമായിരിക്കും ഏറെ. അവരുടെ വായനാരീതി ആവില്ല ലോകവും ജീവിതവുമായി ബന്ധപ്പെട്ട് ആർജ്ജിച്ച സാമഗ്രികളുമായി കവിതയെ സമീപിക്കുന്ന വായനക്കാരുടേത്. അതുകൊണ്ടാണ് സാഹിത്യപഠനവുമായി ബന്ധപ്പെട്ട് വായനയുടെ തന്ത്രങ്ങളും മറ്റും നിലനിൽക്കുന്നുണ്ടെന്ന് ജൊനാഥൻ കുള്ളർക്ക് അടിവരയിടേണ്ടിവരുന്നത്.

കൃതിയെ സംബന്ധിച്ച് ഒരു സാഹിത്യവിദ്യാർത്ഥിക്കറിയാവുന്ന കാര്യങ്ങളെ മുൻനിർത്തി അയാളെ വിശകലനം ചെയ്യാനാവില്ല എന്ന് തിരിച്ചുവാദിക്കേണ്ടിവരുന്നതും. അണ്ടർഗ്രാജ്വേറ്റുകളും ഗ്രാജ്വേറ്റുകളും പോസ്റ്റുഗ്രാജ്വേറ്റുകളും അടങ്ങുന്ന സമൂഹത്തിലേക്കാണ് ഒരു കൃതി കടന്നുവരുന്നത്. ഓരോ വായനക്കാരനും കൃതിപാഠത്തെ അറിയുന്നതെങ്ങനെയെന്ന് മനസ്സിലാക്കേണ്ടിവരുന്നു. വായനക്കാരനെന്ന നിലയിൽ അയാളുടെ വികാസത്തെ മൂല്യനിർദ്ധാരണം ചെയ്തെടുക്കാൻ മാത്രമല്ല ഓരോരുത്തരും ഒരു പാഠത്തെ എങ്ങനെ കീഴ്പ്പെടുത്തുന്നു എന്നുകൂടി അറിയാൻ അത് പ്രയോജനപ്പെടും.

ബിരുദധാരികളായ വായനക്കാരുടെ കവിതയിന്മേലുള്ള പ്രതികരണങ്ങൾ ആരായുകയുണ്ടായി. അവരുടെ താത്പര്യങ്ങളും വ്യാഖ്യാനത്തിലെ പ്രത്യേകതകളും പാഠത്തിലേക്കുള്ള പ്രവേശന രീതിയും രസകരമായ അനുഭവമായിരുന്നു. ഇരുപതുപേരെയാണ് ഞാനിതിൽ

ഭാഗഭാക്കാക്കിയത്. കെ.ജി. ശങ്കരപ്പിള്ളയുടെ ഒരു കവിത പൂർണ്ണമായും അവർക്ക് ഒരു ചോദ്യാവലിയോടൊപ്പം കൊടുക്കുകയുണ്ടായി.

1 ഏകാന്തവിസ്തൃതിയിലെ
ഒരു നേർവരയാകാൻ
കാട്ടുവള്ളിക്കുരുക്കുകൾ
ഒറ്റക്കാലൂന്നി തപസ്സുചെയ്യുന്നു.

2. പട്ടണഭാഷക്കുരുക്കിൽ
ഞെരങ്ങി കുഴഞ്ഞ്
എന്റെ നാവ്
തെങ്ങിൻതോപ്പിൽ നിലാവെഴുതുന്ന
മലയാളം കൊതിക്കുന്നു.

3 വെയിൽച്ചിറകുവിരുത്തി
പുഞ്ചപച്ചയിലൂടെ
പൂത്തുമ്പിപോലെ പാറുന്ന
നാട്ടരുവിയുടെ നാടൻപാടലാവാൻ
കടൽത്തിരമാലകൾ വെമ്പുന്നു.

4. ഓരോ തിരയും
എന്റെ കാൽപിടിച്ചുപറഞ്ഞു
എനിക്ക് ലോകാന്തരങ്ങളെ പരിചരിക്കുന്ന
ഇതിഹാസമാവേണ്ട
ഉച്ചച്ചൂടിലെ ദാഹനീരായാൽമതി

5. എന്നെ കോരിയെടുക്കൂ
ഏതെങ്കിലും ഒരരുവിയിൽ വിടൂ.

6. വിയർപ്പുപോലെ പൊന്തി
വെയിൽപോലെ പാറി
കിളിപോലെ പാടി
ഏതെങ്കിലുമൊരു മഹാവൃക്ഷത്തിന്റെ വിത്തിൽ
ചേക്കേറി
ഞാൻ
ഭാവിത്തണൽ വിളിച്ചുണർത്തട്ടെ.

'ഭാവിത്തണൽ' എന്ന കവിതയാണ് മേലുദ്ധരിച്ചുചേർത്തിരിക്കുന്നത്. ഈ കവിതയിന്മേൽ പ്രതികരണങ്ങൾ ആവശ്യപ്പെട്ടുകൊണ്ട് നാല് ചോദ്യങ്ങൾ ചോദിക്കുകയുണ്ടായി.

1. അർത്ഥം പൊടുന്നനെ മനസ്സിലാവുന്ന വാക്കുകളും ശൈലികളും അടിവരയിടുക.

2. ഈ കവിതയിൽ മനസ്സിലാക്കാൻ പ്രയാസമുള്ള വരികൾ ഏതെല്ലാം? എന്തുകൊണ്ട്?

3. വായനയിൽ അർത്ഥഗ്രഹണത്തിനു പ്രയാസമുണ്ടാക്കുന്ന മറ്റേതെങ്കിലും സ്വകാര്യപദങ്ങൾ കവിതയിലുണ്ടോ? ഏതെല്ലാം? എന്തുകൊണ്ട് അവ ബുദ്ധിമുട്ടുളവാക്കുന്നുവെന്ന് വിശദീകരിക്കുക.

4. ആദ്യവായനയിൽ കവിതയെപ്പറ്റി അനുഭവപ്പെട്ട കാര്യങ്ങൾ വിശദീകരിക്കുക. ഉദ്ധരണികൾ കവിതയിൽനിന്ന് തെരഞ്ഞെടുക്കാവുന്നതാണ്.

പോസ്റ്റ് ഗ്രാജ്വേറ്റുകളായ വായനക്കാരുടെ പ്രതികരണങ്ങൾ ശ്രദ്ധിച്ചപ്പോൾ രസകരവും ചിന്തനീയവുമായ ചില നിരീക്ഷണങ്ങളിലൂടെ കടന്നുപോകാനായി. നാഗരികതയിൽ നിന്നെല്ലാം ഒളിച്ചോടി ഗ്രാമത്തിന്റെ നൈർമ്മല്യം അനുഭവിച്ച് ഒതുങ്ങിക്കൂടാൻ വെമ്പുന്ന ഒരു മനസ്സ് ഈ കവിതയിലുണ്ടെന്ന് ഒരു വായനക്കാരൻ അഭിപ്രായപ്പെടുന്നുണ്ട്. എന്തൊക്കെയോ ആകുവാൻ വെമ്പുന്ന മനസ്സാണ് വേറൊരാൾക്ക് അനുഭവവേദ്യമായത്. ഇങ്ങനെയുള്ള പ്രതികരണങ്ങളെല്ലാം പരിശോധിച്ചുനോക്കിയപ്പോൾ ചില സാധർമ്യങ്ങളും ചില വൈധർമ്യങ്ങളും കണ്ടെത്താൻ കഴിഞ്ഞു. ഏകാന്തത തേടിയലയുന്ന കവിമനസ്സിന്റെ ഗ്രാമനിഷ്കളങ്കതയിലേക്കുള്ള ചായ്‌വ് പ്രത്യക്ഷത്തിൽ കവിതയിലുണ്ട്. ഗ്രാമത്തെക്കുറിച്ചുള്ള അന്വേഷണമായും ഈ കവിതയെ വിശദീകരിക്കാമെന്നു തോന്നി. അതേ സമയം വൈരുദ്ധ്യങ്ങളുടെ സാന്നിധ്യം അറിയുന്ന വായനക്കാരന്, സങ്കീർണ്ണതയിൽനിന്ന് ലാളിത്യത്തിലേക്കുള്ള പരിവർത്തനമായിട്ടാവും ആഖ്യാനത്തെ മനസ്സിലാക്കേണ്ടി വരിക. മനുഷ്യന്റെ ഭാവിയെ സംബന്ധിക്കുന്ന ആശങ്കകളിലേക്കുള്ള വിരൽചൂണ്ടലായി കവിതയെ വിലയിരുത്തുകയുമാവാം.

മനസ്സിലാവാത്ത വാക്കുകളും ശൈലികളും കവിതയിലില്ലെന്നാണ് പൊതുവേ ചൂണ്ടിക്കാണിക്കപ്പെട്ടത്. ആഖ്യാനവും വായനയും സമരസപ്പെടുന്നുവെന്നതിന്റെ സൂചനയാണത്. അതുപോലെ സ്വകാര്യപദങ്ങളും കുറവാണെന്ന് സൂചിപ്പിക്കപ്പെടുകയുണ്ടായി. കവിതയുമായി അടുത്ത പരിചയമുള്ളവരും കാവ്യസംസ്കാരം എന്തെന്ന് അറിയാവുന്നവരും ഒരു പക്ഷേ കെ.ജി. ശങ്കരപിള്ളയുടെ ഒരു സാധാരണ കവിതയായി മാത്രമേ 'ഭാവിത്തണലിനെ' കാണാനിടയുള്ളൂ. പൊടുന്നനെയുള്ള വായനയുടെ പാഠങ്ങൾ സാമാന്യത നിറഞ്ഞതായി പരിണമിക്കുന്നു. കവിത ആഴത്തിൽ വിലയിരുത്താനായുമ്പോൾ

കാര്യകാരണബന്ധം സൂക്ഷിക്കണമെന്ന വിശ്വാസം പ്രതികരിച്ച വരിൽ കുറച്ചുപേരെങ്കിലും പുലർത്തിയിട്ടുണ്ട്. അവരുടെ വായന യുടെ പ്രത്യേകതകളെ എടുത്തുപറയുകയും വേണം.

ചോദ്യം 2ന് പ്രതികരിച്ചവർ, മനസ്സിലാക്കാൻ സ്വല്പം പ്രയാസ പ്പെട്ടതായി സൂചിപ്പിച്ചത്, 'ഏകാന്തവിസ്തൃതിയിലെ നേർവര'യാ കാൻ എന്ന പ്രയോഗമായിരുന്നു. ഈ പ്രയോഗം അവ്യക്തമാണെന്ന് അവർ പറയുന്നു. ആധുനികതയുടെ കാലത്ത് 'ഏകാന്തത' വിശി ഷ്ടവും കവിയുടെ ദർശനഭാവത്തെ സാക്ഷ്യപ്പെടുത്താനുതകുന്ന തുമായ ഒരു പ്രയോഗമായിരുന്നല്ലോ. ആ പദത്തോടൊപ്പം 'വിസ്തൃതി' കൂടിച്ചേരുമ്പോൾ സംഭവിക്കാനിടയുള്ള അർത്ഥഗണിതം കവിയുടെ ഭാവനയിൽപ്പോലും വന്നുകൊള്ളണമെന്നില്ല. ആ വാക്കുകൾ ഉൾക്കൊ ള്ളുന്ന കാവ്യഭാഗത്തിലെ ഇമേജറി അവ്യക്തമാണെന്ന് ചൂണ്ടിക്കാണി ക്കുന്ന വായനക്കാരൻ ambivalent, ambiguious എന്നിങ്ങനെയുള്ള ആംഗലേയ പദങ്ങളിലൂടെയാണ് പ്രതികരിച്ചത്. അതേ സമയം കവി യുടെ സ്വകാര്യപദങ്ങളായി വിശ്വസിക്കാവുന്ന ഏകാന്തവിസ്തൃതി, ലോകാന്തരങ്ങൾ, നാടൻ പാടൽ എന്നിവ (മൂന്നാം ചോദ്യത്തിനുള്ള ഉത്തരം) അല്പം ദുർഗ്രഹമായിപ്പോയോ എന്ന് സംശയിച്ച ഒരാളും ആ വായനക്കാർക്കിടയിലുണ്ടായിരുന്നു. ആധുനികകവി സ്വകാര്യ പദങ്ങൾ ധാരാളമായി ഉപയോഗിച്ച് കവിതയിൽ ഒരു അപരിചിതത്വം സൃഷ്ടിക്കുന്ന രീതി പിൻതുടർന്നിരുന്നു. എന്നാൽ കെ.ജി. ശങ്കര പ്പിള്ളയുടെ കവിതയിൽ ആ അപരിചിതത്വത്തിന് ഗ്രാമീണ പദ ശൈലികൾ ഉപയോഗിച്ചുകൊണ്ട് തടയിടുന്നതാണ് നാം കാണു ന്നത്. പരിചിതവൽക്കരണത്തിലേക്ക് ചായുന്ന ആഖ്യാനതന്ത്രമാണിത്. 'വെയിൽച്ചിറകുവിരുത്തി പുഞ്ചപ്പച്ചയിലൂടെ പൂത്തുമ്പിപോലെ പാറുന്ന നാട്ടരുവി' എന്ന വരി നാടൻചാരുത തുളുമ്പുന്നതല്ലേ. ഇവിടെ ഗ്രാമവും നഗരവും തമ്മിലുള്ള ഒരു സംവാദഘടന രൂപപ്പെടുത്തി വായനക്കാരെ വൈരുദ്ധ്യത്തിലേക്കു കൊണ്ടുവന്ന് യാഥാർത്ഥ്യങ്ങളെ ബോധ്യപ്പെടുത്തുന്ന ആഖ്യാനശൈലിയാണ് പ്രയോജനപ്പെടുത്തി ക്കാണുന്നത്.

'ഭാവിത്തണൽ' എന്ന കവിത സ്വന്തം ഗ്രാമത്തിലേക്ക് തിരിച്ചു പോകാനുള്ള കവിയുടെ ആഗ്രഹത്തെയാണ് പ്രതിഫലിപ്പിക്കുന്ന തെന്നാണ് രണ്ടാം വിഭാഗത്തിൽപ്പെട്ട വായനക്കാരുടെ ഭൂരിപക്ഷാ ഭിപ്രായം. പട്ടണത്തിലെ കപടമുഖങ്ങൾ കവിയിൽ വെറുപ്പുളവാക്കുന്നു. വായനക്കാർ സ്വീകരിക്കുന്ന അർത്ഥരീതികൾ വിഭിന്നമാണെന്ന് തോന്നാം. ചില കാര്യങ്ങളിൽ ഏകതാനതയുണ്ട്. ഗ്രാജ്വേറ്റുകളും പോസ്റ്റു ഗ്രാജ്വേറ്റുകളുമായ വായനക്കാരുടെ സമീപനരീതികൾ വിഭിന്നമാണ് എങ്കിലും സാമാന്യമായ കാര്യങ്ങളിൽ അവർ യോജിക്കുന്നുമുണ്ട്.

പോസ്റ്റുഗ്രാജ്വേറ്റുകളായ വായനക്കാരേക്കാൾ കവിതയുടെ വികാര തലം വൃത്തിയായി തിരിച്ചറിയുന്നത് ഗ്രാജ്വേറ്റുകളായ വായന ക്കാരാണ്. അതെന്നെ അത്ഭുതപ്പെടുത്തുകയുണ്ടായി. അതിനാൽ കെ.ജി. ശങ്കരപ്പിള്ളയുടെ കവിത പോസ്റ്റുഗ്രാജ്വേറ്റുകൾക്കുവേണ്ടി എഴുതപ്പെട്ടതല്ലേ എന്ന ഒരു സംശയം രൂഢമൂലമായി. ഭാവിത്തണൽ സാമാന്യവായനയ്ക്ക് അംഗീകാരം നൽകുന്ന ഒരു കവിതയല്ലേ? കവിത വായിക്കപ്പെട്ട രീതികൾ വിശകലനം ചെയ്യുമ്പോൾ വായന കൾ രണ്ടു വിധത്തിൽ സംഭവിച്ചതിന്റെ അറിവുകളാണ് ലഭിക്കുക. പദാനുപദ വായനയും രൂപപരവായനയും എന്നിങ്ങനെ ആ വായ നകളെ വിഭജിക്കാം. കവിതയുടെ സാംസ്കാരികാർത്ഥത്തിലെത്താൻ അല്ലെങ്കിൽ ആ വായനയെ സമഗ്രതയിലെത്തിക്കാൻ പദാനുപദ പരവും രൂപപരവുമായ സമീപനത്തിന്റെ ആവശ്യകതയാണ് വിമർ ശനകലയിൽ വെളിപ്പെടുന്നത്. വായനയുടെ സന്ദർഭയുക്തിയാ ണത്.

വായനയിലെ പോസ്റ്റ് ഗ്രാജ്വേറ്റ് സമീപനം

വായനയിൽ അനേകം അർത്ഥങ്ങൾ സൃഷ്ടിക്കപ്പെടാറുണ്ട്. ആ അർത്ഥങ്ങളുടെ ഉത്ഭവകേന്ദ്രങ്ങളിൽ എത്തുക എളുപ്പമുള്ള കാര്യ മല്ല. എന്നാൽ ഒരു വ്യക്തിയെന്ന നിലയിലുള്ള പ്രതികരണവും കൂട്ടായ പ്രതികരണവും ആ അന്വേഷണത്തെ തീവ്രമാക്കുന്ന ഘടക ങ്ങളാണ്. വ്യാഖ്യാനാത്മകമായ വായനയുടെ അന്തരീക്ഷത്തിലേക്ക് ഭാവിത്തണൽ എന്ന കവിതയെ കൊണ്ടുപോകുന്ന രണ്ടാം വിഭാഗ ത്തിൽപ്പെട്ട വായനക്കാർ താത്പര്യം പ്രകടിപ്പിച്ചുകണ്ടത് നിർദ്ദേശ പരമായ വായനയിലാണ്. ഈവക പ്രതികരണങ്ങൾ വെളിപ്പെടു ത്തുന്നത് കവിതയുടെ പാഠാന്തരീയമായ സവിശേഷതയെയാണ്. മനുഷ്യരുടെ നിലപാടുകളിലേക്ക് മാറുന്ന വായനയും ഏകതാബോധം ലക്ഷ്യം വെക്കുന്ന വായനയും ഉണ്ട്. പ്രതിരൂപങ്ങളുടെ സാന്ദ്രത യേയാണ് വേറെ ചില വായനക്കാർ അന്വേഷിച്ചുപേയത്. പ്രത്യക്ഷ ത്തിൽ കാണുന്ന അർത്ഥങ്ങൾക്ക് സ്വീകാര്യത നൽകുന്ന വായന യാണ് പൊതുവേ കണ്ടത്. ഭാഷാപരമായ വിരുദ്ധതയും ആഖ്യാ നത്തിലെ വ്യതിചലനങ്ങളും അവർ ശ്രദ്ധിക്കുകയുണ്ടായി.

അതൃപ്തികളുടെ ധാരാളിത്തംകൊണ്ട് സമ്പന്നമായിരുന്നു ഈ വിഭാഗത്തിൽപ്പെട്ട വായനക്കാരുടെ പ്രതികരണങ്ങൾ. തങ്ങളുടെ പരിമിതികളെ മറികടന്നുപോകുന്ന കാവ്യവസ്തുക്കളും സംവേദന പരമായ അംശങ്ങളും ഉയർത്തിപ്പിടിച്ചുകൊണ്ടാണ് അവർ തങ്ങളുടെ കാവ്യവിശ്വാസങ്ങൾ അവതരിപ്പിക്കുന്നത്. കവിതയിലെ ആദ്യത്തെ

വരി സങ്കീർണ്ണതയിൽനിന്ന് ലാളിത്യത്തിലേക്ക് എന്ന ആശയത്തെ വക്രമായിട്ടാണ് അവതരിപ്പിക്കുന്നതെന്ന് പറഞ്ഞ ഒരു വായനക്കാരനേയുള്ളൂ. അതിനെത്തുടർന്നുവരുന്ന ഭാഗങ്ങളുമായി ബന്ധമില്ലായ്മ അനുഭവപ്പെടുന്നതായും ചൂണ്ടിക്കാണിക്കപ്പെട്ടു. ആഖ്യാനപരമായ ഒരു പ്രശ്നമായി ഈ നിരീക്ഷണത്തെ വിലയിരുത്താം. ഒരു 'ആർത്ഥികവിലയനസ്വഭാവം' നഷ്ടപ്പെട്ടതിന്റെ കാരണമായി ഈ അകൽച്ചയെ വിലയിരുത്താനാകുമോ? കവിതയുടെ വിശകലന സാമർത്ഥ്യത്തെ കുറച്ചുകൊണ്ടുവരികയാണ് ആഖ്യാനലക്ഷ്യമായി കെ.ജി. ശങ്കരപ്പിള്ള മനസ്സിലാക്കിയത് എന്നു തോന്നുന്നു. ഏകതയാണ് വായനക്കാരുടെ വ്യാഖ്യാനദിശയെ സമ്പുഷ്ടമാക്കുന്നത്. ഈ അർത്ഥരീതിയിലേക്കാണ് നമുക്ക് ഇവിടെ എത്തിച്ചേരേണ്ടിവരുന്നത്. വായനയിലെ ഏകത ആന്തരികവല്ക്കരിക്കപ്പെടുന്നതിന്റെ സൂചനകൾ ശങ്കരപ്പിള്ളയുടെ കവിതയിലുണ്ടുതാനും.

കവിതയിലെ വിശകലന സമ്പ്രദായത്തെയാണ് പോസ്റ്റ് ഗ്രാജ്വേറ്റുകളായ വായനക്കാർ സ്വീകരിച്ചുകാണുന്നത്. അതുകൊണ്ടുതന്നെയാകണം. അവർ കവിതയുടെ തലവാചകത്തെ ഗൗരവമായെടുത്തത്. തലവാചകം ഉൾക്കൊള്ളുന്ന അർത്ഥബോധം കവിതയിലിങ്ങനെ ധ്വന്യാത്മകമാവുന്നുവെന്നത് അവരുടെ വായനയിലെ ഒരു പ്രധാന ലക്ഷ്യമായി മാറുന്നു. എഴുത്തുകാരന്റെ വിവക്ഷാചിഹ്നമായി തലക്കെട്ടുമാറുമെന്ന മൈക്കൽ റിഫാട്ടറെയുടെ നിലപാട് പ്രതികരണവിമർശനത്തിലെ പ്രധാനപ്പെട്ട സന്ദർഭമാണ്. ഒരു ആശയത്തിൽ നിന്ന് മറ്റൊന്നിലേക്ക് വായനക്കാർ മാറി സഞ്ചരിക്കുന്നതിനു കാരണം തലവാചകത്തിന്റെ സ്വാധീനമാണെന്ന് സൂക്ഷ്മവായനയിൽ മനസ്സിലാവുകയും ചെയ്യും. ഒരു വായനക്കാരൻ പറയുന്നു: 'ഒരു കവിതയെന്ന നിലയ്ക്ക് ഒരു പരാജയമായിത്തന്നെ വിലയിരുത്തേണ്ടിവരുന്ന ഈ രചന വാസ്തവത്തിൽ എന്തല്ല കവിത എന്നാണ് നമ്മെ ബോധ്യപ്പെടുത്തുന്നത്.

ആന്തരികമായ ഒരു പൊരുത്തം അഥവാ ഭദ്രത പ്രമേയത്തിന്റെ കാര്യത്തിലോ രചനാരീതിയുടെ കാര്യത്തിലോ എഴുത്തുകാരന് പുലർത്താൻ കഴിഞ്ഞിട്ടില്ല. ഇതിൽ കവിതയുടെ വെട്ടമുള്ള 'പട്ടണഭാഷക്കുരുക്കിൽ ഞെരിഞ്ഞുകുഴഞ്ഞ എന്റെ നാവ് തെങ്ങിൻതോപ്പിൽ നിലാവെഴുതുന്ന മലയാളം കൊതിക്കുന്നു' എന്ന വരികൾ ഉദ്ധരിക്കുമ്പോൾത്തന്നെ, ഈ വരികൾ ഈ കവിതയിൽ എന്തിന് എന്ന ന്യായമായ ചോദ്യം ഉയരുകയാണ്. ഭാവിത്തണൽ എന്ന കവിതയുടെ പേരുതന്നെ രചനാപരമായ ഒരു കളങ്കത്തിന്റെ തണലിൽ വിരിഞ്ഞതാണെന്ന് ഒറ്റവായനയിൽ തോന്നി. ഈ നിഗമനത്തിന് ചോദ്യം നാലിനോടാണ് കടപ്പാട്. ഒരു വായനക്കാരൻ മാത്രമാണ്

ഈ രീതിയിൽ ഭാവന ചെയ്ത് കണ്ടത്. 2, 6 ഭാഗങ്ങളിലെ പട്ടണ ഭാഷാക്കുരുക്ക്, നിലാവെഴുതുന്ന, ഭാവിത്തണൽ വിളിച്ചുണർത്തട്ടെ തുടങ്ങിയ പദപ്രയോഗങ്ങൾ യാതൊരു സാധർമ്മ്യവുമില്ലാത്ത ചിന്ത യിലേക്ക് വായനക്കാരെ നയിച്ചതായി അനുഭവപ്പെടുത്തുകയുണ്ടായി.

'പട്ടണഭാഷാക്കുരുക്കുകൾ' എന്നത് ദുർഗ്രഹമായ സമസ്തപദ മായി മറ്റൊരു വായനക്കാരൻ ചൂണ്ടിക്കാണിക്കുന്നു. വേറൊരു വായനക്കാരനാകട്ടെ ചികഞ്ഞറിഞ്ഞത് വൈരുദ്ധ്യങ്ങളുടെ സാന്നിധ്യ മാണ്. കാട്ടുവള്ളിക്കുരുക്ക് ത നേർവര, പട്ടണഭാഷക്കുരുക്ക് ത തെങ്ങിൻതോപ്പിലെ നിലാവ്, കടൽത്തിരമാല തനാട്ടരുവി എന്നി ങ്ങനെ. ഈ പ്രതിപാദനങ്ങളിൽ നിന്നെല്ലാം തെളിയുന്ന വസ്തുത പോസ്റ്റ് ഗ്രാജ്വേറ്റ് വായനക്കാർ കാവ്യത്തിലെ ശബ്ദസംബന്ധിയായ വസ്തുക്കളെയാണ് ശ്രദ്ധിച്ചത് എന്നല്ലേ. വാക്യഘടനകൾ ചേർന്നു ണ്ടാവുന്ന അർത്ഥബോധത്തെ സാരവത്താക്കിയില്ല എന്നുവേണം വിശ്വസിക്കാൻ. തങ്ങളുടേതായ വ്യാഖ്യാനപരിധിക്കുള്ളിൽ ഒതു ങ്ങാത്ത പദബന്ധങ്ങളെ അസ്വാസ്ഥ്യത്തോടെയാണ് അവർ നോക്കി ക്കാണുന്നത്. കവിതയുടെ എല്ലാ ഘടകങ്ങളെയും കണക്കിലെടുത്തു കൊണ്ടായിരിക്കണം വിഭാവനങ്ങൾ ആകൃതിപ്പെടേണ്ടത്. കവിത പ്രത്യക്ഷവൽക്കരിക്കുന്ന ആശയങ്ങളും വിശദീകരണങ്ങളും സാമാ ന്യമായ ധർമ്മങ്ങൾ എന്ന നിലയിലെങ്കിലും വ്യാഖ്യാനിക്കപ്പെടേ ണ്ടതാണ്. കവിതയ്ക്ക് അപ്പോഴായിരിക്കും അനുയോജ്യമായ വായന സംഭവിക്കുക. ആ വായനയിൽ കവിതയുടെ അടുക്കുകൾ പ്രത്യക്ഷ പ്പെടുന്നു. അത് സാംസ്കാരികമായ സമന്വയത്തിലേക്ക് വായനയെ കൂട്ടികൊണ്ടുപോവുകയും ചെയ്യുന്നു.

വായനയിലെ ഗ്രാജ്വേറ്റ് സമീപനം

കവിത ഒന്നു പറയുകയും വേറൊന്ന് ധ്വനിപ്പിക്കുകയുമാണ് ചെയ്യുന്നതെന്ന് റിഫാട്ടറെ പറഞ്ഞത് ഇവിടെ സ്മരിക്കാം. ബിരുദ ധാരികളായ വായനക്കാരുടെ പ്രതികരണങ്ങൾ അത് ശരിവെയ്ക്കു ന്നുമുണ്ട്. ശങ്കരപ്പിള്ളയുടെ കവിതയിൽ ഗ്രാമത്തോടുള്ള താത്പ ര്യമാണ് മുഴച്ചുനിൽക്കുന്നത്. പ്രമേയമാകട്ടെ, നഗര-ഗ്രാമ സംഘർ ഷവുമാണ്. നാഗരികത അനുഭവിക്കുന്ന മനുഷ്യൻ അതിൽനിന്നുള്ള സ്വാതന്ത്ര്യം ആഗ്രഹിച്ചുപോകുന്നത് സ്വാഭാവികമല്ലേ. ഗ്രാമത്തിന്റെ കുളിർമ്മയിൽ ഭാവിയുടെ തണലുണ്ട് എന്ന് ബോധ്യപ്പെടുത്തുകയാണ്. ഒരു വായനക്കാരൻ കവിതയെ ഇങ്ങനെ വായിക്കുന്നു: 'ആധുനിക തയുടെ സങ്കീർണ്ണതയിൽനിന്നും കാട്ടാറിന്റെ കുളിർമ്മയും നിർമ്മ ലമായ പൊട്ടിച്ചിരിയും തേടിയുള്ള തിരിച്ചുപോക്ക്.' നാഗരികതയിൽ നിന്നെല്ലാം ഒളിച്ചോടി ഗ്രാമത്തിന്റെ നൈർമ്മല്യം അനുഭവിച്ച് ഒതുങ്ങി

ക്കൂടാൻ വെമ്പുന്ന ഒരു മനസ്സ് കവിതയിലുണ്ടെന്ന് മറ്റൊരു വായനക്കാരൻ നാലാം ചോദ്യത്തിനുത്തരമായി പറയുന്നു. അതായത് വായനക്കാർ പ്രത്യേകമായ ഒരാശയരൂപത്തെ പിൻതുടരാനാണ് ശ്രമിച്ചതെന്ന് വ്യക്തമാവുന്നു. ഭാഷാചിഹ്നങ്ങളും സൂചിതങ്ങളും ഉപയോഗിച്ചുകൊണ്ട് കവിതയുടെ സാമാന്യാർത്ഥം വിശകലനം ചെയ്യാൻ ഒരു മ്പെട്ടതിന്റെ ഫലമാണിത്. 'പാടൽ' എന്ന വാക്ക് മനസ്സിലാക്കാൻ പ്രയാസപ്പെടുന്ന വായനക്കാരൻ ആ വാക്ക് ഉല്പാദിപ്പിക്കുന്ന അർത്ഥത്തിലേക്കുപോയി, 'പാട്ടാവുക' എന്ന ക്രിയാർത്ഥത്തിലേക്ക് തിരിച്ചു വരുന്നത് ശ്രദ്ധയോടെ വീക്ഷിക്കേണ്ടതുണ്ട്. പട്ടണത്തിന്റെ ക്രൂരതകളിൽനിന്ന് ദേശത്തിന്റെ പാട്ടാവാനുള്ള ആഗ്രഹത്തിൽ ചെന്ന് നിൽക്കുന്ന കവി, ലോകാന്തരങ്ങളെ പരിചരിക്കുന്ന ഇതിഹാസമാവേണ്ട എന്ന ഒരു പ്രയോഗം കൊണ്ട് അർത്ഥത്തെ ആകെ മാറ്റി മറിക്കുന്നു. ഇതിൽ സ്വത്വപരമായ ഒരു നിരീക്ഷണം അടങ്ങിയിരിക്കുന്നു. ഗ്രാമത്തിന്റെ സാരള്യത്തെ സ്വീകരിക്കാനുള്ള താത്പര്യം പ്രത്യക്ഷവൽക്കരിക്കുന്നത് സാമാന്യമായ വായനാരീതിയേയാണ്. തെരുവിലേക്കുള്ള ഈ കോരിമാറ്റൽ ഭാവനയ്ക്ക് ഇടം നൽകുന്ന ഒരു ക്രിയാബോധമായി മാറുന്നു. ഭാവി എന്ന സങ്കല്പത്തെ യാഥാർത്ഥ്യമാക്കാനുള്ള കവിവാഞ്ഛ കവിതയിൽ പ്രകടമാണ്. കവിത വിഭാവനം ചെയ്യുന്ന ഭാവിലക്ഷ്യം വായനയെ വ്യത്യസ്തമായ ഒരു സാഹചര്യത്തിലേക്ക് നിവർത്തിക്കുന്നു.

അപരപാഠങ്ങളുമായി സഹകരിച്ചുകൊണ്ടുള്ള വായന 'ഭാവിത്തണൽ' എന്ന കവിത ആവശ്യപ്പെടുന്നില്ല. ഭാഷയുടെ മഹത്ഭാവങ്ങളെയാണ് അതു വിളിച്ചുണർത്തുന്നത്. വാങ്മയങ്ങളെ സാഹചര്യങ്ങളുടെ തനിമകൾ നിർദ്ധാരണം ചെയ്യുന്ന അനുഭവരൂപങ്ങളായി കവിത വ്യാഖ്യാനിക്കയാണോ എന്നു നമുക്ക് തോന്നും. ഭാവനയുടെ മേലുള്ള ഭാവനകൊണ്ടുമാത്രം അർത്ഥസാക്ഷാൽക്കാരം സംഭവിക്കുന്നതായി ബോധ്യപ്പെടുത്തുന്ന ചില പ്രതികരണങ്ങളുമുണ്ടായിരുന്നു. അർത്ഥങ്ങളെ ഗ്രഹിച്ചെടുക്കാൻ തടസ്സം നിൽക്കുന്ന ഒരു പദപ്രയോഗമായി വായനക്കാരിൽ ചിലർ എടുത്തുപറഞ്ഞത്, ഒരു സ്വകാര്യപദമായ 'വെയിൽ ചിറകു വിരുത്തി' എന്നതാണ്. 'ഏകാന്തവിസ്തൃതി'യേയും ചിലർ സ്വകാര്യപദമായി വിശദീകരിക്കുന്നു. കവിതയിലെ മൂന്നാം ഭാഗത്തിന്റെ അർത്ഥം പ്രയോഗങ്ങളുടെ പരസ്പരബന്ധമില്ലായ്മകൊണ്ട് ദുർഗ്രഹമാണെന്ന തോന്നൽ പ്രബലമായിരുന്നു. നാട്ടരുവി എന്ന ബിംബത്തെ വായിച്ചെടുക്കുന്ന രീതിക്കനുസരിച്ചായിരിക്കും കാവ്യഖണ്ഡത്തിന്റെ അർത്ഥഗ്രഹണമെന്ന് സൂചിപ്പിച്ചവരുണ്ട്. അതായത് മൂന്നാം ഭാഗത്തിലെ പദാനുപദങ്ങളെടുത്ത് വായിക്കുമ്പോഴുണ്ടാകുന്ന ഭേദങ്ങളിലാണ് വായന

അഭിരമിച്ചതെന്ന് തെളിയുന്നു. വെയിൽചിറക്, പുഞ്ചപ്പച്ച, പൂത്തുമ്പി, നാട്ടരുവി, കടൽത്തിരമാല എന്നിങ്ങനെയുള്ള നാമപദങ്ങൾ സൂക്ഷ്മ മായി നിവേദിക്കുന്നത് ഗ്രാമീണമായ സാഹചര്യത്തെയാണ്. പട്ടണ ത്തിന്റെ ഭാഷാകുരുക്ക് തകർത്ത് തെങ്ങിൻതോപ്പിലെ നിലാവെഴു തുന്ന മലയാളം കൊതിക്കുന്ന കവി തന്റെ ഗ്രാമത്തിലേക്ക് പതുക്കെ നടന്നടുക്കുന്നു. ആ ഗ്രാമസഞ്ചാരത്തിനിടയിൽ അഭിമുഖീകരിക്കുന്ന ദൃശ്യാനുഭവരൂപങ്ങളായി ആ നാമപദങ്ങൾ പരിണമിക്കുന്നു. കവിത സംസാരിക്കുന്നത് തീർച്ചയായും മലയാളത്തനിമയെക്കുറിച്ചാണ്. അതിലൊരു സ്വത്വനിരീക്ഷണമുണ്ട്. 'ഉച്ചച്ചൂടിലെ ദാഹനീരായാൽ മതി' എന്ന പ്രയോഗം ഉണർത്തുന്നത് ആ സൂചകസാന്നിധ്യത്തെ യാണ്. ആഗ്രഹവും നിർദ്ദേശവുമടങ്ങുന്ന കാവ്യഖണ്ഡങ്ങളിലൂടെ ഭാവിയുടെ തണലാവുക എന്ന പ്രത്യാശയിലേക്ക് കവിത വായന ക്കാരെ ക്ഷണിച്ചുകൊണ്ടുപോകുന്നു.

'ഏതെങ്കിലുമൊരു മഹാവൃക്ഷത്തിന്റെ വിത്തിൽ ചേക്കേറി' എന്ന ആറാം ഭാഗത്തിലെ വരി പോസ്റ്റ് ഗ്രാജ്വേറ്റ് വായനക്കാർ തീരെ ശ്രദ്ധിക്കാതെപോയെങ്കിൽ, ഗ്രാജ്വേറ്റുകളായ വായനക്കാർ അത് വ്യാഖ്യാനിക്കാൻ ചെറിയൊരു ശ്രമം നടത്തുന്നുണ്ട്. കവിതയുടെ കേന്ദ്രഭാവം ആ വാക്യത്തിലാണുള്ളതെന്ന് രണ്ടുമൂന്നു വായനക്കാ രെങ്കിലും തിരിച്ചറിഞ്ഞിട്ടുണ്ട്. ഒരാൾ ഇങ്ങനെയെഴുതുന്നു; മഹാ വൃക്ഷത്തിന്റെ വിത്താകുവാൻ ആഗ്രഹംപൂണ്ട കവി, പിന്നെ പറയു ന്നത് ആ വിത്ത് ഭാവിയിലെ തണൽ നൽകുന്ന ഒരു മഹാവൃക്ഷ മാണ് എന്നാണ്. സ്വയം ഉപമയാക്കുകയോ ഉപമിക്കപ്പെടുകയോ ആണ് കവി. എങ്കിലും പ്രത്യാശയുള്ളവനായി മാറുന്നുണ്ട് ചില വരികളിൽ.

ആത്മീയതാന്വേഷണത്തിൽ ഏർപ്പെട്ടിരിക്കുന്ന ഒരു കവിയുടെ മനസ്സ് ഈ സൂചകത്തിലൂടെ പ്രത്യക്ഷമാവുന്നു. നാഗരികമായ സംഘർഷങ്ങളും അതിന്റെ കാപട്യങ്ങളും മനുഷ്യരാശിയെ വല്ലാതെ സ്വച്ഛത തേടാൻ പ്രേരിപ്പിക്കുന്നുണ്ട്. അത് പുതിയ കാലത്തിന്റെ അനുഭവമാണ്. വിത്തിന്നുള്ളിൽ ഒരു മഹാവൃക്ഷമുണ്ട് എന്ന ദർശ നത്തിന്റെ ഓർമ്മപ്പെടുത്തൽ കൂടിയായി ആ കവിവാക്യം പരിണമി ക്കുന്നു. പ്രകൃതിയുടെ സൂക്ഷ്മതയിലേക്കുള്ള വിലയനമാണ് ഭാവ നയുടെ സ്വാതന്ത്ര്യം, ശാന്തിയും സമാധാനവും അത് പകർന്ന രുളുന്നു. ആ ശാന്തിയെ ഭാവിയുടെ തണലായി വ്യാഖ്യാനിക്കുന്ന ദാർശനികനായ കവിയെ ഈ കവിതയിൽ നാം കണ്ടുമുട്ടുന്നു. ഏകാന്തവിസ്തൃതി എന്ന പ്രയോഗത്തെ ആ ഭാവധ്വനിയുമായി ബന്ധപ്പെടുത്തി വായിക്കുമ്പോൾ കവിതയിൽ മറ്റൊരു ധ്വന്യാത്മ കത എഴുന്നുവരുന്നതായി നമുക്കനുഭവപ്പെടും. നാം നേരത്തെ കണ്ട

രണ്ടു വിഭാഗത്തിൽപ്പെട്ട വായനക്കാരും ആ വഴിക്കല്ല പോയത്. രൂപപരമായ വായനയുടെ അനിവാര്യത തിരിച്ചറിയുന്ന സന്ദർഭമാണിത്. പദാനുപദവായനയിൽനിന്ന് രൂപപരമായ വായനയിലേക്ക് പ്രവേശിക്കാനുതകുന്ന ഒരു ആശയസാന്നിധ്യം കവിതയുടെ ഒടുവിലുണ്ട്.

വായനയുടെ സാമാന്യനിലപാട്

കെ.ജി. ശങ്കരപ്പിള്ളയുടെ കവിത നിഷ്കളങ്കമായ വായന അനുവദിക്കുന്നില്ല. ഗ്രൂപ്പ് രണ്ടിൽപ്പെട്ട വായനക്കാർ നിഷ്ക്കളങ്കരാണ് എന്നു പറയാനുമാവില്ല. അവർ കാവ്യപാഠത്തെപ്പറ്റി വ്യക്തമായ ധാരണകളുള്ളവരാണ്. പാഠത്തെക്കുറിച്ചുള്ള ചില പ്രതീക്ഷകളും അവർക്കുണ്ട്. മുൻകാലത്തെ വായനയിൽ നിന്നു ആർജ്ജിക്കാൻ കഴിഞ്ഞ അനുഭവങ്ങൾ അതിന്ന് പ്രേരകമായിരിക്കാം. സാഹിത്യനിർദ്ദേശങ്ങളും അവർ ശ്രദ്ധിക്കുന്നുണ്ട് എന്നു തെളിയുന്നു. വായനാസമൂഹത്തിൽ സാഹിത്യപരിചയമുള്ളവർ ഇടപെടുന്ന രീതിതന്നെ വ്യത്യസ്തമാകയാൽ പ്രതികരിച്ചവരിൽ പകുതിപേരെങ്കിലും പദാനുപദവായനയ്ക്കപ്പുറത്തേക്ക് പോയതിന്റെ സൂചനകളുമില്ല.

വായനക്കാർ പ്രധാനമായി എടുക്കുന്നത് ആഖ്യാനത്തെയാണ്; പ്രമേയത്തെയോ ഭാവനയേയോ അല്ല. കാവ്യഭാഷയുമായി ബന്ധപ്പെട്ടതാണ് ആഖ്യാനം. അതിനാൽ ഭാഷയുമായുള്ള ഇടപെടലിൽ അപൂർവ്വമായി വരാവുന്ന ചില പ്രശ്നങ്ങൾ ഉണ്ട്. പ്രയോഗങ്ങളുടെ പരസ്പര ബന്ധമില്ലായ്മകൊണ്ട് കലങ്ങിപ്പോകുന്ന അർത്ഥത്തെക്കുറിച്ച് വായനക്കാരന് വ്യാകുലനാകേണ്ടിവരുന്നു. അയാൾ കാട്ടുവള്ളിക്കുരുക്കുപോലുള്ള നാടൻ പ്രയോഗങ്ങളിൽ അസ്വാഭാവികത കണ്ടെത്തുന്നു. വായനക്കാർ ഭൂരിഭാഗവും നഗരജീവിതവുമായി സാത്മ്യം പ്രാപിച്ചവരാകയാൽ അവരുടെ പാരായണക്രമത്തിൽ ഗ്രാമ്യപദങ്ങൾ ഇഴുകിച്ചേരാതെ പോകുന്നു.

ദുർബലവും വികലവും സന്ദർഭത്തിനു നിരക്കാത്തതുമായ ബിംബങ്ങൾ കവിതയിൽ കൃത്രിമമായി അനുഭവപ്പെടുന്നതായി ഒരു വായനക്കാരൻ ചൂണ്ടിക്കാണിക്കുകയുണ്ടായി. നാട്ടുപദങ്ങളുടെ പ്രയോഗവും പശ്ചാത്തലവും ചേരുന്നിടത്ത് വൈവിധ്യത്തിന്റെ വലിയൊരു വിടവ് സൃഷ്ടിക്കപ്പെടുന്നുണ്ടെന്നാണ് വേറൊരു നിരീക്ഷണം. ഗ്രാജ്വേറ്റുകളായ വായനക്കാർ കാവ്യഭാഷയെ മുൻനിർത്തിയുള്ള പ്രശ്നങ്ങളാണ് അവതരിപ്പിച്ചതെന്ന് ഇതിൽനിന്ന് തെളിയുന്നു. ആഖ്യാനത്തിനാണ് വായനയിലെ മുഖ്യസ്ഥാനം. പ്രമേയം എന്തു തന്നെയായാലും ആഖ്യാനത്തിന്റെ പ്രത്യേകതകളിലൂടെ വായനയെ

ക്രമപ്പെടുത്തുന്നതിൽ ഒരു സൂക്ഷ്മതയുണ്ടെന്ന് അവർ വിശ്വസിക്കുന്നു ആ മട്ടിലാണ് മിക്ക പ്രതികരണങ്ങളും. കവിതയിൽ പ്രയാസകരമായ പദങ്ങളുണ്ട്. ആ പദങ്ങളുമായി ബന്ധപ്പെട്ടല്ലാതെ കവിതയുടെ സമാന്യാർത്ഥത്തിലെത്താൻ സാധ്യമല്ലെന്ന് അവർ ചൂണ്ടിക്കാണിക്കുന്നു. ഭാവിത്തണൽ എന്ന കവിതയുടെ വായനാപരിസരം വികസ്വരമാകുന്നത് ആ സ്വകാര്യപദങ്ങളിലൂടെയുള്ള അർത്ഥാന്വേഷണത്താലാണ് എന്നു കരുതാം.

ഗ്രാജ്വേറ്റുകളായ വായനക്കാരുടെ പ്രതികരണങ്ങളിൽനിന്ന് സാഹിത്യപരിചയം ഏറെയുള്ള വായനക്കാരുടെ പ്രതികരണങ്ങൾ എങ്ങനെയാണ് വേറിട്ടുനിൽക്കുന്നത്? വിമർശനത്തിന്റെ തലത്തിൽ നിന്നുകൊണ്ട് ഈയൊരു ആരായലിന് പ്രസക്തിയുണ്ടെന്ന് ഞാൻ കരുതുന്നു.

പോസ്റ്റ് ഗ്രാജ്വേറ്റുകളുടെ വായനാരീതി ഇതിനകം നാം മനസ്സിലാക്കിക്കഴിഞ്ഞു. ഭാവിത്തണൽ എന്ന കവിത നിരൂപകർ വേറെ വായിച്ചിട്ടില്ലാത്തതുകൊണ്ട് ഒരു താരതമ്യതയ്ക്കുള്ള പഴുത് നഷ്ടപ്പെട്ടിരിക്കുന്നു. എങ്കിലും വായനാപരിചയവും സാഹിത്യപഠന സമ്പ്രദായവുമായി ബന്ധവുമുള്ള വായനക്കാർ പദങ്ങളും ഭാഷയും വായനയുടെ ഉപകരണമാക്കുന്നു. അവരുടെ വായന പദാഖ്യാനപരമാണ്. രൂപപരമല്ല. വായന രൂപപരമാവുമ്പോഴാണ് അതു കൂടുതൽ മാനുഷികവും സാംസ്കാരികവുമാവുക. രൂപം ആശയത്തിന്റെ വായനാസംസ്കാരത്തെ ഉണർത്തുന്ന ഘടകമാണ്. മാതൃകാപരമായി കവിത വായിക്കാനുള്ള ശ്രമം വിമർശകന്റെ ഭാഗത്തുനിന്നാണ് വരേണ്ടത്. അത് കവിതയുടെ ഭാവത്തെ രൂപപ്പെടുത്തുന്ന സ്ഥലരാശിയിൽ എത്തിച്ചേരും. അവിടെവെച്ചാണ് കവിത ഗ്രാമത്തെക്കുറിച്ചാണോ നഗരത്തെക്കുറിച്ചാണോ നാഗരികമനുഷ്യന്റെ ഭാവിയെക്കുറിച്ചാണോ എന്നൊക്കെയുള്ള വിശദീകരണങ്ങളിലേക്ക് പ്രവേശിക്കുക.

പദാനുപദവായന കൊണ്ടുമാത്രം മനസ്സിലാക്കാവുന്ന കവിതയല്ല ഭാവിത്തണൽ എന്ന് ബോധ്യപ്പെടുത്തുന്നത് കവിതയുടെ ആറാം ഭാഗമാണ്. വിയർപ്പുപോലെ പൊന്തി, വെയിൽപോലെ പാറി, കിളിപോലെ പാടി ഏതെങ്കിലും ഒരു മഹാവൃക്ഷത്തിന്റെ വിത്തിൽ ചേക്കേറി ഭാവിയുടെ തണൽ വിളിച്ചുണർത്തുന്ന കവി, വാസ്തവത്തിൽ പ്രകൃതിയുമായുള്ള ലയനം ആഗ്രഹിക്കുന്നു. ഭാവിയുടെ ഇരിപ്പിടം മഹാവൃക്ഷത്തിന്റെ വിത്തിനുള്ളിലാണ് എന്ന് വാച്യമായി വായിക്കാമെങ്കിലും അതുണർത്തുന്ന ധ്വനി സാംസ്കാരികമായ ആത്മീയതയുടേതാണ്.

കവിതയുടെ ഘടനാത്മകമായ വായനയാണ് ആ ആത്മീയതയിലെത്താൻ നമ്മെ സഹായിക്കുന്നത്. അതുമായി ബന്ധപ്പെട്ടതാണ്

കവിതയുടെ അർത്ഥം. ഓരോ വാക്കുകളും അടർത്തിയെടുത്ത് വെവ്വേറെ വായിച്ചാൽ കാവ്യാർത്ഥം ആവുകയില്ല. കവിതയ്ക്കൊരു സമഗ്രാർത്ഥമുണ്ട്. അതാകട്ടെ, കവിതയുടെ ഘടനകളും ഭാവവും തമ്മിൽ ചേർന്ന് രൂപപ്പെടുന്നതുമാണ്. പ്രകൃതിയുടെ സൂക്ഷ്മതയോളം എത്തിച്ചേരുമ്പോൾ ഏകാന്തതയെ സങ്കല്പിക്കാമെങ്കിൽ, ആ സങ്കല്പത്തിലിരുന്ന് കവിക്ക് ആ ഏകാന്തതയുടെ വിസ്തൃതിയെക്കുറിച്ചും ആലോചിക്കാം. അപ്പോൾ ഏകാന്തവിസ്തൃതി എന്ന പദബോധത്തെ ആത്മീയസംജ്ഞയായി വ്യാഖ്യാനിക്കേണ്ടിവരും. ഇവിടെ ഏകാന്തതയുടെ വിസ്താരം സമസ്ത കുരുക്കുകളിൽ നിന്നുമുള്ള ഊരിപ്പോരലാണ്. അത് സ്വാതന്ത്ര്യത്തിന്റെ ഭാവമാണ്. കവിതയിൽ തെളിഞ്ഞിരിക്കുന്ന അർത്ഥമല്ല യഥാർത്ഥത്തിൽ കവിതയുടെ അർത്ഥമായി വരുന്നത്. മഞ്ഞുമലകളുടെ മുകൾഭാഗംപോലെ ഉരുകിത്തീരാവുന്നതാണ് ആ അർത്ഥം. അതുകൊണ്ട് കവിതയിൽ എന്താണ് നിറഞ്ഞിരിക്കുന്നത് എന്ന് ഓരോ വിമർശകനും നോക്കിക്കാണുന്നു.

രണ്ടുതരം വായനയുണ്ട് എന്ന് ഒന്നുകൂടി സ്പഷ്ടമാവുകയാണ്. കാവ്യസങ്കൽപത്തിന്നകത്ത് നിന്നാൽ മാത്രം നടത്താവുന്ന വിഭാവനങ്ങൾ ആദ്യവായനയിൽ ഉണ്ടാകാം. അത് ഗ്രാജ്വേറ്റുകൾക്ക് മാത്രം അവകാശപ്പെട്ടതാണ്. എന്നാൽ അതിപരിചയമുള്ള വായനക്കാരൻ/ നിരൂപകൻ കവിതയുടെ മൂല്യനിർണ്ണയനത്തിലും സംശ്ലേഷണത്തിലും പ്രകടിപ്പിക്കുന്ന താത്പര്യം കാവ്യപാഠത്തെ കൃത്യതയിലെത്തിക്കുന്നു. പാഠം വിമർശനകലയിൽ അവഗണിക്കാനാവാത്തതാണ്. ആ പാഠത്തെ മെരുക്കിയെടുക്കാൻ കാര്യക്ഷമത വേണം. അതുകൊണ്ട് പരിചിതപ്രജ്ഞരല്ലാത്ത വായനക്കാർ സാഹിത്യവിമർശനങ്ങൾ വായിക്കുന്നത് ഈ കാര്യക്ഷമതയെ ഊർജ്ജസ്വലമാക്കുമെന്ന് ഞാൻ പ്രതീക്ഷിക്കുന്നു.

വായനക്കാരെ കുഴപ്പത്തിലാക്കുന്ന പൊരുത്തക്കേടുകളെ നിരൂപകർ അകറ്റിനിർത്തുകയാണ് പതിവെന്ന് ജനാഥൻ കുള്ളർ പറഞ്ഞത് ഞാൻ ഓർത്തുപോകുന്നു. പാഠത്തിന്റെ പ്രശ്നങ്ങളെ വായനയുടെ പ്രശ്നങ്ങളായി ചുരുക്കി എഴുതാനുള്ള നിരൂപകന്റെ രീതിയാണ് പ്രശ്നം. ഒരു പ്രത്യേക വായനയ്ക്കുവേണ്ടിയുള്ള ഒരുക്കൂട്ടലാണത്. ഭാവിത്തണൽ എന്ന കവിത വിമർശാത്മകമായി വായിക്കുമ്പോൾ അതിന്റെ ആഖ്യാനത്തെ കൈപിടിയിലൊതുക്കാനാവും. എന്നാൽ നിർഭാഗ്യവശാൽ മലയാളത്തിലൊരു വിമർശകനും ഈ കവിത വായിച്ചിട്ടില്ലാത്തതുകൊണ്ട് ആഖ്യാന നിരീക്ഷണങ്ങളിലെ താരതമ്യത അപ്രായോഗികമായിമാറി.

പോസ്റ്റ് ഗ്രാജ്വേറ്റുകളും ഗ്രാജ്വേറ്റുകളും അവരുടെ വായനയിൽ നിരൂപണ സമ്പ്രദായങ്ങളൊന്നും ഉപയോഗിക്കുകയുണ്ടായില്ല. ഉപകരണങ്ങളില്ലാതെയാണ് അവർ ശങ്കരപ്പിള്ളയുടെ കവിതയെ

സമീപിച്ചത്. ചോദ്യങ്ങൾക്കുള്ള പ്രതികരണങ്ങളിൽ മാത്രം ശ്രദ്ധിച്ചു. എന്നാൽ പ്രതികരണത്തെ സ്വതന്ത്രമാക്കാൻ ഇടയുള്ള ചോദ്യം 4ന് ഉത്തരം നല്കിയ രണ്ടു വിഭാഗത്തിൽപ്പെട്ട വായനക്കാരും വായനയെ വാക്യാർത്ഥങ്ങളിൽ നിന്ന് മോചിപ്പിച്ചില്ല. സാഹിത്യപരിചയം കുറഞ്ഞവർക്ക് പാഠത്തിൽനിന്ന് പലതും ഭാവനചെയ്ത് പഠിക്കാൻ കഴിയും. സാഹിത്യപഠനം വായനയെ സർഗ്ഗാത്മകമാക്കുകയും ചെയ്യും. ഭാവിത്തണൽ എന്ന കവിത പരിചിതരായ വായനക്കാരിൽ ഉണർത്തിയത് വൈകാരികമായ സംഘർഷമാണ്. പട്ടണസംസ്കാരം നമ്മുടെ ശാന്തതയെ അപഹരിച്ചുതുടങ്ങിയെന്നറിയുന്നതിലുള്ള വേദനയും അതിന്റെ പ്രചോദനവും രചനയുടെ പിറകിൽ ഉണ്ട്. വ്യക്തി ശിഥിലമാകുന്നതിന്റെ ദൃശ്യമാണ് കവിതയുടെ ആഖ്യാന രൂപത്തെ നിർണ്ണയിക്കുന്നത്. നഗരഭാഷയുടെ കുരുക്കിൽപെട്ട് നാവ് ഞെരുങ്ങിക്കഴിഞ്ഞു. ആ നാവ് ആഗ്രഹിക്കുന്നത് മലയാളമാണ്. അതിന്റെ ശുദ്ധിയാണ്. പാശ്ചാത്യ സംസ്കാരത്തിന്റെ ഭാഷ മലയാളത്തെ നഷ്ടപ്പെടുത്തുകയാണോ? നാട്ടരുവിയുടെ പാട്ടാവാനാണ് കടൽത്തിരമാലകൾക്കാഗ്രഹം. എന്നെ കോരിയെടുക്കൂ, ഏതെങ്കിലുമൊരു അരുവിയിൽ വിടൂ എന്ന് തിരകൾ വെമ്പുന്നു. ഗ്രാമത്തിന്റെ സ്വച്ഛതയാണ് വായനാപാഠമായി ഉയർന്നുവരുന്നത്. സ്വത്വബോധത്തെ, സ്വന്തം തനിമയെ അടിച്ചമർത്താതെ സ്വയം അംഗീകരിക്കാൻ തയ്യാറാവുമ്പോൾ നാം ഭാവിയുടെ തണലായി മാറുമെന്ന് കവിത അറിയിക്കുന്നു. നഷ്ടപ്പെടലിന്റെ തീവ്രമായ വേദന കവിതയിലെ വാക്കുകൾക്കിടയിൽ നീറിനില്പുണ്ട്. കവിത വായനക്കാർക്ക് നൽകുന്ന രുചി അനുഭവസ്പർശത്തിന്റേതാണ്.

കവിത വായനക്കാരോട് പറയുന്നു; മനുഷ്യനെ സ്പർശിക്കുക, പ്രകൃതിയെ സ്പർശിക്കുക. അങ്ങനെയാണെങ്കിൽ നിങ്ങൾക്ക് ഭാവിത്തണൽ എന്ന കവിതയുടെ പാഠം ഭംഗിയായി മെരുങ്ങും.

തന്മയീഭാവം

കവിത അധികവും ഇന്ന് എഴുതപ്പെടുന്നത് ഗദ്യത്തിലാണ് ഗദ്യഭാഷയിന്മേലുള്ള ഈ ആഭിമുഖ്യം പ്രകടമാവാൻ തുടങ്ങിയിട്ട് രണ്ടു ദശകങ്ങളെങ്കിലുമായിക്കാണും. അത് കാവ്യത്തിന്റെ അനുവാചകരെ ആദ്യകാലത്ത് ചൊടിപ്പിച്ചിരുന്നെങ്കിലും ഇപ്പോൾ അവർ ഗദ്യവ്യവഹാരവുമായി തന്മയീഭവിച്ചുതുടങ്ങിയിരിക്കുന്നു. പുതിയ കവിത അവർ മടികൂടാതെ സ്വീകരിക്കുന്നുമുണ്ട്. ഗദ്യഭാഷയോട് മനുഷ്യൻ അടുത്തുകൊണ്ടിരിക്കുന്നുവെന്നതിന്റെ സൂചന കൂടിയാണിത്. ഗദ്യത്തിലുള്ള വ്യവഹാരത്തിന് കവിതയിൽ പ്രാധാന്യമേറി എന്നുമാത്രമല്ല, നാമിപ്പോൾ ജീവിക്കുന്നത് ഈ ഗദ്യപ്രപഞ്ചത്തിലാണെന്നുകൂടി അതു വ്യക്തമാക്കുന്നു.

സകലവിധ വ്യവഹാരങ്ങളും ചിട്ടപ്പെടുത്തുന്നത് ഗദ്യത്തിലാണ്. ഛന്ദോമുക്തമായ ഒരു വ്യാവഹാരികലോകത്തിലൂടെ, ഛന്ദോമുക്തമായ ഒരു സമൂഹത്തെ പ്രതീക്ഷിക്കണമല്ലോ. എല്ലാ വ്യവഹാരങ്ങളുടെയും ഗദ്യത്തിലൂടെയുള്ള ചിട്ടയൊപ്പിക്കൽ സവിശേഷമായ ചില അനുമാനങ്ങളിലെത്താൻ പ്രേരിതമാവുന്ന കവിതയെ സംബന്ധിച്ചിടത്തോളം പോയറ്റിക്സിലുണ്ടായേക്കാവുന്ന ഒരു തളർച്ചയായി വിലയിരുത്തപ്പെട്ടിട്ടുണ്ട്. കവിതാനിർമ്മാണനിയമങ്ങളിലും കാവ്യാർത്ഥരീതിയിലും ഒരു പ്രകാശക്കുറവെന്നോ ഒരിറക്കമെന്നോ വിശേഷിപ്പിക്കാവുന്ന അനുഭവസന്ദർഭങ്ങളുടെ രൂപപ്പെടലാണ് സംഭവിക്കുന്നത്. മാത്രവുമല്ല, വിശദീകൃതഗദ്യത്തിന് മനുഷ്യന്റെ ആത്മപ്രകൃതിയെക്കുറിച്ച് മികവുറ്റ ധാരണ പ്രദാനം ചെയ്യാൻ കഴിഞ്ഞുവെന്ന് വരില്ല. പ്രകൃതിയും പ്രപഞ്ചവും ഉചിതമായി വ്യാഖ്യാനിക്കാൻ ആ ഗദ്യത്തിനാവില്ലെന്നും വരാം.

കാവ്യാപരമായ അനുഭവജ്ഞാനമാണ് കവിതയിൽ നിന്ന് പ്രതീക്ഷിക്കുന്നത്. അല്ലെങ്കിൽ കവിതയുടെ നിലനില്പുതന്നെ ആ അനുഭവജ്ഞാനത്തിന്റെ പ്രക്ഷേപണമോ സാക്ഷാത്കാരമോ ആണ്. കാവ്യവസ്തുവിന്റെ ലക്ഷ്യം സ്വീകരിക്കാനും തിരസ്കരിക്കാനും

നിങ്ങൾക്കവകാശമുണ്ട്. എന്നാലത് ഉന്നയിക്കുന്നത് എന്താണെന്ന് വിസ്തരിക്കുക പ്രയാസമായിരിക്കും. അതായത് കവിതയുടെ വായനക്കാർ ആരായുന്നത് കവിതയുടെ അർത്ഥമോ മറ്റെന്തോ ആകാം. കവിതയിൽ അതിന്റെ ആധാരതലം കാവ്യാത്മകമായ അനുഭവജ്ഞാനം ആയിരിക്കുകയും ചെയ്യും. അതിനെ നിർവ്വചിക്കുകയാണ് വായനയുടെ പ്രാഥമികലക്ഷ്യം. ചിലപ്പോൾ അതിരുകളിലേക്ക് മാറിനിന്ന് മറ്റു ചില അർത്ഥങ്ങൾ നേടിപ്പോയെന്നും വരാം. എന്നാൽ കാവ്യാനുഭവത്തിന്റെ സാന്ദ്രത തെറ്റിപ്പോകാൻ ഇടയില്ലാത്ത ഒന്നാണ്. അത് തെറ്റിദ്ധാരണാജനകവുമല്ല.

ക്രിയാതലം

അനുഭവത്തിന്റെ ക്രിയാതലം പ്രസക്തമാവുന്ന സന്ദർഭമാണിത്. വായനക്കാർ കവിതയെ സമീപിക്കുന്നത്. എന്ത് ലക്ഷ്യം വച്ചുകൊണ്ടാണ് എന്നതിനെ ആശ്രയിച്ചിരിക്കും ആ ക്രിയാതലത്തിന്റെ രൂപപ്പെടൽ. അപൂർവ്വമായ അറിവുകളിലായിരിക്കും വായനക്കാരൻ അന്വേഷിച്ച് ചെന്നെത്തുന്നത്. ഒരുപക്ഷേ, അത് ആത്മീയതയുടെ ജ്ഞാനമായിക്കൂടെന്നില്ല. സാമൂഹികതയുടെയോ രാഷ്ട്രീയതയുടെയോ ജ്ഞാനമാവുകയും ചെയ്യാം. അതെന്തുമാകട്ടെ, കവിത ആർജ്ജിക്കുന്ന പാഠം തിട്ടപ്പെടുത്തിയെടുക്കാൻ കഴിയുമോ എന്നതാണ് വായനയുടെ ആത്യന്തികലക്ഷ്യം. ആ പാഠമാകട്ടെ വെറും ഒരു പദ്യത്തിൽ കാണുന്നതുപോലെയുള്ളതല്ല, എന്ന് കാവ്യഭാഷാവിചാരത്തിനിടയിൽ ലെസ്മറെ അഭിപ്രായപ്പെടുന്നുമുണ്ട്.

കവിതയിൽ ആശയങ്ങൾ സംക്ഷേപിക്കുന്ന ഒരു രീതിയുണ്ട്. കവിതയിൽനിന്ന് ഒരു ഭാഗം അടർത്തിയെടുത്തോ ഒരു കവിത പൂർണ്ണമായോ ചുരുക്കിയോ എഴുതാൻ കഴിഞ്ഞെന്നുവരില്ല. കവിതയെ ചെറുവാക്കുകളിലാക്കുക എന്നത് അപ്രായോഗികമാണ്. അതായത് വിവർത്തനം ചെയ്യുമ്പോഴോ ആശയങ്ങൾ സംക്ഷേപിക്കുമ്പോഴോ ചോർന്നുപോവുന്നതെന്തോ അതാണ് യഥാർത്ഥ കവിതയെന്ന് ഞാൻ വിചാരിക്കുന്നു. അതുകൊണ്ട്, കാവ്യാശയം സംക്ഷേപിക്കുന്നത് വളരെ ബുദ്ധിമുട്ടുണ്ടാക്കുന്ന കൃത്യവുമാണ്. കവിതയുടെ അനുഭവനിയമങ്ങളിൽ നിന്ന് വ്യതിചലിക്കുകയാണോ എന്ന തോന്നൽ. സ്വാഭാവികമായും ഈയൊരു സന്ദർഭത്തെ കൂടുതൽ സംഘർഷാത്മകമാക്കുകയും ചെയ്യും. തീവ്രമായ അനുഭവമുള്ളിടത്ത് അത് സമാകർഷകവും വശീകരണക്ഷമത പ്രകടിപ്പിക്കുന്നതുമായി കാണാം. പൊടുന്നനെ ഒഴിവാക്കപ്പെടാനിടയുള്ളതുമാണ് ആ അനുഭവം. അതിന്റെ തീവ്രതയിലാണ് പലപ്പോഴും വായന ഊന്നൽ കൊടുക്കുന്നത്. മാത്രവുമല്ല, അനുഭവതലത്തിൽ മാത്രം വിശ്രമിക്കാനുള്ള

ശ്രമത്തെ പ്രതിരോധിച്ചുകൊണ്ട്, ഇടയ്ക്കിടെ വന്നുംപോയുമിരിക്കുക എന്ന രീതി പുലർന്നുകാണുന്നുമുണ്ട്. ആവർത്തിക്കപ്പെടുന്ന ഈ അനുഭവസ്പർശത്തെ വാഴിക്കൽ കഠിനമായ ഒരു ജോലിയുമാണ്. അതുകൊണ്ട് വായനക്കാരന്റെ മനസ്സ് അതിനു മുതിരാതെ, ചലനത്തെ സ്വാംശീകരിക്കാൻ വെമ്പൽകൊണ്ടുകാണുന്നു.

അനാഥവും വിഫലവുമായ അനുഭവങ്ങൾ വാങ്മയരൂപങ്ങളായി പരിണമിക്കുന്ന കവിതകളുണ്ട്. അവിടെ പലതും കാഴ്ചകളാണ്. അഗാധസംഘർഷങ്ങളുടെ വിധിജന്യമായ നിസ്സഹായതയും ആ വാക്കുകൾക്ക് പിറകിലുണ്ട്. കാഴ്ചയുടെയും യുക്തിയുടെയും സവിശേഷമായ ഒരു ചേരൽ രചനയിൽ ചൂഴ്ന്നുനിൽക്കാതെ വയ്യല്ലോ. ആ യുക്തി ഒരുപക്ഷേ, നിഷേധമായിട്ടാവാം വായനയുടെ അവസരത്തിൽ അനുഭവപ്പെടുക. കവിത നിരന്തരം വായിച്ചുശീലിച്ചിട്ടുള്ള ഒരാൾക്കറിയാം, രണ്ടുതരത്തിലുള്ള അവബോധത്തിന്റെ മാതൃകകളാണ് മനുഷ്യജീവിതത്തിന് ആധാരമാവുന്നതെന്ന്.

ജീവിതത്തെ ചലനാത്മകമാക്കുന്നതും മറ്റൊന്നല്ല. ജീവിതത്തിന്റെ ചലനമാവുന്നതും അതാണ്. അത് കാഴ്ചയും യുക്തിയുമായും ബന്ധപ്പെട്ടുകിടക്കുന്നു. വായനക്കാരന് പകൽ സ്വപ്നവുമായുള്ള അടുപ്പം എലിസബത്ത് ഫ്രൂൺഡ് വിശദീകരിക്കുന്നുമുണ്ട്. വായനക്കാരൻ കവിതയിൽനിന്ന് ബോധവും അബോധവും വായിച്ചെടുക്കുന്നു. അല്ലെങ്കിൽ അയാൾ തന്നിലെ ബോധവും അബോധവുമായി കവിതയിലൂടെ തന്മയീഭവിക്കുകയാണ് ചെയ്യുന്നത് എന്നു പറയാം. കവിയുടെ ഈഗോയുമായി കവിത ഇണങ്ങുന്നത് വിദഗ്ദ്ധമായി ചർച്ച ചെയ്യപ്പെടണമെന്ന ആശയവും മുന്നോട്ടുവയ്ക്കുന്നു. ഒരു കവി പ്രാപ്തിപ്പെടുത്താൻ താല്പര്യമെടുക്കുന്നത്, ആഹ്ലാദത്തെയാണ്. അതിന്റെ സൂചനകൾ കവിതയിലുണ്ടാവും. വായനക്കാരന്റെ ആഹ്ലാദത്തിന് മുഖ്യഹേതുവാകുന്നത്, കവിയുടെ ആ മുൻകൂർ സൂചനകളാണ്. അത് വായനക്കാരനെ, അവന്റെ മാനസിക പിരിമുറുക്കത്തിൽനിന്ന് സ്വതന്ത്രനാക്കുന്നു. അതുകൊണ്ട് മനുഷ്യന്റെ അവബോധത്തിന്റെ ഘടന മുൻകൂട്ടി അറിയുന്നതിനുള്ള പ്രചോദനം കൂടിയാവുന്നു കവിത.

കവിത അയയ്ക്കുന്ന ചിഹ്നങ്ങളാണ് കവിതയിലേക്ക് കടന്നുചെല്ലാൻ നമ്മെ അനുവദിക്കുന്നത്. ഒരു സ്വകാര്യലോകം കവിതയ്ക്കുള്ളിലുണ്ടെന്ന് അത് ബോദ്ധ്യപ്പെടുത്തുന്നു. ധൈഷണികമോ പ്രവചനാത്മകമോ ആണ് കവിതയെങ്കിൽ അത് വരേണ്ടതാണ് എന്ന് നാം ഊഹിക്കുന്നു. അത് വായനയിൽ പുതിയ സംഘർഷങ്ങൾ ഉണ്ടാക്കുന്നു. അതേസമയം കവിത സ്വപ്നാത്മകതയുടേതാണെങ്കിൽ അത്യാർത്തിയോടെയാണ് സ്വീകരിക്കപ്പെടുക. പതുക്കെ അത് ഒരു

തരം മടുപ്പിലേക്കാണ് നമ്മെ കൊണ്ടുപോവുകയെന്നും മനസ്സിലാക്കാം. അതുകൊണ്ട് സങ്കല്പ ജീവിതത്തിന്റേയും ഉന്നതമായ അവബോധത്തിന്റേയും കൂടിച്ചേരൽ നിങ്ങൾ ആവശ്യപ്പെടാൻ ഇടയുണ്ട്. കാരണങ്ങളില്ലായ്മ കവിതയിൽ ഉണ്ടാവാൻ പാടില്ലെന്ന് തന്നെയാണ് ഇതിനർത്ഥം. കാഴ്ചയും അനുമാനവും യുക്തിയിലധിഷ്ഠിതം കൂടിയായിരിക്കാതെ വയ്യല്ലോ.

'ശിരോലിഖിതത്തിന്റെ കാർബൺപതിപ്പുകൾ' എന്ന കവിതയിൽ, കവിയുടെ ജീവിതത്തെ സംബന്ധിക്കുന്ന അനുമാനമാണ്. അനാഥവും വിഫലവുമായ മനുഷ്യജീവിതരൂപം എന്ന് നേരത്തെ സൂചിപ്പിച്ചല്ലോ. സ്വപ്നവും ജീവിതവും തമ്മിൽ ഒരിടകലരലുണ്ട്. കവിതയുടെ ചലനമാണത്. ജീവിതം മുറിവുകളുള്ള വസന്തമാണ് കവിക്ക് കവിതയാകട്ടെ അടുപ്പെരിക്കാനുള്ള വിറകല്ലതാനും. എഴുത്തിലേക്കുള്ള പ്രയാണം എഴുത്താണിയിൽനിന്ന് വാക്കുകളിലേക്കുള്ള പ്രയാണമല്ല. അത് ജന്മത്തിൽനിന്ന് മുറിവുകളിലേക്കുള്ള തിരസ്കാരമാണ്. കവിത എരിയുന്ന കഥാന്ത്യമാകുന്നു. അടുപ്പെരിക്കുന്ന വിറകല്ലാതിരിക്കുകയും ജീവിതത്തെ എരിക്കുന്ന തീയായിരിക്കുകയും ചെയ്യുക എന്നത് സ്വപ്നമല്ല. അത് ഭാവനയുടെ ചലനവുമല്ല. ഒരു കാവ്യയാഥാർത്ഥ്യമാണ്. ഇവിടെ ഗദ്യത്തോടടുത്തുനിൽക്കുന്ന വ്യവഹാരം പ്രയോഗിച്ചുകാണുന്നു. അത് ആശയങ്ങളുടെ ക്രമനിരാസമാവുന്നില്ല. ഗദ്യലോകം കർമ്മത്തിന്റെ അനുഭവം സാക്ഷാത്കരിക്കുന്നു. യാഥാർത്ഥ്യങ്ങളെ അഭിമുഖീകരിക്കാനും തീർച്ചപ്പെടലുകളെ മൂർത്തമാക്കാനും കഴിയുന്നു.

ഒന്ന്

പുരുഷനെ ചുംബിക്കുന്ന ഭൂമിയുടെ സൂര്യാസ്തമയം
പൂവ് വിഴുന്ന ശബ്ദം
നിറഞ്ഞ നദിയിൽ മലർന്നൊഴുകുന്നവന്റെ മനസ്സ്
രക്തവും വാക്കുകളും തമ്മിലുള്ള സ്പർശം
വൃക്ഷവും ദേഹവും തമ്മിലുള്ള ലയം
ക്രോധത്തിന്റെ തീ കെടുത്താൻ
തീർത്ഥവുമായി വരുന്ന കൂട്ടുകാരൻ
നാലാംയാമവും നടന്നുവരുന്ന മരണവും
നീലയായ് പെയ്യുന്ന നിലാവ് നീലപ്പർവ്വതങ്ങൾ
ഇരുട്ടുമരങ്ങൾ കറുത്ത പക്ഷികൾ
പാളത്തിന്റെ ഉരുക്കുതലയിണ
കാൽച്ചീളുകളുടെ കിടക്കറ
വണ്ടി വരുന്നെന്ന് തോന്നുന്നു

സുഷുമ്നയിൽ കൊത്തിയ സർപ്പം
കവിതയുടെ മകുടിയൂത്തുകേട്ട്
തിരിച്ചുപോവുന്നു
തിരിച്ചുപോവുന്നു.

രണ്ട്

അഗ്രം മുറിഞ്ഞ
ദർഭ കൊണ്ടെന്റെ
അച്ഛനുമമ്മയ്ക്കും
തർപ്പണം ചെയ്തവൻ
മാളമില്ലാത്ത പാമ്പിന് സ്വന്തം
മാറുപിളർന്നഭയം കൊടുത്തവൻ
പാളത്തിൽ തലവച്ച്-
ചാകുവാനെന്നിലെ
പാപിക്ക് ഞാനിന്ന്
വിധിയെഴുതുമ്പോൾ
ഞെട്ടിൽനിന്നടർന്ന
ചുവന്ന പുഷ്പമെൻ
നെറുകയിൽ വീണത്
സ്വപ്നത്തിൽ കണ്ടും
മൗനബുദ്ധന്റെ മനസ്സിൽ കലാപവും
കണ്ണുകളിൽ നിറയുന്ന മൂകവിലാപവും

മൂന്ന്

അടുപ്പെരിക്കാനുള്ള വിറകല്ല എന്റെ കവിതയെന്ന്
എഴുത്തറിവില്ലാത്ത എന്റെ അമ്മയ്ക്കറിയാം
എഴുത്താണികൊണ്ട് മുറിഞ്ഞ വിരലുകൊണ്ടുതന്നെ
ഞാനെഴുത്തുപഠിച്ചു
പുഴുക്കുത്തേറ്റ വസന്തം എനിക്കൊരു പൂവുതന്നു
പെണ്ണൊരുത്തി
കടിഞ്ഞൂൽക്കനിയുടെ കരളറുത്തുതന്നു
ബധിരന്റെ സിംഫണി പാട്ടുതന്നു
മരിക്കും മുമ്പൊരുത്തൻ കുരുടന് കണ്ണുതന്നു
മുറിവുകളുടെ വസന്തമാണെന്റെ ജീവിതം
മുറിവുകളുടെ വസന്തമാണെന്റെ ജീവിതം

കവിത ഒരു വസ്തുവിന്റെ പാഠമാണ്. അത് ആത്മനിഷ്ഠവുമാണ്. സ്വപ്നത്തിന്റെ ഭാഷയാണ് അവബോധത്തിന്റെ ഭാഷയായിട്ടാണ് നമുക്ക് അനുഭവപ്പെടുന്നത്.

ഗദ്യത്തിലുള്ള വ്യവഹാരം കവിതയിലാകാമോ എന്ന തർക്കം ഇപ്പോഴും ചില യാഥാസ്ഥിതികർ ഉന്നയിച്ചുകാണുന്നു. കവിതയെ വാച്യമാക്കുകയാണ് ഗദ്യം ചെയ്യുന്നതെന്നാണ് മുഖ്യവാദം. മുറെ പരിചയപ്പെടുത്തുന്ന രണ്ടു സംജ്ഞകൾ ഈ ഭാഷയെ വേർതരിച്ച റിയാനും വിശകലനം ചെയ്യാനും ഉപകരിക്കുമെന്ന് ഞാൻ കരുതുന്നു. സംയോജിത കാവ്യവ്യവഹാരത്തെ സമഗ്രമൊഴി (Whole speak) എന്ന് നാമകരണം ചെയ്തിരിക്കുന്നു. അത് മികച്ച കവിതകളുടെ സൂചനയാണ്. ഭാഷയുടെ ആത്മാവിൽ കാവ്യാത്മകതയുടെ താളം പ്രകടമാവുമെന്ന് സാരം. എന്നാൽ ഇടുങ്ങിയ മൊഴി (Narrow speak) വ്യത്യസ്തമാണ്. ദൈനംദിനം ഉപയോഗിക്കുന്നതും ഔദ്യോഗിക വുമായ വ്യവഹാരമാണ് അത്. ആദ്യവ്യവഹാരത്തിൽ അവബോധ ഘടന കാവ്യാത്മകമായിരിക്കുമ്പോൾ. ഇടുങ്ങിയ മൊഴിയിൽ കാവ്യാ ത്മകത കാണില്ല. ഗദ്യത്തിൽപോലും കവിതയാകാം എന്നാണ് സൂചന; ആ ഗദ്യം സമഗ്രമൊഴിയുടെ ഘടനയാണ് ഉൾക്കൊള്ളുന്നതെങ്കിൽ.

ആശയങ്ങളുടെ ഒരു ജീവിതവൃത്തം രൂപപ്പെടുകയാണ്. ആ അവസ്ഥ, എ. അയ്യപ്പന്റെ കവിതയെ ഉപജീവിച്ച് ഇങ്ങനെ ചുരുക്കി യെടുക്കാം.

1. ജീവിതം ആശയമായി രൂപമെടുക്കണം ആ ആശയങ്ങൾ കണ്ണീരു പോലെ വാക്കുകളിൽ ഘനീഭവിക്കുന്നു.
2. ആശയങ്ങൾ നിങ്ങളുടെ ശരീരത്തെ ആഗ്രഹിക്കുന്നു 'രക്തവും വാക്കുകളും' 'വൃക്ഷവും ദേഹവും' എന്നിങ്ങനെയുള്ള പ്രയോഗ ങ്ങൾ ഉദാഹരിക്കുന്നത് അതാണ്.
3. ആശയം പുറത്തുനിന്ന് പലതും സ്വീകരിക്കുകയും ഒപ്പം ചിലത് വിൽക്കുകയും ചെയ്യുന്ന വാതായനമാണ്. ചരിത്രത്തെയും സമൂ ഹത്തെയും അത് ഉറപ്പിച്ചെടുക്കുന്നു.
4. നാം പേറുന്ന വലിയ അവസ്ഥകളെ ചുരുക്കുകയാണ് ആശയം ചെയ്യുന്നത്. അവസ്ഥകളെ ആവർത്തിച്ച് ചെറുതാക്കുന്ന കാല മാണ് ആശയം. കാലം തന്മയീഭാവമാണ്.
5. ശ്വസിക്കുന്നതിലൂടെ നിങ്ങൾ ചിരിക്കുന്നു. ശിരോലിഖിതത്തിന്റെ കാർബൺകോപ്പി ആ ചിരിയുടെ നിശ്വാസമാണ്. ഓരോ ആശയ ത്തിനടിയിലും വേദനിക്കുന്ന ഫലിതമുണ്ട്.
6. ഒരു തലയ്ക്കുമാത്രമേ, ഒരാശയത്തെ ഉൾക്കൊള്ളാനാവൂ...

ഭാഗം മൂന്ന്

ഉത്തരാധുനികതയിൽ പ്രത്യയശാസ്ത്രവും രൂപബോധവും

റൊമാന്റിസിസത്തിന്റെ പ്രത്യയശാസ്ത്രവുമായി വിയോജിക്കേണ്ട തില്ല എന്നാണ് പുതിയ കാലത്തിന് ആധുനികതാഭാവുകത്വം സമ്മാ നിച്ചരുളിയ സന്ദേശം. കാല്പനികതയ്ക്കെതിരായിരുന്നു ആധുനി കത എന്നാണ് പൊതുവെ വിശ്വസിച്ചുപോന്നത്. എന്നാൽ അതിന് നേർ എതിരായ മനോഭാവമാണ് കവിതയിൽ ആധുനികത നിർവ്വ ഹിച്ചതെന്ന് വ്യക്തമായിക്കഴിഞ്ഞു. അതുകൊണ്ടുതന്നെ ആധുനി കതയെ പുതിയ കാലത്തിൽ സംരക്ഷിച്ചുനിർത്തേണ്ട അതിബാദ്ധ്യ തയും ആ ഭാവുകത്വത്തിന്റെ പ്രചാരകന്മാർക്കുണ്ടായി. ഉത്തരാധു നികതയെ വിലയിരുത്തുന്നതിനിടയിൽ 'കുറേ നാളുകൾക്കു മുൻപു വരെ നാം കണ്ടിരുന്ന സമഗ്രതകൾ ജീർണ്ണിച്ചുകഴിഞ്ഞു' എന്ന് കെ.പി. അപ്പന് എഴുതേണ്ടിവന്നത്, ആ സാഹചര്യം മുന്നിലുള്ളതു കൊണ്ടാണ്. 'സമഗ്രത'യുടെ കലയായിരുന്നു ആധുനികതയെന്നും ഉത്തരാധുനികതയിൽ കല സമഗ്രതയെ കുടഞ്ഞുകളയുന്നുവെന്നും ഉള്ള ഒരാശയം ആ പ്രയോഗത്തിൽ നിന്ന് നമുക്കുല്പാദിപ്പിക്കാനാവും. അതേ സമയം ഉത്തരാധുനികതയ്ക്ക് അതിന്റേതായ 'രാഷ്ട്രീയതാപ' മുണ്ട് എന്നും അതൊരു പുതിയ പ്രവണതയാണ് എന്നും അദ്ദേഹം സമ്മതിക്കുന്നുമുണ്ട്. കാല്പനികത ഒരു 'വീണ്ടെടുപ്പിന്റെ പ്രതീക്ഷ യിലാണ്' എന്ന ഒരഭിപ്രായം കൂടി ഉത്തരാധുനിക ചർച്ചയ്ക്കിടയിൽ അദ്ദേഹം പങ്കുവെക്കുന്നു. ഇവിടെയാണ് ആധുനികന്റെ സത്യസന്ധത സംശയിക്കപ്പെടുന്നത്. ആധുനികതയുടെ കാലം കഴിഞ്ഞെന്നും റൊമാന്റിസിസം തിരിച്ചുവരികയാണെന്നും വരുത്താൻ നിരൂപകൻ പ്രവർത്തിക്കുകയാണ്. വാസ്തവത്തിൽ കാല്പനികതയ്ക്കെതിരെ യാണ് ഉത്തരാധുനിക സംസാരിച്ചുതുടങ്ങിയത്.

79–ൽ പണിക്കർ പ്രയോഗിച്ചത്

ആധുനികതാഭാവുകത്വത്തിന്റെ തുടർച്ചയായി ഉത്തരാധുനി കതയെ വ്യാഖ്യാനിക്കാനാണ് പലർക്കും താത്പര്യം. എന്നാൽ

ഉത്തരാധുനികതയെ ഒരു തത്ത്വചിന്താപരമായ പ്രവണതയായി വിലയിരുത്തുന്നവരുണ്ട്. എന്നാൽ ഉത്തരാധുനികതയുടെ കവിതയിലേക്കുള്ള പ്രവേശം കെ. അയ്യപ്പപ്പണിക്കരാണ് ആദ്യമായി പ്രഖ്യാപിച്ചത്,

'സ്വാതന്ത്ര്യാനന്തര മലയാളകവിതയിൽ കാല്പനികപുരോഗമന പ്രസ്ഥാനത്തിന്ന് വന്ന അപചയത്തിൽനിന്നുയിർക്കൊണ്ട് അമ്പതുകളിലാരംഭിച്ച് അറുപതുകളിൽ ശ്രദ്ധപിടിച്ചുപറ്റി എഴുപതുകളിലേക്ക് വഴിക്കാട്ടിയ ആധുനികകവിത അതിന്റെ ചരിത്രപരമായ കടമ നിർവ്വഹിച്ചശേഷം എഴുപതുകളുടെ അവസാനത്തിൽ ആരംഭം കൊള്ളുന്നതും എൺപതുകളിലെ വികാസത്തെ മുൻകൂട്ടിക്കാണുന്നതുമായ ആധുനികോത്തരകവിതയായി പരിണമിച്ചുകൊണ്ടിരിക്കുന്നു എന്നതാണ് ഇന്നത്തെ മലയാളകവിതയെ സംബന്ധിക്കുന്ന ഏറ്റവും ശ്രദ്ധേയമായ വസ്തുത'. ഈ പരിണാമത്തിന് ഉദാഹരണമായി ആറ്റൂർ രവിവർമ്മ, കടമ്മനിട്ട രാമകൃഷ്ണൻ, സച്ചിദാനന്ദൻ, ബാലചന്ദ്രൻ ചുള്ളിക്കാട് എന്നിവരെ ചൂണ്ടിക്കാണിക്കുന്നു. 'കുരുക്ഷേത്ര'ത്തിൽ നിന്ന് 'ഹൂഗ്ലി'യിലേക്കുള്ള അകലവും പണിക്കർ എടുത്തുപറയുന്നു. പൗരാണികതയിൽനിന്ന് സമകാലികതയിലേക്കുള്ള ദൂരമായി അതിനെ വ്യാഖ്യാനിക്കാം. സമകാലിക മിത്തുകൾ സൃഷ്ടിക്കുന്ന കാലമാണ് ഉത്തരാധുനികതയുടേത്.

കെ. അയ്യപ്പപ്പണിക്കർ ആധുനികോത്തരത എന്നു പ്രയോഗിച്ച് ഇരുപത്താറു വർഷം കഴിഞ്ഞിരിക്കുന്നു. മലയാളകവിതയിൽ ഉത്തരാധുനികതാഭാവുകത്വം ഇനിയും അതിന്റെ സാന്നിധ്യം പ്രബലപ്പെടുത്തിയില്ലെന്നുണ്ടോ? ഉത്തരാധുനികത ഭാവന ചെയ്യുന്ന യാഥാർത്ഥ്യങ്ങൾ, അതിന്റെ ആവിഷ്ക്കാരരീതി, ഉള്ളടക്കപരമായ വ്യതിയാനങ്ങൾ എന്നിവ പുലർന്നതിന്റെ ലക്ഷണങ്ങൾ വളരെ കുറവാണ്. ഒരു ഭാവുകത്വത്തിന് വളർന്നു വികസിക്കാനുള്ള കാലയളവ് ലഭിച്ചിട്ടും കവിതയിൽ ഉത്തരാധുനികത പൂർണ്ണാർത്ഥത്തിൽ സാന്നിധ്യമറിയിച്ചിട്ടില്ല എന്നത് ഒരു വസ്തുത മാത്രമാണ്. ഇക്കാലത്തും സജീവമായി എഴുതിക്കൊണ്ടിരിക്കുന്നത് ആധുനികരായി രംഗത്തുവന്ന അയ്യപ്പപ്പണിക്കരും കെ.ജി. ശങ്കരപ്പിള്ളയും സച്ചിദാനന്ദനും ഒക്കെയാണല്ലോ. അവർക്കു പിറകെവന്നവർ അനുകരണപ്രിയരായി പോവുകയും ചെയ്തു.

ഉത്തരാധുനികഭാവുകത്വത്തെ സ്വാതന്ത്ര്യത്തോടെ സ്വീകരിക്കുന്നതിൽനിന്ന് ഇന്നത്തെ കവികളെ വിലക്കുന്ന പ്രധാന ഘടകം, മേൽ സൂചിപ്പിച്ച കവികളുടെ ഉറച്ച സാന്നിധ്യമാകാം. എല്ലാ സാഹിത്യ പ്രവണതകളോടും സംവദിക്കുന്ന ഒരു ഭാവുകത്വരീതിയായി ഉത്തരാധുനികതയെ നിർവ്വചിച്ചതും ഇക്കാര്യത്തിൽ തടസ്സമായിട്ടുണ്ടാകാം. വാസ്തവത്തിൽ ഉത്തരാധുനികത ആകെ വിയോജിക്കുന്നത് കാല്പനികതയോടാണ്. അതേ സമയം രൂപഭാവങ്ങളെ സംബന്ധിച്ച പുതിയൊരു കാഴ്ച അതു കൊണ്ടുവരികയും ചെയ്യുന്നുണ്ട്.

രൂപവും ഭാവവുമുള്ള ചുഴി കടക്കാൻ
ഷെർലക്ഹോംസ്
ഭാഷ കണ്ടുപിടിക്കുകയാണ്.

ഭാഷ കൈമോശം വന്നിരിക്കുന്നു എന്ന തോന്നൽ പുതിയ കവിയിലുണ്ട്. രൂപവും ഭാവവുമുള്ള ചുഴി കവിതയിലാണുള്ളത്. ഒരു മികച്ച കവിയെ അലട്ടുന്ന മുഖ്യപ്രശ്നം ഭാവനയുടേയും രൂപത്തിന്റേതും തന്നെയാണ്. ഭാവനമാത്രമുണ്ടായാൽ യഥാർത്ഥ കവിതയുണ്ടാവില്ല. രൂപപരമായ പൊരുത്തമാണ് അനിവാര്യം. ആധുനികതയുടേയും കാല്പനികതയുടേയും ഭാവുകത്വങ്ങൾ മാറിമാറി കവിതയിൽ നഷ്ടപ്പെടുത്തിയത് രൂപ-ഭാവങ്ങളെ സംബന്ധിക്കുന്ന ശരിയായ കാഴ്ചകളാണെന്ന് ഉത്തരാധുനിക കാലത്തെ ഒരു കവിക്കു തോന്നിയാൽ അതിൽ തെറ്റില്ല. രൂപഭാവങ്ങളുടെ ചുഴിയെ അതിജീവിക്കുന്ന ഭാഷ കണ്ടെടുക്കുന്ന ഷെർലക് ഹോംസുകളായി ഉത്തരാധുനിക കവികൾ മാറുന്നു. ഇവിടെ കുറ്റവാളി ഭാഷയാണ്. ഭാഷയിലും രൂപശില്പത്തിലും പദഘടനയിലും ബിംബയോജനകളിലുമെല്ലാം മാറ്റം കാണുമ്പോൾ മാത്രമേ, വായനക്കാർ പുതിയ ഭാവുകത്വത്തെ സ്വീകരിച്ചു എന്നു പറയാനാവൂ.

വാക്കുകൾ ഉള്ളടക്കത്തിന്റെ രൂപമാണ്

കാല്പനികതയുടേയും ആധുനികതയുടേയും ഭാവുകത്വങ്ങളിലൂടെ കടന്നുപോയപ്പോൾ ശ്രദ്ധയിൽ തടഞ്ഞ വസ്തുത കവിതയുടെ രൂപത്തെ സംബന്ധിച്ച തർക്കമായിരുന്നു. രൂപപരമായ ചെറുതാവലിന് വിധേയമായ കവിത ഛന്ദോമുക്തമാവുകയും പ്രത്യയശാസ്ത്രപരമാവുകയും ചെയ്തത് നാം കണ്ടു. എം. ഗോവിന്ദനെപ്പോലുള്ള കവികൾ താളവും ഈണവും നിലനിർത്തി കവിതയെ ചൊല്ലുകളാക്കിമാറ്റി. കാല്പനികത അതിന്റെ 'ഉച്ച'യിലെത്തിയപ്പോഴും ആധുനികത രൂപപരമായ സ്വാതന്ത്ര്യം പ്രഖ്യാപിച്ചപ്പോഴും കവിതയ്ക്ക് ഒരു പ്രത്യയശാസ്ത്രം വേണമെന്ന് വാദിച്ചവരുണ്ട്. പ്രത്യയശാസ്ത്രത്തിന്റെ ഭാവം കവിതയെ ജനമനസ്സിൽ നിന്നകറ്റുമെന്ന വിശ്വാസവും പ്രബലമായി. അതുകൊണ്ട് പ്രത്യയശാസ്ത്രത്തിന്റെ സമീപനം ഒരു തർക്കവിഷയമാവുന്നതിൽ അപാകതയില്ല. പ്രത്യയശാസ്ത്രം കവിതയിലെ സ്വാതന്ത്ര്യമാണ്. കവിതയിലെ ആശയപരമായ ഒരു നിലപാടാണത്. എന്നാൽ 'പ്രത്യയശാസ്ത്രമില്ല' എന്നു പറയുന്നതിന് ആശയപ്രചാരണത്തിന്റെ മൂല്യം നഷ്ടപ്പെട്ടുവെന്ന് അർത്ഥമില്ല. കവിതയെ ആശയപ്രചാരണത്തിനുള്ള ഉപാധിയായി സ്വീകരിക്കുന്നവർ കാണും. സർഗ്ഗാത്മകതയെ നിർവ്വീര്യമാക്കി കവിതയെ പ്രചരണ ഉപാധിയാക്കാനുള്ള ശ്രമങ്ങൾക്കുപിറകെ പ്രവർത്തിക്കുന്നത് ഒരു തരം നിർബന്ധബുദ്ധിയാണ്. ബി. രാജീവന്റെ

അഭിപ്രായത്തിൽ അത് മുതലാളിത്തത്തിന്റെ ലക്ഷണമാണത്രെ. ആശയം മാത്രമാണ് പ്രത്യയശാസ്ത്രമെന്ന വീക്ഷണത്തെ തമസ്ക്കരിക്കുന്ന മൂല്യമാണ് രൂപബോധം. കവിതയുടെ രൂപപരമായ അന്വേഷണം കൂടി പ്രത്യയശാസ്ത്രപരിധിക്കകത്ത് വരേണ്ടതാണ്. അതു വരുന്നില്ലെങ്കിൽ രൂപം ഒരു പ്രത്യയശാസ്ത്രഘടകമാണെന്ന വ്യത്യസ്തമായ നിലപാട് നമുക്ക് സ്വീകരിക്കേണ്ടിവരും. അതായത് കവിതയെക്കുറിച്ചുള്ള ശരിയായ വിലയിരുത്തലുകൾ വിഫലമാവുന്ന സന്ദർഭത്തിലാണ് കവിതയുടെ രൂപം ഒരു വിമർശന വിഷയമായി എഴുന്നുവരുന്നത്. ആ നിലയ്ക്കു നോക്കുമ്പോൾ 'രൂപഭദ്രത' എന്ന ആ പഴയ പ്രയോഗംപോലും സവിശേഷമായ ഒരു പ്രത്യയശാസ്ത്ര നിലപാടിന്റേതാണ് എന്ന് മനസ്സിലാവും. യുക്തിനിഷ്ഠമായ ഭാഷയും കാഴ്ചയുടെ വാക്കുമാണത്. വാക്കുകൾ ഉള്ളടക്കത്തിന്റെ രൂപമാണെന്ന് തെളിഞ്ഞുവരുന്നു.

ആശയങ്ങൾ നിറച്ചുവെച്ചിരിക്കുന്നത് വാക്കുകളിലാണ്. അതിനാൽ ഓരോ വാക്കിനും പ്രത്യേകമായ പെരുമാറ്റ രീതികൾ സ്വീകരിക്കേണ്ടിവരുന്നു. വാക്കുകളുമായി ഇടപെടുന്നത് വായനക്കാരാണ്. വാക്കുകളുടെ പെരുമാറ്റം ആദ്യം അറിയുക വായനക്കാരാണല്ലോ. ആ വായനക്കാർ വാക്കുകളിലൂടെ ഉള്ളടക്കത്തിലേക്ക്, പെരുമാറ്റത്തിന്റെ വൈവിധ്യത്തിലേക്ക് പ്രവേശിക്കുന്നു. ഇവിടെ സാക്ഷാൽക്കരിക്കപ്പെടുന്നത് അർത്ഥത്തിലേക്ക് സംക്രമിക്കാനുള്ള വാക്കുകളുടെ സ്വപ്നമാണ്. ആ പെരുമാറ്റത്തിലൂടെയാണ് വാക്കുകളുടെ അർത്ഥോത്പാദനം നടക്കുന്നത്. വായനക്കാരന് വാക്കുകളുമായുള്ള ബന്ധം ചെറുതല്ലെന്ന് സാരം. നാമെല്ലാം കവിത വായിക്കാറുണ്ട്. കവികൾ കവിത ചൊല്ലുന്നത് കേൾക്കാറുണ്ട്. എന്നാൽ നാം വാക്കുകൾ കേൾക്കാറുണ്ടോ? ഇല്ല. വാക്കുകൾ നാം പറയാറുണ്ടോ? അതുമില്ല. സത്യം/അസത്യം, നന്മ/തിന്മ, തെറ്റ്/ ശരി, പ്രധാനം/ അപ്രധാനം, ആഹ്ലാദം/ നിരാഹ്ലാദം എന്നിങ്ങനെയുള്ള ആശയദ്വന്ദ്വങ്ങളാണ് നാം കേൾക്കുന്നതും ആസ്വദിക്കുന്നതും. അതായത് വാക്കുകളെ നാം തിരിച്ചറിയുന്നത്, അവ ഉത്പാദിപ്പിക്കുന്ന പെരുമാറ്റ രീതികളുമായി ഇടപെടുമ്പോൾ മാത്രമാണ്. ആശയമെന്നത് ആ പെരുമാറ്റമാണ്. കവിതയുടെ രൂപം, അതുൾക്കൊള്ളുന്ന ആശയം, അതിലൂടെ രൂപപ്പെടുന്ന അർത്ഥശക്തി എന്നിവ വായനാഫലങ്ങളാണ്. കവിത നിലക്കൊള്ളുന്ന സമൂഹത്തിലേക്ക് വായന കടന്നുചെല്ലുകയാണ്. ആവിഷ്കൃതമായ സംഭവങ്ങളുടെ ഘടനകളിലൂടെ രൂപപ്പെടുന്നതും വായനയെ റൊമാന്റിക് ആക്കുന്നതുമാണ്, ആ സമൂഹം. കഥാകാവ്യങ്ങളിൽ സംഭവങ്ങളുടെ ഘടനയാണ് രൂപത്തെ നിർണ്ണയിക്കുന്നതെങ്കിൽ, ഭാവഗീതങ്ങളിൽ ഭാഷാഘടനയാണ് രൂപനിർമ്മിതിക്ക് കാരണമാകുന്നത്.

ഉത്തരാധുനിക കാലത്തെ കവിത രൂപപരമായ ഒരില്ലായ്മയിലാണ് എത്തിനിൽക്കുന്നതെന്ന് തോന്നുന്നു. കവിതയുടെ ജന്മസാഹചര്യവുമായി ബന്ധപ്പെട്ട ചില കാര്യങ്ങൾകൂടി അറിയേണ്ടതുണ്ട്. കവിതയുടെ മൂല്യനിർണ്ണയനത്തിൽ രൂപത്തിന്റെ പ്രസക്തിയെന്ത് എന്നു സംശയിക്കുന്നവർ കാണും. രൂപമാണ് പ്രധാനം എന്നു വിചാരിക്കുന്നവരും കാണും. സംവേദനതലത്തിലെ തർക്കങ്ങൾക്കുഹേതു രൂപത്തെ അവഗണിക്കുകയും സ്വീകരിക്കുകയും ചെയ്യുന്ന വായനക്കാർ തന്നെയാണ്. ഈ രണ്ടു വിഭാഗം വായനക്കാരും തമ്മിലുള്ള തർക്കം ഭാവുകത്വത്തിന്റെ ചരിത്രത്തിൽ എക്കാലത്തും ഉണ്ടായിരുന്നു. ജി. ശങ്കരക്കുറുപ്പിന്റെ മിസ്റ്റിക് കവിതകൾ, ഒരൊറ്റ ആശയാവിഷ്ക്കാരത്തിനായി അസംഖ്യം ചിഹ്നങ്ങളുടെ പിറകെ അലഞ്ഞു നടന്നതിന്റെ ക്ലേശം അനുഭവിക്കുന്നുണ്ടെന്ന് ചങ്ങമ്പുഴ ഒരിടത്ത് എഴുതിയിട്ടുണ്ട്. കാവ്യരൂപത്തെ എങ്ങനെ ചിഹ്നങ്ങൾ ശിഥിലമാക്കുന്നുവെന്ന് ചൂണ്ടിക്കാണിക്കുകയായിരുന്നു അദ്ദേഹം. നമ്മുടെ ക്ലാസിക് കവികളും കാല്പനിക കവികളുമെല്ലാം പലപ്പോഴും രൂപത്തിന്റെ അവധാരണത്തിൽ കൂടിയ സംശയാലുക്കളായിരുന്നുവെന്നതിന് വേറെ ഉദാഹരണമന്വേഷിക്കേണ്ടതില്ല. എന്നാൽ നമ്മുടെ ഇന്നത്തെ കവിത ഇക്കാര്യത്തിൽ നിശ്ശബ്ദമാണ്. രൂപപരമായ തർക്കങ്ങളോ വാദങ്ങളോ ഇല്ലാതെ പുതിയ കവിത ധാരാളമായി പിറക്കുന്നു. പക്ഷേ ഈ കവിത ഏതു ഭാവുകത്വത്തെയാണ് അഭിസംബോധന ചെയ്യുന്നത് എന്നു ചോദിച്ചാൽ അതിന് വ്യക്തമായ ഉത്തരം ലഭിച്ചുവെന്നു വരില്ല. കവിതയിൽ നിന്ന് കവിത അകന്നു പോയ മട്ടുണ്ട്.

കവിതയുടെ രൂപത്തിലെത്താൻ പ്രയോജനകരമായ വഴികൾ അന്വേഷിച്ചുപോയ ബി. രാജീവൻ എഴുതുന്നു: 'ഇവിടെ കവിത ജീവിതത്തോട് ഏറ്റവും അടുത്തുവരുന്നുവെന്ന് നാം ധരിച്ചത്, കവിതയെ അതിന്റെ അനന്യതയിൽ നിന്നകറ്റി ഒരുപാധിയാക്കാൻ തുടങ്ങിയപ്പോഴാണ്. കവിത ജീവിതത്തോട് ഏറ്റവും അടുത്തു കഴിഞ്ഞു എന്നാശ്വസിച്ചപ്പോൾ കവിത കവിതയിൽനിന്ന് ഏറ്റവും അകന്നു കഴിഞ്ഞിരുന്നു. കവിതയ്ക്ക് കവിതയായിരുന്നുകൊണ്ട് മാത്രമേ, മനുഷ്യജീവിതത്തെ സർഗ്ഗാത്മകമാക്കാൻ കഴിയൂ. കവിതയിൽ നിന്നകലുന്ന കവിത മനുഷ്യനിൽ നിന്നുമകലുന്നു. കവിതയ്ക്ക് കവിതയോടുള്ള ബന്ധം എത്രയ്ക്കേറുന്നുവോ അത്രയ്ക്കാണ് കവിതയ്ക്ക് ജീവിതത്തോടുള്ള ബന്ധം. കവിതയ്ക്ക് കവിതയോടുള്ള ബന്ധം ദൃഢമാകുന്നത് കവിത കവിത മാത്രമായിരിക്കുമ്പോഴാണ്. കവിത കവിതയായിരിക്കുമ്പോൾ മാത്രമേ അതിന് ജീവിതത്തോടുള്ള ബന്ധം ദൃഢതരമാകുന്നുള്ളൂ എന്നർത്ഥം'.

കവിതയിൽ വൈകാരികത മുറ്റിനിൽക്കുന്ന സംഭവങ്ങളുടെ ഘടനയുണ്ടാവാം. ഭാഷയുടെ ഘടനയും വരാം. പ്രചരണാത്മക മായ മൂല്യം ഏറിയും കുറഞ്ഞും വരാം. ഇതൊക്കെയുണ്ടെങ്കിലും കവിത കവിതയായിരുന്നേ മതിയാവൂ എന്ന ശരിയെ തള്ളിക്കളയാനാവില്ല. കവിത കവിതയായിരിക്കണമെന്നത് രൂപനിഷ്ഠവിചാരമാണ്. ഛന്ദോമുക്തമാവുകയും ജനകീയമാവുകയും ചെയ്ത കവിതയുമായി ബന്ധപ്പെട്ട് ചരിത്ര-സാമൂഹിക-സാംസ്കാരിക സംവാദങ്ങൾ വേണമെന്ന് ആശിക്കുന്നവരുണ്ട്. കവിതയുടെ ചരിത്ര-സാസ്കാരിക വിനിമയത്തിന്റെ തോതനുസരിച്ച് മാത്രമാണോ കവിത സ്വീകരിക്കപ്പെടാറുള്ളത്. കവിതയിൽ കവിത വേണമെന്ന താത്പര്യം ആ സ്വീകാര്യതയിലുണ്ടാവാം. കവിതയുടെ ജൈവാംശം സാംസ്കാരികത ആയിരിക്കെത്തന്നെ, കവിതയെ അതിന്റെ കീഴെ നിലനിർത്തുന്നതിലെ പ്രയാസകരമായ അനുഭവം വേറൊന്നല്ലേ? അത് അനുവദനീയമല്ല.

വായനക്കാർ കൂടി ഉൾപ്പെടുന്ന സങ്കല്പമാണ് രൂപബോധം. വായന രൂപപരം കൂടിയാണ്. കവിത നിർമ്മിച്ചെടുക്കുമ്പോൾത്തന്നെ ഒരു രൂപം കൈവരുന്നുണ്ട് അത് കവി ആവിഷ്ക്കാരം കൊടുക്കുന്ന ഭാവനകളിലൂടെയോ കണ്ടെത്തുന്ന ഭാഷയിലൂടെയോ ആകൃതിപ്പെടുന്നതാണ്. വായനയിലൂടെ രൂപം പുനർനിർമ്മിക്കപ്പെടുന്നു. അത് വേറൊന്നായിരിക്കാനും വിരോധമില്ല. വായനയിൽ കവിത പുനഃസൃഷ്ടിക്ക് വിധേയമാവാതെ വയ്യല്ലോ. ആ നിലയ്ക്ക് രൂപം എന്നത് വായനക്കാരന്റെ സൃഷ്ടിയാണ്, കവിയുടെ നിർമ്മിതിയല്ല.

കാല്പനികവാദികൾ കവിയാണെല്ലാം എന്ന് വിശ്വസിച്ചുപോരുന്നവരാണ്. ആത്മബോധത്തിൽനിന്നാണ് അവർ വേർപിരിയുന്നത്. ആശാന്റെ കാലത്ത് 'പദസ്വീകാരവും പദനിർമ്മാണവും' ഭാവാധിഷ്ഠിതമായിരുന്നുവെന്ന് പറയാറുണ്ട്. റൊമാന്റിസിസം വാക്കുകൾ പോലും ഭാവാത്മകമാണെന്ന് തെളിയിച്ചു. ആധുനികരായ ചില കവികൾ വികാരം ചോർത്തിക്കളഞ്ഞാണ് വാക്കുകൾ പ്രയോഗിച്ചത്. അത് കവിതയെ വരൾച്ചയിലാണ് കൊണ്ടെത്തിച്ചതെന്ന് വാദിച്ചവരുണ്ട്. സമകാലികമലയാള കവിത ഈ രണ്ടു സമ്പ്രദായങ്ങളെയും സ്വീകരിച്ചുകൊണ്ടാണ് മുന്നോട്ടുപോകുന്നതെന്ന് അനുഭവപ്പെടുന്ന സന്ദർഭങ്ങൾ ധാരാളമാണ്. കെ.ജി. ശങ്കരപ്പിള്ളയിൽ നിന്ന് തുടങ്ങുന്ന ഒട്ടേറെ കവികളുണ്ട് പുതിയ തലമുറയിൽ. അവർ എഴുതുന്നത് ഗദ്യത്തിലാണ്. പക്ഷേ ആ ഗദ്യം ആധുനിക കവികളുപയോഗിച്ച ഗദ്യത്തിൽനിന്ന് വിഭിന്നവും താളബോധം പോലും നഷ്ടപ്പെട്ടതുമായിരിക്കുന്നു. വാക്കുകൾ ഉപയോഗിക്കുന്നതിനെക്കുറിച്ച് സമകാലിക കവി ഉത്കണ്ഠപ്പെടുന്നു. ഗദ്യത്തിന്റെ ഭാഷയും കവിതയുടെ ഭാഷയും

വേർതിരിയുന്ന ഘട്ടം അറിയാതെ പോവുകയാണ്; അതുകൊണ്ടു തന്നെ പുതിയ കാവ്യരൂപം വികൃതവുമാകുന്നുണ്ട്.

കവിയുടെ ഭാഷയും ഗദ്യകാരന്റെ ഭാഷയും ഒന്നല്ല. കവിത നൃത്തം ചെയ്യുമ്പോൾ ഗദ്യം നടക്കുകയാണെന്ന് വലേരി പറഞ്ഞത് ഈ രണ്ടു ഭാഷയുടേയും പ്രത്യേകതകളെ താരതമ്യം ചെയ്തതുകൊണ്ടായിരിക്കണം. ഗദ്യത്തിൽ നിന്നുള്ള ഒരു വികാസം കാവ്യഭാഷയിലുണ്ട്. അതു ഭാവപരമാകാം. അത് വിപ്ലവാത്മകമായ ഒരു മാറ്റമാണ്. നിർദ്ദേശരൂപമാണ് ഗദ്യം. അല്ലെങ്കിൽ ഒരു നിർദ്ദേശം ഉള്ളടക്കം ചെയ്തുകൊണ്ടേ ഒരു ഗദ്യം ആവിർഭവിക്കുന്നുള്ളൂ. കവിതയാകട്ടെ നിർദ്ദേശവിരുദ്ധമാണ്. ഭാവാത്മകമായ ചില അവ്യക്തതകൾ കാവ്യഭാഷയിൽ കാണും. വായനക്കാരെ കവിതയിലേക്ക് ക്ഷണിച്ചുവരുത്തുന്നതും കവിതയിലെ ധ്വന്യാത്മക സാഹചര്യങ്ങളോടിണങ്ങാൻ വായനയെ പ്രാപ്തമാക്കുന്നതും അതാണ്. കവിത ഒരു സ്വതന്ത്ര രൂപമായതിനാൽ, ഗദ്യത്തിന്റെ വാച്യാർത്ഥബോധത്തെ അപരിചിതവത്കരിക്കുന്ന ഒരു ഘടകം കവിതയിലുണ്ട്. യാഥാർത്ഥ്യത്തിന്റെ മിഥ്യാപരമായ സങ്കല്പങ്ങളിലേക്ക് നയിക്കുന്ന ആഖ്യാനത്തേയും വിശദീകരണ രീതിയേയും കവിതാരൂപം പ്രതിരോധിക്കുന്നുണ്ട്. എന്നാൽ എല്ലാ കാലത്തും ഇതുപോലെത്തന്നെ കവിത നിർവ്വചിക്കപ്പെടണമെന്നില്ല. അതിരുകൾ നിശ്ചയിക്കപ്പെട്ട ഒരു സാഹിത്യരൂപത്തെ അനുസരിക്കാൻ പിറകെ വരുന്ന എഴുത്തുകാർ സമ്മതിക്കണമെന്നില്ല. കവിതയുടെ ആഖ്യാനചരിത്രം അത് വിളിച്ചുപറയുന്നുണ്ട്.

മഹാകാവ്യങ്ങൾപോയി ദീർഘകവനങ്ങൾ വന്നു. അതു ഭാവഗീതങ്ങളിലേക്കു ചെറുതായി. രണ്ടു വരിയിലോ നാലുവരിയിലോ ആശയങ്ങൾ നിവേദിക്കുന്ന കവിതകളുമുണ്ടായി. ഭാവക്രമത്തിൽ പോലും മാറ്റം വന്നു. ഉപരിതലരൂപങ്ങൾക്ക് കവിതയിൽ പ്രാധാന്യം വന്നു. പദഘടന, താളം, ശബളമായ രചന, ശബ്ദഘടനകൾ എല്ലാം വായനയെ അപരിചിതത്വത്തിലേക്ക് നയിക്കുന്ന ഘടകങ്ങളാണെന്ന് ഫോർമലിസ്റ്റായ ഷ്ക്ലോവിസ്കി അഭിപ്രായപ്പെട്ടിട്ടുണ്ട്. ഒരു ഭാവത്തെ വികസിപ്പിച്ചെടുത്ത് കാവ്യാവിഷ്കാരം പൂർണ്ണമാക്കുന്ന രീതി ഇപ്പോഴില്ല. അത് പഴയ റൊമാന്റിക് കവിതകളുടെ അടയാളമായിരുന്നു. രസഭാവങ്ങൾക്ക് പകരം സഞ്ചാരീഭാവങ്ങൾക്ക് കവിതയിൽ പ്രസക്തി വരുന്നത് പിന്നീട് നാം കാണുന്നു. ഇപ്പോൾ ആശയ നിവേദനത്തിലാണ് ശ്രദ്ധ. രൂപത്തിൽ ചെറുതാവലുണ്ടായിട്ടും കവിതയിലെ രൂപപരമായ പൊരുത്തക്കേടുകളെക്കുറിച്ച് കാല്പനികരെപ്പോലെ മറ്റു കവികളും ആലോചിച്ചിരുന്നു. ഇന്നത്തെ കവിതയുടെ മുഖസ്ഥാനമേത് എന്നു ചോദിച്ചാൽ, വിഷമിച്ചുപോകും, വ്യക്തമായ ഉത്തരം കണ്ടെത്താൻ. ഒരു വികാരം അല്ലെങ്കിൽ ഒരു സമ്മർദ്ദം മതി - കാവ്യമായി.

ജനലിന്റെ മുകൾക്കമ്പിയിൽ
വിരൽചേർത്തുവെച്ച്
ഞാൻ
താഴേയ്ക്കൊരുമീട്ടൽ
തുടർന്ന്
കോണിയുടെ താഴെപ്പടിയിൽ
കാൽപ്പടം ചേർത്തുവെച്ച്
ആരോ
മുകളിലേക്കൊരുമീട്ടൽ

പൂർണ്ണമായ ഒരു കവിതയാണ് ഉദ്ധരിച്ചത്. ഇതിലൊരു ദൃശ്യാനുഭവമുണ്ട്. എന്നാൽ സുവ്യക്തമായ ഒരർത്ഥബോധം ആദ്യവായനയിൽ ലഭിക്കുന്നില്ല. കവിതയുടെ പേര് മറച്ചുപിടിച്ചുകൊണ്ടാണ് ഇപ്പോൾ അത് വായിച്ചത്. ഒരു ക്വിസ് ചോദ്യം പോലെയുണ്ട് കവിത. ഒരു ചെറിയ ചോദ്യം, ഒരു ചെറിയ ഉത്തരം. വായനക്കാരന്റെ അറിവ് പരീക്ഷിക്കുകയാവാം കവി. എന്നാൽ 'സംഗീതം' എന്നു പേരിട്ട് വായിക്കാൻ തുടങ്ങുമ്പോൾ ആ കുറിയ വരികൾക്ക് നേരിയ ചില അർത്ഥങ്ങൾ ഉണ്ട് എന്ന് തോന്നിപ്പോകാൻ ഇടയുണ്ട്. ഒരു സംഗീതോപകരണത്തിന്റേയോ, അതു മീട്ടുന്ന സന്ദർഭത്തിന്റേയോ ചിത്രങ്ങൾ മനോമുകുരത്തിൽ കടന്നുവരാം. വാസ്തവത്തിൽ വായനക്കാരെ ഒരു പിക്നിക്കിന് പ്രേരിപ്പിക്കുകയാണ് ആഖ്യാതാവ് ചെയ്യുന്നത്. ഒന്നു സന്ദർശിച്ചുവരൂ; നേരിയ ജ്ഞാനം അല്പം ആഹ്ലാദം. ഇതാണോ ഒരു കവിതയിൽ നിന്ന് നാമൊക്കെ ആഗ്രഹിക്കുന്നത്.

രൂപത്തെ ജനകീയവത്കരിക്കുകയാണ് എന്ന് ഒരാൾക്ക് വാദിക്കാവുന്നതേയുള്ളൂ. അതേ സമയം കവിതയെ കവിതയിൽനിന്ന് അന്യമാക്കുന്ന അനവധി വസ്തുതകൾ ഈ കവിതയിലുണ്ടെന്ന് ബോധ്യപ്പെടുകയും ചെയ്യും.

സർഗ്ഗാത്മകമായ ഒരു വിരൂപീകരണം സമകാലിക മലയാള കവിതയിൽ സംഭവിക്കുകയാണ്. ആധുനികത വിപ്ലവകവിതയായും സാമൂഹ്യ കാല്പനികകവിതയായും പിളർന്നപ്പോൾ, അത് ഭാവുകത്വത്തെ അലോസരപ്പെടുത്തിയെന്നുകാണാം. ആ വിടവിലേക്കാണ് ഉത്തരാധുനികതയുടെ പ്രവേശമുണ്ടായത്. രസബോധത്തെ ഉത്തരാധുനികത തകർത്തു എന്നാണ് വിലയിരുത്തപ്പെടുന്നത്. ആഖ്യാനത്തെ, പ്രത്യേകിച്ച് കവിതയിൽ, അത് വിരൂപീകരണത്തിന് വിധേയമാക്കിയോ എന്നേ സംശയമുള്ളൂ. ഭാഷ വളരെ സാമാന്യമായി മാറുകയാണ്. ഇമേജറിയും സൂചകങ്ങളും ലാഘവപ്പെടുന്നു. കവിത അടുക്കുന്നത് ജേർണലിസത്തോടാണോ എന്നു തോന്നും, ആശയ

വിന്യാസത്തിന്റെ രീതി കണ്ടാൽ. ആശയഗാത്രം വ്യഞ്ജനാജന്യമായ രൂപത്തെ ആർജ്ജവപ്പെടുത്തുന്നു.

1. ധീരോദാത്തനും
അതിപ്രതാപഗുണവാനും
വിഖ്യാതവംശജനുമായ
മോഹൻലാൽ
സ്ക്രീൻ പിളർന്നെത്തി.
ചന്തമതിലുകൾ
ചുവടുതാങ്ങികൾ
വെയ്റ്റിംഗ് ഷെൽട്ടറുകൾ
വാൾപോസ്റ്ററുകൾ പിളർന്ന്......
(പോടാ മോനേ ദിനേശാ)

2. ചിലർ നിഴലുമായി യുദ്ധത്തിൽ
ചിലർ താന്താങ്ങളുമായി പ്രേമത്തിൽ
ചിലർ ഓടാത്ത പട്ടികൾക്കും
ഒരു മുഴം മുമ്പിൽ എറിഞ്ഞുകൊണ്ട്
ചിലർ മറ്റുള്ളവരുടെ ചുമലിൽത്തന്നെ
കയറിയിരുന്നങ്ങനെ
(സുഹൃന്നാശം)

3. സ്കൂളിൽ നിന്ന് വീട്ടിലേക്കും
വീട്ടിൽ നിന്ന് സ്ക്കൂളിലേക്കും
ആടിക്കൊണ്ടിരിക്കുമ്പോൾ
മണിമുഴക്കങ്ങൾ മാറിവരുന്ന
ക്ലോക്കിലെ പെൻഡുലം
എന്നെപ്പോലാകുന്നു.
(പെൻഡുലം)

4. ഒരു റിവോൾവർ വാങ്ങി
വിലക്കിഴിവുണ്ട്
മൺസൂൺ ഓഫറുണ്ട്
എവിടേയും അൽ-ഖയ്ദ ഉണ്ട്
എന്നെല്ലാം പറഞ്ഞ്
ഒരുത്തൻ പിടിപ്പിച്ചതാണ്

ക്രെഡിറ്റ് കാർഡിൽ
ബാങ്കുകാരുടെ പണം
ഉണ്ടായിരുന്നതുകൊണ്ട്
പോക്കറ്റിലായി
(ചെറുപ്പക്കാരുടെ ശ്രദ്ധയ്ക്ക്)

വാർത്തകളുടെ ഘടന പ്രദാനം ചെയ്യുന്നത് ഉപരിതലാനുഭവവും ഉപരിതലപരിപ്രേക്ഷ്യവുമാണ്. മേലുദ്ധരിച്ച കവിതാഭാഗങ്ങൾ അത് വിവൃതമാക്കുന്നുണ്ട്. സമഗ്രമായ അനുഭൂതി ഈ കവിതകൾ തരുന്നില്ല. ഉത്തരാധുനികത സമഗ്രതയെ കൈവിട്ടുവെന്ന് ആധുനിക നിരൂപകരിൽ ചിലർ പരാതി പറഞ്ഞുകേട്ടിട്ടുണ്ട്. സമഗ്രതിയിലേക്കുള്ള നിരീക്ഷണം കവിതയിലാവശ്യമാണ്. വലിയ തോതിലുള്ള രസാസ്വാദം നഷ്ടപ്പെടുത്തുന്ന ഘടകങ്ങളിലൊന്ന് ഈ നിരീക്ഷണത്തിന്റെ അഭാവമാണ് എന്നു ഞാൻ കരുതുന്നു. രൂപത്തിലുണ്ടാവുന്ന 'വിരൂപം' ഭാവത്തേയും വിരൂപമാക്കും. ഭാഷയേയും ലാഘവപ്പെടുത്തും. ആധുനികകവിതയുടെ ഭാഷയ്ക്കുണ്ടായിരുന്ന സാന്ദ്രത പുതിയ കവിതയുടെ ഭാഷയ്ക്കുണ്ടോ? ആത്മകഥാരചന നിർവ്വഹിക്കുന്ന കാല്പനികന്റെ വിശുദ്ധിപോലും ഈ ഭാഷയിലില്ല.

സമൂഹം രൂപപരിണാമത്തിൽ

ഇന്നത്തെ കവിത രൂപമില്ലായ്മയിലേക്കാണ് പ്രവേശിക്കുന്നതെന്ന് മുൻപേ സൂചിപ്പിക്കുകയുണ്ടായി. രൂപത്തിന്ന് സമൂഹവുമായുള്ള ബന്ധമെന്താണ്? സമൂഹത്തിന്റെ ഒരിടപെടൽ കവിതയിൽ നടക്കുന്നുണ്ട്. അല്ലെങ്കിൽ നിർമ്മാണത്തിൽ വായനക്കാരന്റെ ഇടപെടലുണ്ട് എന്നു സാരം. സമൂഹത്തിനുണ്ടാവുന്ന പരിവർത്തനങ്ങളാണ് കാവ്യരൂപങ്ങളെ ചെറുതാക്കുന്നതും ബൃഹദ്‌വത്ക്കരിക്കുന്നതും. ഇതിഹാസങ്ങളും പുരാണങ്ങളും അറിയുന്ന വായനക്കാരൻ മഹാകാവ്യങ്ങളെയാകും ഇഷ്ടപ്പെടുക. അനുഭവങ്ങൾ കൂടുതൽ തീഷ്ണമാവാൻ തുടങ്ങിയപ്പോൾ രൂപസങ്കല്പത്തിലും പരിണാമം വന്നുചേർന്നു. പുതിയ തലമുറയിലെ കവി മഹാകാവ്യങ്ങൾ വായിച്ചത് തനിക്ക് സ്വീകാര്യമായതിനെ പുനഃരവതരിപ്പിക്കാനാവില്ലെന്ന് പറയാനുള്ള പശ്ചാത്തലമായിക്കൊണ്ടാവാം. ആസ്വാദകനിലും ആസ്വാദനത്തിലും കാലികമായി വരുന്ന മാറ്റങ്ങൾ കാവ്യരൂപ സ്വീകാരങ്ങളെ വ്യക്തിപരമാക്കിയിട്ടുണ്ട്. അത് നിർമ്മാണങ്ങളെ സ്വാധീനിക്കാം. ആ സ്വാധീനം ഒരു പക്ഷേ നേരിട്ടായിരിക്കണമെന്നില്ല. വായനക്കാരന്റെ പ്രതികരണങ്ങൾ കവിത സ്വീകരിക്കുന്ന വിധങ്ങളെക്കുറിച്ചാവുമ്പോൾ അനുഭവങ്ങളെ പ്രക്ഷേപിക്കുന്ന എഴുത്തുകാരനും

വായനക്കാരുടെ തന്ത്രങ്ങൾ അറിയാതെ വയ്യ. വായനക്കാരുടെ രൂപ ബോധം എഴുത്തിനേയും സ്വാധീനിക്കാവുന്ന ഘടകമാണ്.

രൂപപരമായ പരീക്ഷണങ്ങൾ മലയാള കവിതയിൽ വലിയ തോതിൽ സംഭവിച്ചത് ആധുനികതയുടെ കാലത്തായിരുന്നു. ജാപ്പാനീസ് ഹൈക്കുവും പാശ്ചാത്യകാവ്യസമ്പ്രദായങ്ങളും കവികൾ ധാരാളമായി അനുകരിക്കുകയുണ്ടായി. 'പകലുകൾ രാത്രികൾ' പോലുള്ള നീണ്ട കവിതകളെഴുതിയ അയ്യപ്പപ്പണിക്കർ തന്നെയാണ്, 'പാറുവമ്മയും പരമേശ്വരയ്യരും' പോലുള്ള ഭാഷണകവിതകളും എഴുതിയത്. സച്ചിദാനന്ദൻ ആഖ്യാനത്തെ ഭാവപരമായ ഒരു ഘട്ടത്തിൽ കൊണ്ടു നിർത്തി. ശങ്കരപ്പിള്ള ആശയത്തെയും രൂപത്തെയും വേർതിരിച്ചറിയാൻ കഴിയാത്ത ഒരു സന്ധിയാക്കി പരിവർത്തിപ്പിച്ചു. ആഖ്യാനനിയമങ്ങൾ ത്യജിച്ചതിന്റെ അടയാളങ്ങളും കവിതാചരിത്രത്തിലുണ്ട്. ഭാവഗീതം എഴുതിക്കൊണ്ടിരുന്നവർ കഥാകാവ്യങ്ങളെ സ്വീകരിച്ചതിന്റെ ചരിത്രവുമുണ്ട്.

ഇപ്പോഴത്തെ പ്രശ്നം ഇതൊന്നുമല്ല. വിഭിന്ന ആഖ്യാനരൂപങ്ങൾ തമ്മിലുള്ള അകലം കുറയുന്നതാണ് മുഖ്യമായ പ്രശ്നം. രൂപങ്ങൾ തമ്മിലുള്ള അനന്യതയും കുറഞ്ഞുതുടങ്ങി. ഒരു സാഹിത്യരൂപം വേറൊരു സാഹിത്യരൂപത്തിന് അന്യമല്ലാതായി. ഉത്തരാധുനിക ഘട്ടത്തിൽ ഓരോ സാഹിത്യരൂപവും അനുഭവിക്കുന്ന ഈ സ്വാതന്ത്ര്യം ഉത്തരാധുനിക ഭാവുകത്വത്തെ പൂർവ്വകാല ഭാവുകത്വങ്ങളുമായി സംബോധന ചെയ്യുന്നതിന് വിഘാതമാവുന്നുണ്ടോ? രൂപപരമായ ഒരു രാഷ്ട്രീയം കവിത സമാർജ്ജിക്കുകയാണെന്ന് നാം തിരിച്ചറിയുന്നു.

സമൂഹവും കവിതയും

കവിതയുടെ രൂപനിർമ്മിതിയിൽ രാഷ്ട്രീയം വരുമ്പോൾ സ്വാഭാവികമായും സമൂഹവും കവിതയും തമ്മിലുള്ള പാരസ്പര്യം അന്വേഷണ വിഷയമാവേണ്ടതല്ലേ. കവിതയെ ക്ഷയിപ്പിക്കുന്ന ഒരു സമൂഹത്തെക്കുറിച്ചാവും തുടർന്ന് നമുക്ക് സംസാരിക്കേണ്ടിവരിക.

സമൂഹത്തിന് ഒരു ക്രമമുണ്ട് എന്ന് നമുക്കറിയാം. ആ ക്രമം നഷ്ടപ്പെടുമ്പോൾ തീവ്രമായ ശൂന്യതയാവും അനുഭവപ്പെടുന്നത്. അത് സമൂഹത്തെ നിശ്ചലമാക്കുന്നു. ഭാഷയേയും സംസ്കാരത്തേയും നിശ്ചലമാക്കുന്നു. ഇത് മാറാൻ മടിക്കുന്ന സമൂഹമാണ്. ഭാഷാശാസ്ത്രനിരൂപകനായ ജേക്കോബ്സൺ ഈ സമൂഹത്തെ താരതമ്യപ്പെടുത്തിയത് സോവിയറ്റ് സമൂഹവുമായിട്ടാണ്. കമ്യൂണിസ്റ്റ് ഭരണകാലം റിഥം നഷ്ടപ്പെട്ട സമൂഹത്തെയാണ് സൃഷ്ടിച്ചതെന്ന് അദ്ദേഹം എടുത്തുപറയുന്നു. ഫാസിസം പോലുള്ള ആശയങ്ങളുടെ

പ്രാബല്യമാണ് സമൂഹത്തിന്റെ ക്രമം/റിഥം നഷ്ടപ്പെടുത്തുന്നതിന്ന് കാരണമെന്നാണ് അദ്ദേഹം നല്കുന്ന സൂചന.

മാറാത്ത വർത്തമാനത്തിന്റെ നിലനില്പാണ് ഈ സമൂഹം ഉന്നയിക്കുന്ന മുഖ്യമായ പ്രശ്നം. അത് ഭാഷയുടെ കർമ്മഫലത്തെപ്പോലും മാറ്റിമറിക്കുന്നു. സമൂഹത്തിന് സവിശേഷമായ ക്രമങ്ങൾ ആവശ്യമില്ല. ഏക ക്രമം മതി. ഈ തോന്നൽ കാവ്യഭാഷ്യയെ മൃതിയിലേക്കായിരിക്കും കൊണ്ടുപോവുക. അതിൽ ഫാസിസം പോലുള്ള ജനാധിപത്യവിരുദ്ധമായ ആശയങ്ങളുടെ സ്വാധീനം പ്രകടമായിരിക്കും. സമൂഹത്തെ മാത്രമല്ല ഭാഷയേയും സമൂഹചിന്തയേയും അത് നിർവ്വീര്യമാക്കുന്നു. ഇവിടെ തിരിച്ചറിയപ്പെടാതെ പോകുന്നത് ഭാഷയാണ് സമൂഹത്തിന്റെ ക്രമം നിലനിർത്തുന്നത് എന്ന വസ്തുതയാണ്. ഇന്നത്തെ കവി ഇതുപോലൊരവസ്ഥയെയാണ് നേരിടുന്നത്. സമൂഹത്തെ ക്ഷയിപ്പിക്കുന്ന ആശയങ്ങളുടെ കൂടെ കവിതയ്ക്കു സഞ്ചരിക്കാനാവില്ല. അതുകൊണ്ട് നാം എവിടെയാണ് എന്ന് കവിത ചോദിക്കുന്നു. കവികൾക്കും അതാവർത്തിക്കേണ്ടിവരുന്നു. എന്നാൽ മലയാളത്തിലെ ഇന്നത്തെ കവികൾ ആ ചോദ്യം ഉന്നയിക്കാൻ പോലും മടിക്കാണിക്കുന്നു. ചരിത്രത്തെ മറക്കാൻ 'കൊടി' കീറിക്കളയുന്നു. മുദ്രാവാക്യമെഴുതുന്നു. കാവ്യഭാഷയെ എറിഞ്ഞു കളയുക എന്ന കൃത്യം നിറവേറ്റികൊണ്ടിരിക്കുകയാണ് പുതിയ കവികൾ.

പാഴ്കവിതകൾ പെരുകുന്ന അവസ്ഥയാണിത്. നിശ്ചലമാക്കപ്പെടുന്ന, ക്രമം ചോർന്നുപോയ സമൂഹത്തോടൊപ്പമായിരിക്കും ഇത്തരം കവിതകൾ. ഈ ചോർച്ചയിലേക്ക് കവികളെ ക്ഷണിച്ചുവരുത്തി ധൂർത്തടിക്കാൻ പ്രേരിപ്പിക്കുകയാണ് സമൂഹം ചെയ്യുന്നത്. അങ്ങനെ സമൂഹത്താൽ ധൂർത്തടിക്കപ്പെടുന്ന കവികൾ സ്വകാര്യതകളിലേക്ക് ചൂഴ്ന്നുപോകുന്നു. ഭാഷ മരിക്കുന്നതിന്റെ സൂചനയാണിത്. കൊലപാതകങ്ങളും അക്രമങ്ങളും കുറ്റകൃത്യങ്ങളും പെരുകിവരുന്ന സമൂഹത്തിന്റെ അടയാളവും കൂടിയാണത്. ഭാഷയുടെ മൃതി ഭാഷയിലേക്ക് ഫാസിസം പ്രവേശിച്ചിരിക്കുന്നുവെന്നതിന്റെ സൂചനയാണ്. മുപ്പതുകളിലെ പുരോഗമന സമൂഹവും ഇപ്പോഴത്തെ വംശീയ-വലതുപക്ഷസമൂഹവും റിഥം നഷ്ടപ്പെട്ടതാണ്. കണ്ണൂരും നാദാപുരവും ഗുജറാത്തുമൊക്കെ നിലവിളിക്കുന്ന ചിഹ്നങ്ങളാണ് സമൂഹം നിലനില്ക്കുന്നത് ഇത്തരം ചിഹ്നങ്ങളിലൂടേയും വാക്കുകളിലൂടേയുമാണെങ്കിൽ, ആ സമൂഹത്തെ നാമെങ്ങനെ നിർവ്വചിക്കും? ഒരുവാക്ക് നമുക്കനുഭവപ്പെടുന്നത് വാക്കായിട്ടാണ്. ഏതെങ്കിലും ഒരു വസ്തുവിന് പകരം വെക്കാവുന്ന കനം കുറഞ്ഞ ബിംബമായിട്ടല്ല. വികാരത്തിന്റെ സ്ഫോടനരൂപം ആവരുത് വാക്ക്.

നമ്മുടെ സമകാലിക കവിതയിൽ വാക്കുകൾ വരുന്ന രീതി ശ്രദ്ധിച്ചാൽ ചില സംശയങ്ങളിലേക്കാവും നാം കടന്നുചെല്ലുക. ആ വാക്കുകൾ നമുക്ക് വാക്കുകളായി അനുഭവപ്പെടുന്നുണ്ടോ? കാവ്യഭാഷ എന്തിനോവേണ്ടി ലഘൂകരിക്കപ്പെട്ട ഒരു പകരവസ്തുവായി പരിണമിച്ചു നിൽക്കുന്നു. പ്രബലമായ ഒരാശയത്തിലേക്ക് സമൂഹത്തിന്റെ റിഥത്തെ പരിവർത്തനം ചെയ്യാൻ കവികൾ ശ്രമിച്ചുകൊണ്ടിരിക്കുന്നതിന്റെ ഫലമാണിത്. ഭാഷ ഫാസിസത്തിന് വഴിപ്പെടുന്നു. ഫാസിസത്തിന്റെ അടിമരൂപമായി ഭാഷ മാറുന്നു. മറന്നുപോയ ജാതിസമൂഹത്തെ ചില പദപ്രയോഗങ്ങളിലൂടെ വിസ്തരിച്ച് പ്രതിപാദിച്ച് ആഹ്ലാദിക്കുന്നവരായിപ്പോയോ മലയാളത്തിലെ ഭാവുകന്മാർ! ഭാഷ താളരഹിതമായിപ്പോകുന്നതിന്റെ മഹത്ദൃശ്യമാണിത്.

വാക്കുകൾ വിശദീകരിക്കുന്നത് ഓരോ അവസ്ഥകളെയാണ്. ഒരു വസ്തുവിനും അതിന്റെ പ്രതിരൂപത്തിനും ഇടയിലുള്ള സ്വത്വത്തിന്റെ അവബോധമാണ് വാക്ക്. ഈ സ്വത്വത്തിന്റെ ഇല്ലായ്മയുടെ ഉടൻ അവബോധവും അനിവാര്യമാണ്. അതു നൽകുന്നത് വാക്കിന് സ്വന്തമായി ഒരു സ്വത്വമുണ്ട് എന്ന തിരിച്ചറിവാണ്. അതിൽ ഒരു വൈരുദ്ധ്യവുമുണ്ട് എന്നു നാം തിരിച്ചറിയണം.

സങ്കൽപ്പങ്ങളുടെ ഒരു ഭാഷാകേളിയാണോ കവിത? ചിഹ്നങ്ങളും സങ്കല്പങ്ങളും തമ്മിലുള്ള കളി ഇല്ലെന്നാണ് ഒരു ഭാഷാചിന്തകന്റെ അഭിപ്രായം. എന്നാൽ സങ്കല്പവും ചിഹ്നവും തമ്മിൽ അപ്രതീക്ഷിതമായ ചില ബന്ധങ്ങൾ കണ്ടെത്താനാവുമെന്ന് തൊദറോവ് ചൂണ്ടിക്കാണിക്കുന്നു. പുരോഗമിച്ചുകൊണ്ടിരിക്കുന്ന സംഭവങ്ങൾ ഭാഷകൾക്കിടയിൽവന്ന് വിശ്രമിക്കാൻ പാടുപെടുന്നുണ്ട്. യാഥാർത്ഥ്യങ്ങളുടെ അവബോധം നഷ്ടപ്പെടുമ്പോഴാണ് അതു സംഭവിക്കുന്നത്. ഈ സാഹചര്യത്തെയാണ് കവിത സംരക്ഷിച്ചുനിർത്തുന്നത്. അല്ലെങ്കിൽ ഈ യാഥാർത്ഥ്യങ്ങളുമായിട്ടാണ് കവിത ഇടപെടേണ്ടത്. സമൂഹത്തിലെ യാഥാർത്ഥ്യങ്ങൾക്ക് പ്രകാശം കുറഞ്ഞുവരുന്ന അവസ്ഥയിൽ കവികളുടെ ജോലി കുറഞ്ഞുവരുന്നു. യാഥാർത്ഥ്യങ്ങൾ കൊല്ലപ്പെടുന്ന വ്യവസ്ഥയിലേക്ക് ഭാഷയെ ക്രമീകരിച്ചാൽ മതിയല്ലോ. കാര്യം എളുപ്പമായി. ഭാഷയിലെ ഈ ലഘൂകരണം ഭാഷയുടെ മരണം തന്നെയാണ്. അത് ചിഹ്നങ്ങളെ കേൾക്കാനും മനസ്സിലാക്കാനും സാധ്യതയില്ലാത്ത അവസ്ഥയെ സംജാതമാക്കുന്നു. കൊലപാതകങ്ങളും അക്രമങ്ങളും ദാരുണമരണങ്ങളും സമൂഹത്തിൽ നിരന്തരം സംഭവിക്കുമ്പോൾ തകിടം മറിയുന്നത് സമൂഹത്തിന്റെ ശരിയാണ്. അത് സമൂഹതാളത്തെ ശിഥിലമാക്കുന്നു; ശൂന്യമാക്കുന്നു. വാക്കിനേയും ഭാഷയേയും ആ ശൂന്യതയിലേക്ക് കൊണ്ടു വരാൻ പരിശ്രമിക്കുന്ന ഒരു ഭാവുകത്വത്തിന്റെ വിധി മരണമാണ്. ഇന്നത്തെ

മലയാള കവിതയിലെ വ്യാവഹാരികതലം പരിശോധിച്ചാൽ കവിതയുടെ മാറിക്കഴിഞ്ഞ ഈ അവസ്ഥയാകും ബോധ്യപ്പെടുക. കവിതകളെ സമൂഹം ക്ഷയിപ്പിച്ചുകളഞ്ഞിരിക്കുന്നു.

ക്ഷയിക്കപ്പെട്ട ഈ കവിതയിലൂടെ സമൂഹത്തെ നേരിടണോ, സമൂഹത്തിലൂടെ കവിതയെ നേരിടണോ എന്നതാണ് സമകാല ഭാവുകത്വം പരിശോധിക്കുന്ന ഒരു വിമർശകന്റെ മുന്നിലുള്ള പ്രധാനപ്പെട്ട ചോദ്യം. അതുകൊണ്ട് വിമർശകൻ ഉത്തരാധുനിക കവിത മുന്നിലെടുത്തുവെച്ച് ചോദിക്കുന്നു; കവിതയിൽ വാക്കിനോ താളത്തിനോ പ്രസക്തി? കവിതയോ സമൂഹമോ മീതെ? ഈ ചോദ്യങ്ങളിൽ നിന്ന് ഉത്തരാധുനികതയുടേതായ ഒരു പ്രത്യയശാസ്ത്രം രൂപപ്പെടാനുള്ള സാധ്യത ഞാൻ കാണുന്നു.

■

www.ingramcontent.com/pod-product-compliance
Lightning Source LLC
LaVergne TN
LVHW090358051026
849518LV00006B/2168
* 9 7 8 8 1 1 9 4 8 6 0 7 6 *